# समर्पण

संत कान्होपात्राचं भावविश्व चित्रित करणारी भक्तिरसानं ओथंबलेली कादंबरी

मंजुश्री गोखले



मेहता पब्लिशिंग हाऊस

Please contact us at **Mehta Publishing House,** Pune 411030.
✆ +91 020-24476924 / 24460313 / Mob. No. 9545000513
Email : production@mehtapublishinghouse.com
Website : www.mehtapublishinghouse.com

- *या पुस्तकातील लेखकाची मते, घटना, वर्णने ही त्या लेखकाची असून त्याच्याशी प्रकाशक सहमत असतीलच असे नाही.*

**SAMARPAN** by MANJUSHRI GOKHALE
**समर्पण :** मंजुश्री गोखले / कादंबरी

Email : author@mehtapublishinghouse.com

प्रकाशक : सुनील अनिल मेहता, मेहता पब्लिशिंग हाऊस,
१९४१ सदाशिव पेठ, माडीवाले कॉलनी, पुणे ४११०३०.

अक्षरजुळणी : इफेक्ट्स, २१/६ब, आयडिअल कॉलनी, कोथरूड, पुणे ३८

मुद्रक : ट्रिनिटी ॲकॅडमी फॉर कॉर्पोरेट ट्रेनिंग लिमिटेड

मुखपृष्ठ : फाल्गुन ग्राफिक्स

प्रथमावृत्ती : एप्रिल, २०२०

किंमत : ₹ २९५

P Book ISBN 9789353174637
E Book ISBN 9789353174644
E Books available on : amazonkindle Apple Books Google Play Books

---

*कलावंतिणीच्या कुळात जन्मूनही*
*इतकी उच्चकोटीची विठ्ठलभक्ती करून*
*संतपदास पोहोचलेल्या संत कान्होपात्रास*
*तिचीच जीवनकथा समर्पित!*

# प्रस्तावना

कोल्हापूरच्या सुप्रसिद्ध लेखिका सौ. मंजुश्री गोखले यांच्या कान्होपात्रेवरील कादंबरीला प्रस्तावना लिहिण्याची संधी मला मिळाली. त्याबद्दल मी लेखिका आणि प्रकाशक या दोघांचा आभारी आहे.

मराठी हस्तलिखित केंद्राच्या वतीने मी आतापर्यंत शेकडो मराठी संतचरित्रांची हस्तलिखिते अभ्यासली आहेत. मी मुळचा पंढरपूरचा असून, भांडारकर संस्थेत पन्नास वर्षे ग्रंथपाल म्हणून काम करताना संत साहित्यावर अभ्यास-संशोधन करणाऱ्या अनेक अभ्यासकांचा मला जवळून परिचय झाला आहे. तसेच आराध्य दैवत 'श्रीहरि विठ्ठल' या विष्णू अवताराचा आणि मराठी संत साहित्याचा खूप अभ्यास करून लेखन केले आहे. विठ्ठल मंदिरातील प्रत्येक मूर्ती तपासली, माहिती नोंदवली. तरटी दरवाजाजवळची कान्होपात्रेची समाधी, मंगळवेढ्यामधील तिचा इतिहास यावरही संशोधन केले. अलिकडे 'मंगळवेढ्याची मांदियाळी' नावाचा ग्रंथ प्रकाशित झाला आहे. या ग्रंथात संत दामाजीपंत, संत चोखोबा, संत कान्होपात्रा, बसवेश्वर आदींचा संक्षिप्त असा इतिहास दिला आहे. मी स्वत: संत चोखोबावर एक पुस्तक अमेरिकेतील दलीत साहित्याच्या लेखिका प्रा. एलिनॉर झेलीएट यांच्या सहकार्याने लिहून प्रसिद्ध केले. त्याची दुसरी आवृत्ती बाजारात आली आहे. त्या लेखनाच्या निमित्ताने मी 'मंगळवेढ्याचा इतिहास' हे कै.भाऊसाहेब करंदीकरांचे पुस्तक वाचले होते, त्या काळात एका कुटुंबाच्या सोप्यात (घराल्या लहान खोलीत) कान्होपात्रेची मूर्ती बसवली होती; पण स्वतंत्र मंदिर नव्हते.

मंगळवेढ्याचे सांस्कृतिक इतिहास अभ्यासक प्रा. पुजारी सर यांनी कान्होपात्रेचे मंदिर उभे करण्याचे ठरविले. त्या निमित्ताने त्यांच्याच नातेवाइकाच्या जागेवर त्यांनी छोटे मंदिर बांधले. मूर्ती घडवून त्या मंदिरात ती मूर्ती नाट्य अभिनेत्री कीर्ती शिलेदार यांच्या हस्ते बसविण्यात आली. सदर कार्यक्रमाला मला आमंत्रण होते; पण त्या वेळी माझी प्रकृति ठीक नसल्याने मी जाऊ शकलो नाही.

गेल्या महिन्यात मी आवर्जून कान्होपात्रेचे मंदिर पाहून आलो. मंदिरात कर्मठ उपचार पद्धती न ठेवता आवश्यक तेवढे पूजादिविधी आणि उरल्या जागेत संत लेखनाचे ग्रंथालय उभे करण्याचा प्रा. पुजारी यांचा विचार आहे आणि त्यात अल्पशी मदत मी करणार आहे. कारण, कान्होपात्रेच्या जीवनावरची सौ. मंजुश्री

गोखले यांची कादंबरी वाचून मी थक्क झालो आहे.

आजच्या काळात संतसाहित्याची पार्श्वभूमी असलेल्या व्यक्तीवर त्यांच्या जीवनचौकटीमधूनच लेखन करावे लागते. विचार वा लेखनस्वातंत्र्य समाजाला फारसे रुचत नाही आणि मग त्यातून वाद होतात आणि जीवनावर, चरित्रावर साहित्यिक शैलीतून लिहिणे अवघड जाते; पण सौ. मंजुश्रींनी जीवनाची सत्यता आणि प्रतिभेचा आविष्कार या दोन्हीचा अतिशय सुरेख मेळ आपल्या लिखाणातून मांडला आहे. मी आतापर्यंत त्यांच्या संतचरित्रावरच्या बऱ्याच कादंबऱ्या वाचल्या आहेत. त्यामध्ये ज्ञानसूर्याची सावली (सोपानदेव), जोहार मायबाप जोहार (चोखोबा), तुकयाची आवली, ओंकाराची रेख जना (जनाबाई), हेंचि दान देगा देवा (संत तुकाराम) आणि आता प्रसिद्ध होणारी संत कान्होपात्रेवरची कादंबरी हे सर्व लेखन कौतुक करण्याइतके चांगले आहे. आणखी पुढच्या काळात संत नामदेव आणि काही यावर लेखन करण्याचा त्यांचा मानस आहे. त्यांना शुभेच्छा देऊ या!

कान्होपात्रा संत कवयित्री असूनही तीवर फारसे लेखन झाले नाही. बस्वलिंग - जयरामात्मज-बस्वलिंग (अंदाजे शके १६००) या कविने ३६ ओव्यातून कान्होपात्रेचे चरित्र लिहिले आहे त्याचे एक जुने हस्तलिखित मला डॉ. ढेरे यांच्या संग्रहात पाहवयास मिळाले. 'कान्होपात्रा' नावाची व्युत्पत्ती देताना कवीने भीमेच्या 'पात्रात' 'कान्हे'ची आठवण करणारी संत स्त्री असा उल्लेख केला आहे. बिदरच्या एका सरदाराने तिचे सौंदर्य राजाला कळवले. ती इतकी कोमल होती की, विड्याच्या पानाचा पीक तिच्या घशातून खाली उतरताना लोकांना दिसून येत असे. (हीच संकल्पना पुढे बाजीरावांच्या मस्तानीच्या रूपासंबंधी माहिती देताना तत्कालीन शाहीरांनी मांडली आहे.) पंढरपूर क्षेत्रात तिचा पाठलाग, विठ्ठलाची आळवणी आणि शेवटी विठ्ठलाच्या पायी देह समर्पण या सर्व गोष्टी त्यामध्ये आल्या आहेत. शिवाय बस्वलिंगाने 'मंगळवेढा' शब्दाची व्युत्पत्ती दिली आहे. मात्र चरित्रात 'अंगुडे' गावची 'शामा' नायकीण अशी सुरुवात केली आहे. सदर हस्तलिखिताची नक्कल प्रा. मंजुषा गोखले यांना संदर्भासाठी दिली आहे. तिने लिहिलेल्या २३ अभंगरचनांचा आधार घेऊन एक नाटक आणि चित्रपट काही वर्षांपूर्वी पाहण्यात आला. अलिकडे कान्होपात्रेवर मराठी नाटक आणि चित्रपटही निघाले. त्यामागे एक वेगळी संकल्पना रचना कारांनी मांडली. गणिकेच्या पोटी जन्म घेतलेल्या संत कान्होपात्रा यांनी बादशहाला विरोध करण्याचे धैर्य दाखवले. शिवाय एखाद्या गणिकेला कशाला हवा नकार देण्याचा अधिकार या समाज धारणेच्या विरोधात त्यांनी बंडाची भूमिका घेतली. स्त्रीस्वातंत्र्याचा पहिला हुंकार असणारी पहिली संत महिला. अशा नव्या दृष्टीने कान्होपात्रेकडे पाहिले जाते. एका गणिकेच्या म्हणजे वेश्येच्या मुलीला विठ्ठलाच्या पायी स्थान मिळाले. वारकरी संप्रदायाची परंपरा इतकी थोर की, जाती-

धर्म-प्रांत-भाषा-जीवनवृत्ति-स्त्री-पुरुष इत्यादी. भिन्नभेदाच्या पलिकडे जाऊन एका वेश्येच्या कन्येला तत्कालीन वारकरी संप्रदायाने आपल्यात सामावून घेतले. वारकरी तिच्या विठ्ठल मंदिरातील समाधीचे दर्शन घेतात, आनंदाने तिच्या रचना गातात. केवढा तिचा हा सन्मान! परंतु, खुद्द कान्होपात्रेच्या गावी मंगळवेढ्यात अद्यापही कान्होपात्रेचे स्वतंत्र भव्यदिव्य असे मंदिर नाही. एका कुटुंबाच्या सोप्यात तिची मूर्ती स्थापन केलेली मी पाहिली आहे. असे मंदिर बांधण्यासाठी प्रा. पुजारी खटपट करीत असल्याचेही कळले होते. नुकतेच कळले की, मंदिर बांधून तयार होत आहे. कान्होपात्रेची मूर्तीही तयार आहे. लवकरच प्राणप्रतिष्ठा होणार आहे, तसेच मंदिराच्या भिंतींवर तिचे २३ अभंग कोरले जाणार आहेत.

कान्होपात्रेचा मोठेपणा मान्य करूनही तिच्यावर मंदिर व्यवस्थापकांनी अन्याय केला आहे म्हणावे लागले. जिने विठ्ठलावरील अभंगांतून विठ्ठलाला अत्यंत कळवळीने, आर्ततेने दर्शन देण्याची साद घातली, ती साद या २३ अभंगांतून सर्वांमुखी आहे. ती म्हणते-

*''हरिणीचें पाडस व्याघ्रें धरियेलें। मजलागी जाहले तैसे देवा।।''*
*मोकलुनी आस जाहलें उदास। घेई कान्होपात्रेस हृदयात।।*

कान्होपात्रेने श्रीविठ्ठलाच्या चरणावर प्राण सोडला. तत्कालीन बडवे मंडळींनी तिची समाधी मंदिरातच दक्षिण दरवाजा जवळ बांधली त्यावर एका झगा घातलेल्या स्त्रीची मूर्ती बसवली. त्या समाधीवर एक तगरीचे झाड उगवले. ते झाड आजही साखळदंडांनी बांधून रक्षिले आहे; कारण वारकऱ्यांना सांगितले जाते की, ''कान्होपात्रेच्या झाडाचे पान खाल्ल्याखेरीज यात्रा पुरी होत नाही.'' मग आषाढी कार्तिकीला झाडाचा खराटा होतो. म्हणजचे ते एक उत्पन्नाचे साधन केले गेले. मात्र तेथील दरवाज्याला 'तगरीचा' दरवाजा नाव पडले. अलिकडे जुनी मूर्ती भंगली त्यानंतर फारसा उत्सव न करता नवी मूर्ती बसवली गेली.

(एक पंढरपूरकर या नात्याने या सर्व गोष्टी अभ्यासासाठी माहीत करून घेतल्या आहेत.) आणि आता सर्वांत खेदाची गोष्ट म्हणजे दर्शन बारीतील वारकरी देवाच्या गच्चीवरून खाली उतरतात आणि दर्शनासाठी खोलखांबीत शिरतात. खाली उतरण्याच्या पायऱ्या कान्होपात्रेच्या समाधीवर आहेत. म्हणजेच ते तुडवले जाते. हे मंदिर व्यवस्थापनाच्या लक्षात येत नाही दुर्दैव आहे!

संतचरित्रावर लेखन करण्याचा लेखिकेचा हातखंडा आहे. मूळ चरित्र मर्यादा पाळून कल्पनाविलासातून व्यक्तिचित्रण करणे अवघड आहे; पण हे 'शिवधनुष्य' त्यांनी सहजतेने पेलले आहे. यासंबंधी त्यांच्या लेखनातील अनेक उदाहरणे देता येतील; विस्तारभयास्तव ती दिली नाहीत.

मूळच्या प्राध्यापिका असलेल्या सौ. मंजुश्री गोखले यांनी कादंबऱ्या, कथासंग्रह,

कवितासंग्रह, पाकशास्त्र, प्रवासवर्णनं, भयकथा असे विविध प्रकारचे लेखन केले आहे. 'तुकयाची आवली' या कादंबरीचा २००८मध्ये भारताच्या माजी राष्ट्रपती श्रीमती प्रतिभाताई पाटील यांच्या हस्ते गौरव होऊन 'तुका म्हणे' पुरस्कारही मिळाला आहे. तसेच 'जोहार मायबाप जोहार' या कादंबरीला वरणगावकर पुरस्कार मिळाला आहे.

अलीकडेच त्यांनी आदि शंकराचार्यांच्या 'सौंदर्यलहरी' या ग्रंथाचे हिंदी-मराठी-इंग्रजी भाषांतून भाषांतर केले आहे. लवकरच तो प्रसिद्ध होईल. या ग्रंथातून त्यांचे संस्कृतवरचे प्रभुत्वही लक्षात येते. अशा विविध विषयांवर लोकमान्य पद्धतीने लेखन करणाऱ्या लेखिका मराठीत विरळा आहेत. त्यांच्या या कार्यास शुभेच्छा चिंतून माझे प्रास्ताविक इथेच थांबवतो.

**– वा. ल. मंजूळ**

(निवृत्त ग्रंथपाल, भांडारकर संशोधन संस्था, पुणे)

# मनोगत

संतांच्या मालिकेतील ही माझी पाचवी कादंबरी. याआधीच्या जोहार मायबाप जोहार (संत चोखामेळा), ओंकाराची रेख जना (संत जनाबाई), ज्ञानसूर्याची सावली (संत सोपानदेव), हेचि दान देगा देवा (संत तुकाराम) या कादंबऱ्यांना वाचकांचा उदंड प्रतिसाद लाभला आणि आता संत कान्होपात्रेची जीवनरेखा अधोरेखित करणारी 'समर्पण' ही कादंबरी. संतांचे जीवन मी कादंबरी रूपात मांडते; कारण माझी मनापासून अशी इच्छा आहे की संत, त्यांचं कष्टमय जीवन, त्यांचा त्याग आणि त्यांची भक्ती हे सर्वांना समजलं पाहिजे. कारण, या जगाचं काही भलं व्हायचं असेल, तर ते संतांच्या विचारानंच होईल, अशी माझी धारणा आहे. लहानपणी बऱ्याच वेळा 'नको देवराया अंत असा पाहू, प्राण हा सर्वथा जाऊ पाहे' हा पंडित हृदयनाथ मंगेशकर यांच्या आवाजातला अभंग ऐकून 'माझा अंत पाहू नको, माझा प्राण जातो आहे' इतकी आर्त विनवणी कोण करतंय, याबद्दल मनात कुतूहल निर्माण झालं होतं. थोडं मोठं झाल्यावर त्यात गुंफलेली कान्होपात्रेची नाममुद्रा समजली आणि तिच्याबद्दलची उत्सुकता वाढली. मग समजलं की, ती एका नायकिणीची अत्यंत देखणी मुलगी होती. तिची ही पार्श्वभूमी समजल्यावर तिच्याबद्दलचं कुतूहल आणि आदर वाढला. परंपरागत नायकिणीचा व्यवसाय नाकारून, विठ्ठलाची भक्ती करून चोखोबा, जना यांच्या ओळीत जाऊन बसण्याची धडपड करू पाहणारी कान्होपात्रा. संतमंडळात झालेला तिचा प्रवेश, हा तिच्या जीवनातला; पण मृत्युउपरान्त उच्चतम बिंदू ठरला. हे अभ्यासल्यावर तर कान्होपात्रेनं माझ्या मनात घर केलं. कादंबरी लिहायला सुरुवात केल्यावर तिच्या आयुष्यातला एकेक प्रसंग नजरेसमोर साकारत गेला, आकारत गेला आणि 'श्यामा नायकिणीची लावण्यवती कन्या' एवढीच ओळख आणि तिचे उपलब्ध असलेले २३ अभंग यातून कान्होपात्रेचा जीवनआलेख रेखाटला. मला असं वाटतंय की, तिचं कलावंतिणीचं घराणं, त्यातली व्यावसायिकता, त्याला पूरक ठरणारं तिचं ते अनुपम लावण्य, कान्होपात्रेचं वेगळं असणं, तिची भक्ती, त्या भक्तीतली उत्कटता आणि आर्तता आणि तिचं विठ्ठलाच्या चरणावर समर्पण अशा बिंदूवरून रेखाटलेलं तिचं जीवन, हाच या कादंबरीचा गाभा आहे. वाचकांना तो नक्की भावेल.

ही कादंबरी लिहिताना वेळोवेळी प्रश्न विचारून ज्यांना ज्यांना मी हैराण केलं

ते मला पितृस्थानी असणारे श्री. वा. ल. मंजूळ सर आणि माझी ज्येष्ठ अभ्यासू मैत्रीण श्रीमती कमल हर्डीकर यांनी न कंटाळता, न रागावता माझं शंका-समाधान केलं, म्हणूनच हे 'समर्पण' पूर्णत्वाला गेलं. कान्होपात्रेचं अनुपम सौंदर्य, तिची उत्कट भक्ती आणि विठ्ठलचरणावरचं तिचं समर्पण या तीन गोष्टी अधोरेखित करणारी ही कादंबरी माझ्या वाचकांना नक्की आवडेल, असा विश्वास मी व्यक्त करते. यातलं देखणं, गोमटं जे आहे ते कान्होपात्रेचं आहे आणि काही त्रुटी राहिल्या असतील, तर त्या माझ्या आहेत. कान्होपात्रेच्याच शब्दांत,

*जे का जीवांचे जीवन । कान्होपात्राचे निजधन गे माय ॥*

अशी मी ग्वाही देते. माझ्या इतर कादंबऱ्यांप्रमाणेच कान्होपात्रेवरच्या या कादंबरीचंही माझे वाचक प्रेमानं स्वागत करतील आणि या कादंबरीत रेखाटलेलं कान्होपात्रेचं भावविश्व त्यांना आवडेल, अशा विश्वासानं हे 'समर्पण' वाचकांच्या हातात देत आहे.

**– मंजुश्री गोखले**

# ऋणनिर्देश

कान्होपात्रेवर कादंबरी लिहावी असं फार दिवस मनात होतं. या बाबतीत श्री. मंजूळ सरांशी चर्चा केल्यावर त्यांनी मोठ्या आनंदानं आणि आत्मविश्वासानं 'लिहा लिहा! तुम्ही चांगली लिहाल!' असं सांगितलं आणि माझा उत्साह वाढला. कान्होपात्रेचा अभ्यास सुरू केल्यावर आणि श्री. मंजूळ सरांशी चर्चा केल्यावर कान्होपात्रेचं एक विलक्षण चित्र मनात आकारलं गेलं आणि तेच शब्दबद्ध करत गेले. श्री. मंजूळ सरांनी वेळोवेळी दिलेल्या या प्रेरणेबद्दल त्यांच्या ऋणात राहणंच मी पसंत करेन.

माझी मैत्रीण कमल हर्डीकर माझ्या हस्तलिखिताची पहिली वाचक. तिनं 'कान्होपात्रा जमलीये' असा संकेत दिला. माझ्या शंकांचं निरसन केलं. तिचे मी आभार मानणारच नाही; कारण तिला छळणं हा माझ्या मैत्रीचा हक्कच आहे.

या कादंबरीला देखणं असं पुस्तकरूप देणारे मेहता पब्लिशिंग हाऊसचे श्री. सुनील अनिल मेहता यांचा आणि माझा ऋणानुबंध गेल्या दहा वर्षांचा. त्यांच्या या स्नेहाबद्दल मी त्यांची ऋणी आहे. या कादंबरीला शोभेल असं मुखपृष्ठ चितारणारे श्री.चंद्रमोहन कुलकर्णी या कादंबरीसाठी परिश्रम घेणाऱ्या मेहता पब्लिशिंग हाऊसच्या सौ. राजश्री देशमुख आणि त्यांचे सर्व सहकारी यांची मी ऋणी आहे. माझ्या याही कादंबरीचं आपुलकीनं स्वागत करणारे माझे वाचक, त्यांचं ऋण तर सतत माझ्यावर राहणार आहे. म्हणूनच सर्व ज्ञात-अज्ञातांचे आभार!

**– मंजुश्री गोखले**

# १

'**श्या**मा महल' नावाची ती एक सुंदर वास्तू आज एखाद्या नववधूसारखी सजली होती. नटली होती. लक्ष पणत्यांनी आणि हजारो आकाशदिव्यांनी ती वास्तू नुसती झगमगत होती. चारही बाजूंच्या महाद्वारांसमोर मोठमोठ्या रांगोळ्या रेखाटल्या होत्या. किनखापाचे पडदे, नक्षीदार झालरी, चमकत्या झिरमिळ्या, जरतारी कमानी, रेशमाच्या सुरनळ्या आणि या सर्वांवर मात करणारा, वेड लावणारा, दरवळणारा आणि मंद वाऱ्याच्या झुळकेनं रंध्रारंध्रांना जागृत करणारा अत्तराचा मंद; पण धुंद सुगंध. मंगळवेढ्याजवळून वाहणाऱ्या बाण नदीच्या काठावर- जी बाण नदी पुढे लगेचच भीमेला जाऊन मिळते त्या नदीच्या काठावर एका बाजूला, म्हटलं तर गावाबाहेर, म्हटलं तर गावाजवळ, म्हटलं तर वर्दळीत, म्हटलं तर एकांतात असलेला हा 'श्यामा महल', आजच्या आकर्षक रोषणाईनं आणि देखण्या सजावटीनं लोकांचं लक्ष वेधून घेत होता. या वास्तूचं नाव 'श्यामा महल' असं जरी असलं; तरी इथं कुणी राजेरजवाडे राहत नव्हते की, हा कुणाचा राणीवसा नव्हता. उलट प्रतिष्ठितांच्या प्रतिष्ठेला दिवसाच्या पायरवानं धक्का लावणारी, तर गरिबांनी तिकडे ढुंकूनही पाहू नये असा श्रीमंतीचा थाट असणारी, अशी ती वास्तू होती आणि या वास्तूत राहत होती माया. नृत्य-गायनानं श्रीमंताना वेड लावणं आणि आपल्याला आवडेल त्या पुरुषासोबत रात्र घालवणं, असा दिनक्रम असणारी माया नायकीण आणि त्या माया नायकिणीचाच हा 'श्यामा महल' होता. या वास्तूच्याभोवती मायाच्या नखरेलपणाचे अनेक किस्से रेंगाळत होतेच; पण आज त्या वास्तूचा दिमाख काही औरच होता. वैभव जणू ओसंडून वाहत होतं. यौवनाचा धुंद गंध वास्तूभोवती रेंगाळत होता. आज शरद पौर्णिमेची रात्र होती. शरदाचं धुंद चांदणं त्या सौंदर्य आविष्कारात भरच घालत होतं. गुलाबी रंगात रंगवलेली ती वास्तू शरदाच्या गुलाबी चांदण्यात न्हाऊन जणू चंद्रालाच वेड लावत होती. तिथं सामान्य जनांची काय पत्रास! साहजिकच आज या वास्तूकडे प्रतिष्ठितांचे, प्रतिभावंतांचे, श्रीमंतांचे आणि भाग्यवंतांचे पाय न वळले तरच नवल! सरदार-दरकदारांचे सजवलेले अश्व, श्रीमंत प्रतिष्ठितांच्या देखण्या बग्या, मान्यवरांच्या पालख्या एका

हारीनं 'श्यामा महल'च्या बाहेर पटांगणात उभ्या होत्या. त्यांच्या गर्दीवरूनच आत किती वर्दळ असावी, याचा अंदाज येत होता. 'श्यामा महल'ला इतकं सजवण्याचं, प्रतिष्ठितांची इतकी वर्दळ असण्याचं कारणही तसंच होतं. माया नायकिणीची मुलगी 'श्यामा' हिची आज नथ उतरवायची होती.

माया नायकीण म्हणजे जणू मंगळवेढ्याचं एकवटलेलं सौंदर्य होतं. म्हणूनच या सौंदर्यावर मंगळवेढ्याचा सरदार फिदा होता. माया नायकिणीवर त्यानं जणू आपली अर्धी संपत्ती उधळली होती आणि त्याच संपत्तीतला एक भाग; म्हणजे बाण नदीच्या काठावर मंगळवेढ्यात असलेला हा महाल. हा महाल म्हणजे माया आणि सरदार यांच्यातल्या प्रेमलीलेचा साक्षी होता. त्या सरदारानं मायाला हा महाल मोठ्या प्रेमानं राहण्यासाठी दिला होता. याच महालात श्यामाचा जन्म झाला होता आणि आपल्या राजबिंड्या लेकीचं नाव मायानं ज्या दिवशी 'श्यामा' असं ठेवलं, त्याच दिवसापासून या महालाचं नावही 'श्यामा महल' असं झालं. या देखण्या वास्तूला तिचं नाव द्यावं, अशीच श्यामा होती. गोरा रंग, फुगीर गाल, ताठ नाक, पसरट जिवणी, मोठे मोठे डोळे, लहानसं कपाळ हे सगळं घेऊन श्यामा जन्मली होती. तिचं रूप लोभस होतं; पण मोहक नव्हतं. तिनं सरदाराचं रोबस रूप घेतलं होतं. मायाचा नाजूकपणा त्यात नव्हता. सरदार देखणा होताच; पण त्याचं सौंदर्य मर्दानी होतं आणि श्यामानं तेच रूप घेतलं होतं. माया नायकीण मोठी चतुर होती. सरदाराकडून या ना त्या कारणासाठी, कधी खऱ्या, कधी खोट्या कारणापायी घेतलेली मदत मायानं जपून जपून ठेवली होती, जपून जपून वापरली होती. श्यामा ७/८ वर्षांची झाली. मायाचं तारुण्यही उताराला लागलं, तसा सरदार इकडे येईनासा झाला; पण तोवर अलोट संपत्ती त्यानं मायावर उधळली. सोन्या-चांदीच्या मोहरा, हिरे-मोती-सोन्याचे दागिने, चांदीची अनेक भांडी आणि इतर वस्तू, अनेक किमती वस्त्रप्रावरणे, पलंग, गाद्यागिरद्या, मलमल, मखमालीचे गालिचे, अगदी केशर-कस्तुरीसुद्धा आणि या सगळ्याबरोबर तिला राहायला दिला होता हा 'श्यामा महल.' अधूनमधून सरदाराची स्वारी इथं येत असे. मायाशी पोटभर बोलून आणि श्यामाला पोटभर बघून तो परत जाई. पुढे पुढे सरदारही थकला. आता मायाला हा श्यामा महल परत करावा लागणार होता.

हे खरं; तरीपण मायानं मात्र ती सारी संपत्ती जपून वापरली. आपल्या लेकीला, श्यामाला सरदार कन्येसारखी वागवताना तिनं कुठं कसूर ठेवली नाही; पण म्हणून तिनं ती संपत्ती उधळलीही नाही. आपली लेक श्यामा मोठी होऊन, तारुण्यात प्रवेश करून तिनंही एखादा सरदार गाठेपर्यंत मायाला ती संपत्ती पुरवायला हवी होती आणि मायानं तसंच केलं. आता श्यामानं एखादा सरदार गाठला की पुन्हा उर्वरित आयुष्याची चिंता नव्हती आणि आज तो दिवस आला होता. श्यामा १६ वर्षांची

झाली होती आणि थोडंसं पुरुषी वळणाकडे झुकणारं तिचं रूप असलं, तरी ती सुंदर दिसत होती. तिच्या सौंदर्याचा आणि तारुण्याचा बोलबाला पंचक्रोशीत होईल, याची खबरदारी मायानं घेतली होती; कारण श्यामा हे तिच्या हातातलं खणखणीत नाणं होतं. हुकमाचा एक्का होता तो आणि त्याची जास्तीतजास्त किंमत वसूल होईपर्यंत माया ते बाजारात आणणार नव्हती. त्याची नुसतीच किंमत नव्हे, तर आयुष्यभराचं पुरेपूर मोजमाप, जिंदगीभराची वसुली होणं गरजेचं होतं. म्हणूनच आजपर्यंत मायानं श्यामाला कुठे म्हणजे कुठे नेलं नव्हतं. अगदी प्रत्येक पौर्णिमेला मंदिरात होणाऱ्या तिच्या नृत्याच्या वेळीही माया आपल्या बाजिंद्यांसह जायची; पण तिनं श्यामाला नेलंच नव्हतं. तिला एखाद्या सरदार कन्येसारखं वागवताना मात्र ती गायनकलेत, नृत्यकलेत तरबेज होईल, याची पुरेपूर काळजी घेतली होती. श्यामाचा आवाज खडा होता; पण त्याला एक खर्जाची किनारही होती आणि तिचा पदन्यास तर लाजवाब होता. भल्याभल्यांच्या काळजाचा ठोका चुकवण्याची ताकद तिच्या पदन्यासात होती. आपली लेक जेव्हा तारुण्याच्या बाजारात उभी राहील, तेव्हा तिचं मोल अनमोल असणार आहे, हे माया जाणून होती; म्हणूनच आपल्या लेकीच्या सौंदर्याचं वर्णन करताना तिच्या जिभेवर साक्षात सरस्वती अवतरत असे. तिच्या रूपाचा, गुणांचा, कलेचा आणि तारुण्याचा बोलबाला दूर दूरपर्यंत पोहचावा, अशी मायाची इच्छा होती आणि ती पूर्ण करण्यासाठी ती सदैव धडपडत असे. आपल्या लेकीच्या सौंदर्याची तारीफ एखाद्या राजानं, सरदारानं ऐकावी आणि तिच्या सौंदर्यावर लुब्ध होऊन त्यानं तिला आपलीशी करावी; ज्यायोगे तिचं अख्खं आयुष्य आणि आपलंही उर्वरित आयुष्य सुखानं जाईल, असा मायाचा होरा होता. तिच्या जीवनपद्धतीप्रमाणे, त्या पद्धतीतल्या विचारधारेप्रमाणे, त्या विचारधारेच्या सखोलतेप्रमाणे आणि त्या सखोल संस्कृतीप्रमाणे तसेच तिच्या सध्याच्या जीवनाच्या राहणीमानाप्रमाणे तिचा हा होरा योग्य आणि सयुक्तिकच होता. गरती बाईचं नाही; पण गरती बाईसारखं समृद्ध आणि सन्मानाचं जीवन जगायचं असेल, तर गाठीला पैशाची समृद्धी असायला हवी होती. आपल्या आयुष्यात आणि आता लेकीच्या आयुष्यातही ती समृद्धी यावी, या तजविजीत माया होती. म्हणूनच लेकीच्या सौंदर्याचा पुरता बोलबाला झाल्यावर आज शरद पौर्णिमेच्या रात्री तिनं श्यामाची नथ उतरवणी ठेवली होती.

नथ उतरवणीला नायकिणींच्या आयुष्यात फार मोठं स्थान होतं. लोकांना रिझवण्यासाठी, लोकांच्या मनोरंजनासाठी आपली कला विकणारी ही जमात आपल्या कलेशी आणि आपल्या परंपरेशी तितकंच इमान राखून होती. त्यामुळे नथ उतरवण्याच्या वेळी जो जास्तीतजास्त बोली लावेल, त्यालाच नथ उतरवण्याचा अधिकार दिला जात असे. नायकिणींच्या घराण्यात ही परंपराच होती. नायकिणीच्या

घराण्यात मुलगी जन्मली की, आनंदोत्सव साजरा केला जात असे. त्या मुलीला नृत्य-गायनात निपुण केलं जाई. ती वयात येईपर्यंत म्हणजे १२/१३व्या वर्षापर्यंत तिचं हे शिक्षण बरचसं पूर्ण होई. त्यानंतर ती वयात आल्यानंतर तिच्या नाकात नथ घातली जाई. ही नथ म्हणजे तिच्या कुमारिका असण्याचं प्रतीकच जणू. वयाच्या १६/१७व्या वर्षी ती नृत्य-गायन कलेत, अदाकारीत निपुण झाल्यावर तिची नथ उतरवण्याचा समारंभ मोठ्या थाटात साजरा होई. या समारंभाला इतर गणिका तर येतच असत; पण जिची नथ उतरवायची तिच्या लालसेनं अनेक राजे-सरदार-दरकदार, नगरशेठ, दिवाण यांचीही वर्दळ होई. या समारंभात त्या कुमारिकेची बोली लावण्यात येई. या वेळी त्या कुमारिकेचं प्रत्यक्ष दर्शन सर्वांना होई. तिचं गायन-नृत्य यांचंही प्रदर्शन होत असे. तिच्या अशा रूप-गुणांवर लुब्ध असलेले रसिक, श्रीमंत, उल्लू आणि गुणग्राही असे सर्व जण या बोलीत भाग घेत. ज्याची बोली सर्वांत जास्त, त्यालाच त्या कुमारिकेवर अधिकार सांगता येई. तोच तिचा मालक ठरत असे. एकदा मालक कोण यावर शिक्कामोर्तब झालं, की पुन्हा नृत्य-गायनाची मेजवानी असे. भोजनाच्या पंक्तीवर पंक्ती उठत. खाद्य पदार्थांचीही रेलचेल असे. गरिबांना अन्न-वस्त्र वाटलं जाई. त्या कुमारिकेला तिच्या मालकाकडून अनेक किमती भेटवस्तू मिळत. त्यात जडजवाहीर, दागदागिने, उंची वस्त्रं, रेशीम, सुकामेवा यांच्यासोबत एखादा महाल, घर, जमीनजुमलाही मिळत असे. एवढेच नव्हे, तर त्या कुमारिकेची जन्मभराची तरतूदही त्या मालकानं करावयाची, असा रिवाज असे. यानंतर सगळी मंडळी परत गेल्यावर त्या दिवशी रात्री त्या मालकाला- ज्यानं लिलावात मोठी बोली लावून बोली जिंकली त्याला- कुमारिकेच्या दालनात मुक्काम करण्याची अनुमती असे. नव्हे, त्यानं त्या दिवशी तिच्याच दालनात मुक्काम करावयाचा, असाच रिवाज. त्या रात्री त्यानं तिच्या नाकातून ती नथ काढायची आणि तिच्या शरीरावर आणि मनावर आपला हक्क प्रस्थापित करायचा, अशी ही परंपरा. त्यानंतर त्या कुमारिकेच्या तन-मनाची मालकी त्याच्याकडेच. तिनं त्याच्यासाठीच सजायचं, त्याचं मन रिझवायचं आणि त्याच्याच स्वाधीन व्हायचं. अर्थात त्याचा हा अधिकार, तिच्यावरचा हक्क फक्त रात्रीच. संध्याकाळी त्या गणिकेनं आपल्या नृत्य-गायनानं, आपल्या कलेनं लोकांची मनं रिझवायची आणि आपली कला लोकांसाठी आहे, तशीच ती देवासाठीसुद्धा सादर करायची; पण त्यानंतर त्या गणिकेनं नाकात संपूर्ण नथ न घालता नथनी घालायची. ती कुमारिका राहिलेली नाही, याचं ते प्रतीक ठरायचं. अशा नथ उतरवण्याच्या विधीला, रिवाजाला या गणिकांच्या आयुष्यात अनन्यसाधारण महत्त्व असायचं; कारण तो दिवस म्हणजे त्यांच्या आयुष्याच्या मार्गक्रमणेची सुरुवात असायची. यापुढचं आणि शेवटपर्यंतचं त्यांचं आयुष्य कसं जाईल, ते सुखा-समाधानात जाईल की नाही,

याची ग्वाही त्या दिवशी मिळायची. त्याचप्रमाणे आपल्या तन-मनावर अधिकार गाजवणारा पुरुष हा कसा आहे, तो आपल्याला एक सुनिश्चित भविष्यकाळ देऊ शकेल की नाही, याचीही शाश्वती त्या दिवशीच व्हायची. आपण आपलं सर्वस्व ज्याच्यावरून ओवाळून टाकायचं आहे, तो पुरुष कसा आहे, हे त्याच दिवशी ठरायचं. अर्थात हे ठरवायचा, हे निवडायचा अधिकार त्या कुमारिकेला नसायचा. तर तो अधिकार फक्त पैशाशी बांधील असायचा. कधी कधी त्या दिवशी नथ उतरवण्याची बोली जिंकणारा तो पुरुष कालांतरानं कफल्लक व्हायचा, कधी कधी गणिकेकडून केला जायचा आणि मग पुन्हा आपल्या देहाची मालकी दुसऱ्या एखाद्या श्रीमंताला देण्याची मुभा त्या गणिकेला असायची. त्यातही एकाच मालकाला धरून राहून, केवळ नृत्य-गायनाची कला विकून राहणाऱ्या गणिका आणि देहविक्रय करून आपलं पोट भरणाऱ्या गणिका असाही प्रकार त्यात असायचा. एकाच मालकाला धरून राहून केवळ नृत्य-गायनाची कला विकणाऱ्या गणिकांना मंदिरात देवासमोर आपली कला सादर करण्याचाही मान मिळे; पण निव्वळ देहविक्रय करणाऱ्या गणिकांना मात्र समाजाच्या रोषास आणि बहिष्कारास सामोरं जावं लागे. अर्थात दिवसा-उजेडी नीतीच्या गप्पा मारणारेच रात्री अशा गणिकांचे उंबरठे झिजवत असत; पण नृत्य-गायनाची कला सादर करणाऱ्या गणिकांचे उंबरठे मात्र श्रीमंतांच्या आणि राजे-महाराजे, सरदार-दरकदारांच्याच वहाणांनी झिजवले जात. माया ही त्याच परंपरेतील गणिका होती आणि आज तिच्या लेकीचा, श्यामाचा नथ उतरवण्याचा समारंभ होता.

समारंभाला सुरुवात झाली. १६/१७ वर्षांची श्यामा नखशिखान्त नटून बसली होती. तिचा लोभस चेहरा आज एका अनामिक हुरहुरीमुळे, अंगभूत संकोचामुळे मृदू, कोमल दिसत होता. चेहऱ्यावर लज्जेचा लालिमा पसरला होता. माथ्यावरच्या बिंदीपासून ते पायांतल्या तोरड्यांपर्यंत ती अलंकारांनी सजली होती. त्यात सोन्या-चांदीच्या अलंकारांसमवेत हिऱ्या-मोत्यांचे, पाचू-माणकांचेही अलंकार होते. त्या रत्नांची झळाळी तर अपूर्व होतीच, शिवाय त्या रत्नांचा अनेकरंगी प्रकाश, तिथे तेवत असलेल्या लाखो पणत्यांमधून परावर्तित होऊन तिच्या चेहऱ्यावर पडला होता आणि त्या प्रकाशानं तिचा उजळ चेहरा अधिकच उजळून निघाला होता. चांदी-सोन्याच्या जरतारीनं नक्षीकाम केलेलं लाल रंगाचं नऊवार लुगडं तिच्या अंगाला अगदी चापूनचोपून नेसवलं होतं. त्या लालबुंद लुगड्यात श्यामाचा गोरा रंग अगदी खुलून दिसत होता. त्या चोपूनचापून नेसलेल्या लुगड्यामुळे तिचं अंगप्रत्यंग, देहाची वळणं आणि चढ-उतार अगदी स्पष्ट दिसत होते. तिच्या सौंदर्याची, मोहकतेची, सौष्ठवाची आणि तारुण्याच्या नवलाईची तारीफ ऐकून शेकडो श्रीमंत तिथे जमले होते आणि त्यातला प्रत्येक जण आज आपल्या

श्रीमंतीचं आणि रसिकतेचं प्रदर्शन करायला उत्सुक होता. सगळे जण जमल्याची एकवार खात्री करून घेऊन मायानं आपल्या नोकराला इशारा केला. त्यानं महालाचा मुख्य दरवाजा बंद केला. सूर्यास्तापासून तेवत असलेल्या पणत्या, मशाली, पलिते, शमादानं यांत पुन्हा तेल घालून त्या प्रकाशमान केल्या आणि त्या हजारो दिव्यांचं प्रतिबिंब अंगभर लेवून तो आरसेमहाल आणखी उजळला. त्या प्रकाशात माया सर्वांच्या मध्ये येऊन उभी राहिली. तीही अंगभर दागिन्यांनी मढली होती. उताराला लागलेलं तिचं सौंदर्य आणि सौष्ठव आजही तिच्या तारुण्यातल्या नव्हाळीची आणि अलौकिक रूपाची ग्वाही देत होतं. सर्वांच्या समोर येऊन सर्वांना वाकून मुजरा करून मायानं बोलायला सुरुवात केली, "मायबाप हुजूर, या मायानं आजपर्यंत तुमची मन लावून सेवा केली. तुमच्या जिंदगीत सुखाचे चार क्षण पेरले. तुमच्या मेहरबानीवरच आजपर्यंत ही माया सुखाचे घास खात आली आहे. तुमच्याकडून या मायाला जसं प्रेम आणि आधार मिळाला, तसाच यापुढे तो माझ्या लेकीला– श्यामाला मिळावा, अशी या दासीची तुमच्या चरणी विनंती आहे. आता मी जास्त सांगत बसणार नाही. मला ठाऊक आहे, तुम्ही सगळे जण श्यामाला बघायला हितं आलेले आहात. माझी पोरगी म्हणून मी सांगत न्हायी; पण माझी श्यामा म्हणजे शुक्राची चांदणी आहे. तिचं रूप बघून तुमचे डोळे निवतील. तिचं गाणं ऐकून तुमचे कान निवतील आणि तिचं नृत्य बघून तुमचं मन निवेल. आज तिची नथ उतरवायची आहे. त्यासाठी आपल्या दिलाचे दरवाजे आणि खजिन्याच्या खिडक्या उघड्या ठेवा. तिच्यासाठी इतकी भरभरून बोली लावा, की त्यात तिची अख्खी जिंदगी आरामानं गुजरली पाहिजे. माझी लेक चाँदसा मुखडा, ती माझ्या काळजाचा तुकडा आहे. आज मी तिला तुमच्यापैकी एकाच्या स्वाधीन करून मोठ्या जबाबदारीतून मुक्त होणार आहे. आता यापुढे तिची जिम्मेदारी तुमच्यापैकी एकाची असेल. तिच्या नशिबी केवळ सुख आणि सुख असेल, याची फक्त काळजी घ्या. तेवढी तुम्ही काळजी घेतलीत, की तुमच्या जीवनात सुखच सुख येईल, याची काळजी श्यामा घेईल याबद्दल निश्चिंत राहा. आता मी श्यामाला या मैफलीत बोलावते. तिचं रूप, तिचं नृत्य, तिचं गायन आणि तिचं तारुण्य डोळे भरून बघा आणि खजिन्याचे दरवाजे उघडा." असं आव्हानात्मक बोलून मायानं पुन्हा एकदा सगळ्यांना मुजरा केला. मैफलीत बोलण्यासाठी ही शुद्ध भाषा मायानं जाणीवपूर्वक आत्मसात केली होती. तिनं एकवार नजर फिरवली आणि टाळी वाजवून संकेत दिला. त्याबरोबर त्या महालाचा दुसऱ्या बाजूचा, आतला दरवाजा उघडला आणि लाल लुगडं नेसलेली, माथ्यावर यावनी पद्धतीची लाल ओढणी गळ्यापर्यंत ओढून घेऊन चेहरा झाकलेली, अप्सरेसारखी भासणारी श्यामा त्या महालात, त्या मैफलीत दाखल झाली. तिच्या तारुण्याची नव्हाळी बघणाऱ्यांच्या काळजाचा ठाव घेत होती.

चालताना होणारा पायांतल्या घुंगरांचा नाद हृदयाचा ठोका चुकवत होता. तिचा कमनीय बांधा नजरेत ठरत नव्हता व नजाकतीनं चालताना तिची लचकणारी नाजूक सिंहकटी बघणाऱ्याच्या हृदयात लचक भरत होती. तिच्या अंगावर लखलखणारे हिरे-मोतीही तिच्या रूपासमोर जणू आपलं तेज लपवत होते. त्या पारदर्शी लाल ओढणीतूनही स्पष्टपणे दिसणारा तिचा गोरा रंग जणू चंद्रप्रकाशाशी स्पर्धा करत होता. श्यामा मैफलीत दाखल झाली आणि सगळ्यांचे श्वास जणू रोखले गेले. काळजाचे ठोके थांबले. डोळे विस्फारले गेले, नजरा आतुर झाल्या. कित्येकांनी आपले हात आपल्या हृदयावर ठेवले. जणू धडधडणारं हृदय ते धरून ठेवू पाहत होते. कित्येकांनी मनोमन आपल्या खजिन्याची खानेसुमारी करायला सुरुवात केली. तर कित्येक जण आपल्याकडच्या जडजवाहिरांचा आढावा घेऊ लागले. श्यामा मैफलीत दाखल झाली आणि तिनं सगळ्यांना वाकून मुजरा केला. तो मुजरा करतानाची तिची नाजूक हालचाल, तिची जीवघेणी अदा, त्यातली बेहतरीन नजाकत बघून; प्रत्येक जण हे रत्न आपल्याच मिठीत आलं पाहिजे, याची तयारी करू लागला.

श्यामा मैफलीच्या मध्यभागी आली. आपली तेज नजर एकदा सगळ्या मैफलीवरून तिनं फिरवली आणि कित्येकांच्या काळजाचा ठोका चुकलाच. सगळ्या मैफलीला नजरेनंच घायाळ करून झाल्यावर श्यामानं आपली नजर बाजिंद्यांकडे वळवली आणि त्यांना हलकेच इशारा केला. बाजिंदे जणू त्या इशाऱ्याची वाटच बघत होते. इशारा मिळताच त्यांनी सूर धरला. तबलजीनं ठेका धरला. श्यामानं डोळे मिटले. एकवार गुरूंचं स्मरण केलं आणि तिनं तान छेडली.

***''पियाऽ मोरी पल ना लागी ना लागे मोरी अखियाँ ।***
***मत छेड रे सखी मत छेड रे मत छेड रे कोई बतियाँ।।''***

गौड सारंग रागातली ही तान श्यामानं छेडली आणि त्या मैफलीत जणू जीव भरला गेला. एक सळाळतं चैतन्य, झळाळतं लावण्य घेऊन तारुण्याचा मादक गंध दरवळू लागला. अगदी अवचित अशी गोष्ट होती ती. ती मैफल एकाच वेळी शुद्धीवरही होती आणि बेहोशीतही होती. श्यामाच्या सौंदर्यानं त्या मैफलीला धुंदीत लोटलं होतं, तर त्याच वेळी श्यामाच्या गाण्याच्या लकेरीनं त्या मैफलीत जान आणली होती. चैतन्य भरलं होतं. त्या मैफलीत असलेला प्रत्येक जण तिचं रूप, तिचं सौंदर्य, तिचं तारुण्य डोळ्यांत साठवावं की, तिच्या तारुण्याचा गंध रंध्रारंध्रांत साठवावा की तिचा पहाडी स्वर कानांत साठवावा, या संभ्रमात पडला होता; पण गोष्ट अशी होती, की या संभ्रमातून बाहेर येण्याचा मार्ग कुणालाच माहीत नव्हता आणि कुणाला तो शोधायचाही नव्हता. ही धुंदी अशीच राहावी, या धुंदीनं

आपल्याला असंच घेरून टाकावं, त्यातून बाहेर येऊच नये, असंच प्रत्येकाला वाटत होतं आणि म्हणून जो तो त्याच प्रयत्नांत होता. सदाशिव मालगुजरही त्याला अपवाद नव्हता.

सदाशिव मालगुजर मंगळवेढ्याचा नगरशेठ होता. एवढंच नव्हे, तर तो बिदरच्या सुलतानाच्या मर्जीतला, त्याचा उजवा हात मानला जायचा. पाच मोठ्या मुलखांची वसुली त्याच्याकडे होती. पाच मुलखांतला महसूल गोळा करायचा आणि तो सुलतानाकडे पोहोचता करायचा, हे काम सदाशिव मालगुजरकडे होतं. तो आधीच गर्भश्रीमंत आणि आतातर या वसुलीच्या माध्यमातनं त्यानं भरपूर माया जमवली होती. एवढंच नव्हे, तर संपत्तीसोबत सुलतानाची मेहेरनजर त्याच्यावर असल्यानं सत्ताही त्याच्याकडे होतीच होती. यवनी राज्याला लागणारा बराचसा महसूल पाच मुलखांतूनच जमा होत असे. त्यामुळे सुलतानाकडे तर त्याचा दबदबा होताच; शिवाय त्यामुळे सुलतानाचे सरदारही त्याला वचकून असायचे. गोरापान, उंच, देखणा, राजबिंडा सदाशिव मालगुजर त्याच्या देखण्या बग्गीतून श्यामा महलमध्ये आला, तेव्हा तिथं उपस्थित असलेल्या सगळ्यांच्या नजरा त्याच्याकडे लागल्या. त्याचा रुबाबही होताच तसा. निळ्या रंगाचा भरजरी अंगरखा त्यानं घातला होता. त्या अंगरख्याच्या बाराबंदीच्या बंदांनासुद्धा सुवर्णवर्खाचे गोंडे होते. अत्यंत भारी किमतीचं रेशमी पायघोळ धोतर तो नेसला होता. त्या रेशमी धोतराला खऱ्या सुवर्णजरीची करवतकाठी किनार होती. सुवर्ण जरतारी कशिदाकारीनं भरलेला केशरी फेटा त्यानं मस्तकावर बांधला होता. विशाल भालप्रदेशावर त्रिधारी गंध त्यानं रेखलं होतं. त्याचे तेजस्वी डोळे बघणाऱ्याची नजर खिळवून ठेवत होते. त्यानं पायांत घातलेल्या जरतारी मोजड्यांवरही मोत्याची कलाकुसर होती. जे संपत्तीनं त्याची बरोबरी करू शकत नव्हते, त्यांना त्याचा हेवा वाटू लागला. तर जे रूपानं त्याच्यापेक्षा डावे होते, त्यांना त्याची असूया वाटू लागली; पण सगळ्यांनी जवळपास मनोमन कबूल केलं, की आज श्यामाची नथ हाच उतरवणार. तिला हाच जिंकून घेणार आणि या कबुलीसोबत त्यांनी हेही कबूल केलं, की श्यामासारख्या सौंदर्यवतीला हाच योग्य आहे.

'ना लागे मोरी अखियाँ।'ची लकेर पुन:पुन्हा आळवत श्यामा आपल्या गानकलेचं सर्वस्व त्यात ओतत होती. बघता बघता, गाता गाता श्यामा उठून उभी राहिली आणि तिनं पदन्यासाला सुरुवात केली. तिच्या पायांत बांधलेल्या घुंगरांचा तो उत्फुल्ल झणत्कार असा उठला, की वाटलं की ते घुंगरूही निनादण्यासाठी तितकेच उत्सुक आहेत. श्यामानं नृत्य करायला सुरुवात केली आणि गोरोबा, मायाचा घरगडी यानं लावलेली शमादानंही थरथरायला लागली. श्यामानं गिरकी घ्यावी आणि शमादानांच्या ज्योती थरथराव्यात, असंच चाललं होतं. आकाशात

तळपणारी आणि अति चंचल असलेली विद्युल्लताच जणू या मैफलीत अवतरली आहे, असा भास होत होता. तिच्या घुंगरांतून उमटणारा प्रत्येक झणत्कार अवघ्या मैफलीच्या धुंदावणाऱ्या वातावरणाला छेद देत, बघणाऱ्या प्रत्येकाच्या काळजाला हात घालत होता. त्या नृत्यातली तिची प्रत्येक अदा तिथं जमलेल्या प्रत्येकाच्या मनात आशेचे आणि आमंत्रणाचे तरंग उठवत होती; कारण गौड सारंग रागातली तान संपवून ती आता रती बनली होती आणि मदनाची अभिसारिका बनून त्याला आमंत्रण देत होती. आव्हान देत होती. आपल्या प्रत्येक अवयवाचा, प्रत्येक अंगप्रत्यंगाचा अस्त्रासारखा वापर करून त्याला घायाळ करत होती. श्यामाच्या त्या नृत्यानं अवघी मैफल जणू पागल झाली. पुंगीच्या स्वरावर नागानं जसं डोलावं, तशी ती सगळी मैफल श्यामाच्या पदन्यासावर डोलू लागली. त्यांतले काही जण तर इतके पागल झाले, की ते जागेवरून उठून हावभाव, हातवारे करू लागले. त्यांना खाली बसवता बसवता पुरेवाट झाली.

आता रात्र अधिक गहिरी झाली. चंद्राची किरणं तावदानाच्या झरोक्यातून त्या मैफलीत उतरली आणि जणूकाही निसर्गानं, चंद्रानं आणि त्या धुंद रात्रीनं दिलेला तो इशारा समजून श्यामा समेवर आली. समेवर नृत्य करत करत नृत्याची द्रुत लय गाठून तिनं पुन्हा मंद लय घेतली आणि तिनं नृत्य थांबवलं. धपापणारा ऊर सावरत तिनं मैफलीला वाकून मुजरा केला. तिची लय थांबली होती. तिची गती थांबली होती. तिचे थिरकणारे पाय थांबले होते. तिचा पदन्यास थांबला होता. तिनं बांधलेल्या घुंगरांचा नाद थांबला होता आणि त्याचबरोबर मैफलीतल्या सगळ्यांच्या हृदयातली धडधड थांबली होती. श्यामाचा पदन्यास काय थांबला जणू सगळं वातावरणच निर्जीव झालं. सगळे आवाज शांत झाले. सगळ्या चेतना शांतवल्या. सगळ्या जाणिवा स्तब्ध झाल्या. इतका वेळ लोकांचं भान हरपलं होतं की आता हरपलं, हेच कळेना. आपण इतका वेळ बेहोशीत होतो की, आता बेहोश झालो आहोत, हे त्यांचं त्यांना कळेना. आपली घायाळ मनं आणि जखमी हृदयं सांभाळत सगळे तसेच बसून राहिले आणि मायाच्या चाणाक्ष नजरेनं ओळखलं की श्यामानं मैफल जिंकली आहे आणि मैफल जिंकली म्हणजे श्यामानं अर्धी लढाई जिंकल्यासारखंच होतं. अर्धी लढाई अशासाठी, की अजून मुख्य आणि अर्धी लढाई बाकी होती. ती एकदा जिंकली, की आई म्हणून मायाचं आणि बाई म्हणून श्यामाच्या जीवनाचं सार्थक होणार होतं. आता नाच-गाणं झालं होतं आणि त्यानंतरच आता खऱ्या कार्यक्रमाला सुरुवात होणार होती. तो कार्यक्रम म्हणजे श्यामाच्या जीवनाची बोली लावण्याचा. त्या लागणाऱ्या बोलीवर ठरणार होती तिच्या आयुष्याची वाट. ती वाट काटेरी आहे की, मखमली पायघड्यांची आहे; ती वाट आयुष्याला वाट दाखवणारी आहे की आयुष्याची वाट लावणारी आहे; ती वाट प्रकाशकिरणांची

आहे की खोल, गहिऱ्या अंधाराच्या गर्तेची आहे; हे त्या बोलीवरच ठरणार होतं आणि श्यामाच्यासोबतच मायाच्या आयुष्याचाही मार्ग आताच ठरणार होता. श्यामाच्या सौंदर्याचं आणि तारुण्याचं अमृतप्राशन करायला प्रत्येक जण हपापलेला होता. तिला मिठीत घ्यायला, तिचं सौंदर्य आणि तारुण्य यांना आपलंसं करायला जो तो आतुर होता आणि ही संधी कोणाला मिळणार, हे आता होणाऱ्या बोलीवर ठरायचं होतं. या बोलीवर जसं श्यामाचं भवितव्य घडणार अथवा बिघडणार होतं, तसंच श्यामाच्या तारुण्याचं स्वर्गीय सुख कुणाच्या नशिबात असणार, हेही ठरणार होतं. म्हणून जो तो बोली सुरू होण्याची वाट बघत होता.

# २

आणि बोली सुरू झाली. बोली लावण्याचा पहिला मान गावातल्या गुरवाचा होता. त्यानं बोली लावली, "१० चांदीच्या मोहरा, २ लुगडी", यावर सगळी हसली. अर्थात गुरवाचा तो केवळ मान होता. एकदा सुरुवातीला गुरवानं बोली लावली आणि मग बोली लावण्याची चढाओढ सुरू झाली. जो तो आपापल्या संपत्तीपेक्षा, कुवतीपेक्षा जास्त बोली लावत होता; कारण श्यामा आपली व्हावी, अशी सर्वांनाच लालसा होती. चढ्या भावानं बोली लावणं सुरू होतं. गुलाबचंद शेटजी आपलं थुलथुलीत पोट आणि तुपकट चेहरा घेऊन उभे राहिले आणि त्यांनी बोली लावली, "अर्धा शेर सोनं, १ शेर चांदी, २५ सुवर्णमुद्रा, २ गडी आणि राहायला घर." गुलाबचंद बोली लावून खाली बसतात, तोच सरदार लक्ष्मणराव जाधव उभे राहिले. त्यांनी बोली लावली, "१ शेर सोनं, १ शेर चांदी, ५० सुवर्णमुद्रा, ४ गडी माणसं, राहायला घर आणि ४ महिन्यांचा शिधा." ही बोली ऐकून गुलाबचंद आपल्या तुपकट चेहऱ्यावरून हात फिरवत बसले. तोच सरदार हणमंतराव शेलार उभे राहिले. त्यांनी बोली लावली, "१ शेर सोनं, २ शेर चांदी, ५० सुवर्णमुद्रा, २५ चांदीच्या मोहरा, ४ गडी माणसं, राहायला घर आणि ६ महिन्यांचा शिधा." बोली लावून मोठ्या दिमाखात इकडेतिकडे बघत, आपल्या भरघोस मिशांवरून हात फिरवत सरदार शेलार खाली बसले.

काही क्षण तिथं शांतता पसरली, असं वाटलं की ही बोली शेवटची ठरणार; पण मायाच्या चेहऱ्यावर राग होता. कपाळावर आठ्यांचं जाळं होतं. 'आपल्या अप्सरेसारख्या देखण्या पोरीची इतकी स्वस्त बोली?' तिनं ठरवलं की, ही बोली साफ नाकारायची आणि पुन्हा पुढच्या पौर्णिमेला बोली ठरवायची. आता आपण यात हस्तक्षेप केला पाहिजे, या विचारानं ती ठामपणे उठून उभी राहिली आणि कडक आवाजात म्हणाली, "काय मंगळवेढ्याच्या सगळ्या श्रीमंतांना भीक लागली की काय? माझ्या अप्सरेसारख्या लेकीची इतकी दरिद्री बोली? इथं जमलेल्या सगळ्या धनवंतांची रसिकता संपली, का दिलदारपणा संपला, की श्रीमंती संपली? काय झालंयतरी काय? इतक्या कमी बोलीवर माझी देखणी लेक देण्यापेक्षा मी

तिला गुरवाच्या झोळीत तशीच टाकीन. निदान देवाच्या दारात राहून देवाची सेवा केल्याचं पुण्यतरी पदरात पडेल तिच्या!''

मायाचं हे कठोर आणि रोखठोक बोलणं ऐकून सगळ्यांच्यात चुळबुळ सुरू झाली. सगळ्यांना शांत करत पाटील उठले. म्हणाले, ''मी बोली लावतो. या समद्यांनी जे काय देण्याचं कबूल केलंय, त्यापेक्षा जास्त देऊन मी ४ एकर रानपण देतो. बोला, आता कोण हाय का याच्या पुढं?'' पाटलांनी असा रोखठोक, सगळ्यांना डिवचणारा सवाल केला आणि आतापर्यंत ज्यांनी बोली लावली, ते खाली माना घालून बसले. पाटलांच्या चेहऱ्यावर आनंद पसरला; पण मायाचा चेहरा अजून आकसलेलाच होता. पाटलांना वाटलं, आपणच ही बोली जिंकली. एखाद्या विजयी वीराच्या थाटात ते उभे राहिले. पागोट्याचा शेमला मानेभोवती टाकून मोठ्या रुबाबात म्हणाले, ''काय मायाबाई, लावली का न्हाई मोठी बोली? अवं, ही सगळी झिंगरुटं काय काय बोलत्यात बघावं म्हणून मगाधरनं मी गप्प बसलो होतो. बोला आता मायाबाई, ही तुमची मोत्याची माळ आमच्या गळ्यात पडली, असं आम्ही समजायचं न्हवं?'' पाटलांनी इकडेतिकडे पाहत मोठ्या तोऱ्यात विचारलं. यावर काय बोलावं, हे मायालाही कळेना. तिला ही बोलीसुद्धा पसंत नव्हती; पण ही बोली नाकारण्यासाठी काय कारण सांगवं, हे तिला सुचेना. ती काहीतरी बोलणार तो, ''माकडाच्या गळ्यात मोत्याची माळ कुणी घातली होती का कधी?'' असा खणखणीत आवाजातला; पण टर उडवण्याच्या आविर्भावातला प्रश्न ऐकायला आला. सगळ्यांच्या नजरा तिकडे वळल्या. पाटलांच्या चेहऱ्यावरही राग उमटला. त्यांनीही तिकडे वळून पाहिलं. त्या मैफलीच्या एका बाजूला शेवटच्या रांगेमध्ये बसलेले नगरशेठ सदाशिव मालगुजर बोलत होते. त्यांच्या गोऱ्यापान चेहऱ्यावर मिश्कीलता होती. तेजस्वी काळ्याभोर डोळ्यांत खोडसाळ हसू होतं. त्यांचं हे वाक्य ऐकून मायाचा चेहरा उजळला.

सदाशिव मालगुजरांचं राजबिंडं रूप, त्यांचा भरजरी पोशाख, त्यांचा देखणा रुबाब हे बघितल्यावर आपल्या अप्सरेसारख्या लेकीला सांभाळायला असाच राजबिंडा, देखणा पुरुष पाहिजे असं मायाच्या मनात आलं; पण त्याचं बोलणं ऐकून खवळलेल्या पाटलांनी आपल्या मिशांना पीळ भरत त्यांना आव्हान दिलं, ''नगरशेठ, तुम्ही नगरशेठ असाल, सुलतानाच्या दरबारात. मी पाटील हाय या गावचा! आणि माझी बोली सगळ्यात जास्त हाय! हिंमत असंल, तर त्यावरची बोली लावून दाखवा. वाळल्या गप्पा हितं करायच्या न्हाईत. लावा की बोली! मग समजंल कोण माकड हाय ते आणि कुणाच्या गळ्यात ही मोत्याची माळ पडतीया ते?'' पाटलांनी आव्हान फेकलं आणि मालगुजरांचा चेहरा आणखी मिस्कील झाला. पाटलांना अजून चिडवण्याच्या हेतूनं तो म्हणाला, ''पाटील, तसं बघायला गेलं तर माकड

कोण आहे, हे आयनादेखील सांगेल. दर्पण आणला तर माकड कोण याचा निकाल लगेचच लागेल; पण माकड कोण याचा निकाल लागण्यापेक्षा ही मोत्याची देखणी माळ कुणाच्या गळ्यात पडते, याचा निकाल लागणं जरुरीचं आहे, असं मला वाटतं! आणि दुसरी महत्त्वाची गोष्ट अशी, की मघापासून कोण कोण, काय काय बोली लावत होते, ते मी ऐकतही होतो आणि पाहतही होतो आणि पाटीलबाबा, तुम्ही लावलेली महान बोलीपण मी ऐकली आणि तुम्ही दिलेलं आव्हानही! मी नगरशेठ तर आहेच; पण मी सुलतानाचा वसुली अधिकारीसुद्धा आहे. त्यामुळे मायाबाई, तेच तेच बोलायचं, घोळून घोळून बोलायचं आणि मागं-पुढे बोलायचं, असलं वागणं मला जमत नाही. मी बोली बोलणार ती एकदाच आणि तीही तुम्हाला पसंत नसेल तर आज, आजच्या शरद पौर्णिमेला नथ उतरवण्याचा हा विधी पूर्ण होणारच नाही. लोकहो, ऐका. मायाबाई, तुम्हीही ऐका माझी बोली,'' असं बोलून मालगुजर काही क्षण थांबला.

आपल्या रुबाबदार व्यक्तिमत्त्वाची, आपल्या रोखठोक बोलण्याची, पाटील बाबांची खिल्ली उडवण्याची छाप तिथं जमलेल्या श्रीमंत प्रतिष्ठितांवर आणि अवघ्या मैफलीवर किती आणि कशी पडली आहे, याचा अंदाज त्यानं घेतला आणि आपली बोली सांगितली. ''मायाबाई ऐका, लोकहो तुम्हीही ऐका, या अप्सरेला मिळवण्यासाठी मी, सदाशिव मालगुजर, नगरशेठ, मायाबाईंना पाच मण सोनं, पाच मण चांदी, आयुष्यभर पुरतील एवढे भरजरी कपडे, आयुष्यभर पुरेल एवढं संपूर्ण अन्नधान्य, १० सेवक, या अप्सरेसाठी नखशिखान्त हिरे-मोती, सोन्याचे दागिने, या अप्सरेला फिरण्यासाठी चार घोड्यांची देखणी बग्गी, तिचा जन्मभराचा जिम्मा; ती आता, सध्या ज्या थाटात राहते आहे तो सगळा थाटमाट, मायाबाईंना फिरायला पालखी, मायाबाईंचा आयुष्यभराचा जिम्मा आणि सगळ्यात महत्त्वाचं म्हणजे सरदार साहेबांना या वास्तूची पूर्ण किंमत चुकवून हा 'श्यामा-महल' कायमचा, मालकी हक्कानं या अप्सरेला दिला जाईल. शिवाय प्रत्येक सणाला सोन्याचा, हिऱ्याचा अलंकार. मायाबाई, माझी ही बोली मान्य असेल तर नथ उतरवण्यापूर्वी या अप्सरेची सोन्या-चांदीच्या मोहरांनी तुला करून त्या मोहरा तुम्हाला देण्यात येतील. त्या मोहरांचं काय करायचं, त्या दान करायच्या की स्वत:जवळ ठेवायच्या, याचं स्वातंत्र्य तुम्हालाच राहील! ही आहे मी लावलेली बोली. बोला मायाबाई, ही बोली माझी आहे. यावर आणखी कुणाला बोली लावायची असेल, तर त्याला ते स्वातंत्र्य आहे आणि नसेल, माझी ही बोली जर सर्वांत वरचढ असेल आणि मायाबाई ही बोली तुम्हाला मान्य असेल, तर तुम्ही तसं जाहीर करावं, अशी माझी नम्र सूचना आहे.''

सदाशिव मालगुजरनं आपलं बोलणं संपवलं आणि त्यानंतर मैफल स्तब्ध

झाली. सदाशिव मालगुजर बोली सांगत असताना मायाचा चेहरा क्षणाक्षणाला उजळत होता आणि मैफलीत जमलेले बाकीचे लोक आश्चर्यानं डोळे विस्फारून त्याच्याकडे बघत होतेच; पण त्याच्या प्रत्येक शब्दागणिक त्यांतल्या प्रत्येकाचा चेहरा पडत होता. मालगुजरनं बोलणं थांबवलं, तेव्हा अत्यानंदानं माया बेहोश व्हायची तेवढी बाकी होती. मालगुजरनं लावलेली श्यामाची ही बोली मायाचं प्रत्येक स्वप्न, प्रत्येक इच्छा, प्रत्येक मागणी पूर्ण करणारी होती. आपल्या लेकीला – श्यामाला सर्वांगसुंदर बनवताना तिनं घेतलेले कष्ट, केलेला खर्च या सगळ्याची भरपाई तर झालीच होती; पण तिच्या वृद्धापकाळाची, अगदी मृत्यूपर्यंतची तजवीज, तीही सुखावणारी तजवीज झाली होती. शिवाय सदाशिव मालगुजरसारखा धनवान, गर्भश्रीमंत, सत्ता-संपत्ती असणारा अविवाहित आणि देखणा, राजबिंडा मालक तिच्या अप्सरेसारख्या लेकीला मिळाला होता, जो तिला तिच्या आईसकट सांभाळणार होता. तेही सन्मानात, ऐषोआरामात. आता मायाला कसलीच चिंता नव्हती. ना लेकीची- श्यामाची, ना श्यामाच्या आयुष्याची, ना स्वत:च्या जिंदगानीची. ‘‘मग मायाबाई, तुमचं यावर काय म्हणणं आहे?’’

सदाशिव मालगुजरनं तीव्र आवाजात केलेल्या प्रश्नानं माया भानावर आली. सगळ्या मैफलीवर नजर टाकून तिनं एकदा अंदाज घेतला. क्षणभर तिची नजर पाटीलबाबांकडे गेली; पण पाटीलबाबांची मानही खाली झुकलेली होती आणि नजरही. पाटीलबाबांच्या चेहऱ्याकडे नजर जाताच तिला मालगुजरनं त्यांची माकडाशी केलेली तुलना आठवली आणि तिच्या चेहऱ्यावर हसू उमटलं; पण ते फार काळ चेहऱ्यावर न ठेवता ती लचकत, मुरडत पुढे आली. पुन्हा एकवार तिनं सगळ्या मैफलीला मुजरा केला. मग ती मालगुजरला सामोरी आली. त्याला तिनं त्रिवार मुजरा केला आणि नाटकी आविर्भावात नम्रपणे त्याच्यासमोर झुकून मायानं बोलायला सुरुवात केली, ‘‘हुजूर, तुमचं बोलणं ऐकलं, तुम्ही लावलेली बोली ऐकली आणि मी कल्पवृक्षाखाली उभी असल्याचा भास मला झाला. आज तुमच्या रूपानं प्रत्यक्ष परमेश्वर माझ्यावर मेहरबान झाला आहे. मी जे जे इच्छिलं, मागितलं; ते सर्वकाही मला मिळालं आहे. इतकी वर्षं श्रीकृष्णाच्या मंदिरात जाऊन केलेल्या नृत्यआराधनेचं फळ मला मिळालं आहे. हुजूर, तुम्ही लावली ती माझ्या लेकीची ही बोली मला आणि माझ्या लेकीला– श्यामाला मान्य आहे. आम्ही तिचा स्वीकार करतो आहोत. हुजूर, आजपासून ही माझी लेक श्यामा तुमची झाली. तुमची दासी, गुलाम झाली. तुम्ही तिचे मालक झालात. यापुढे ईश्वराच्या चरणाशिवाय तिला फक्त तुमचे चरण दिसतील. ईश्वराच्या सेवेशिवाय ती फक्त तुमची सेवा करंल. ईश्वरावर भक्ती आणि तुमच्यावर प्रेम करंल. तुमच्यासाठीच फक्त आपल्या हृदयाच्या पायघड्या घालंल. तिचे मालकही तुम्हीच असाल आणि तिचा ईश्वरही तुम्हीच असाल. हुजूर, जोपर्यंत

तुम्ही तिच्या भविष्याची चिंता कराल, तोपर्यंत तुमचा वर्तमान ती सुंदर बनवेल. आज माझी लेक मी तुमच्या पायांवर घातली. आजपासून, अगदी आता या क्षणापासून ती तुमची झाली. हुजूर, तुमच्यामुळे आजची बोली महान झाली.'' असं म्हणून सदाशिव मालगुजरला पुन्हा त्रिवार मुजरा करून ती मैफलीकडे वळली.

सगळ्या मैफलीला मुजरा करत मायानं विनवणी केली, ''मायबाप सरकार, आजची बोली झाली आहे. नगरशेठजींनी ती जिंकली आहे. तुमच्या सर्वांची पायाची दासी ही माया तुम्हाला विनवणी करते की, भोजन बनवलं आहे. मद्याच्या सुरया भरल्या आहेत. त्या सर्वांचा आस्वाद घ्यावा आणि मला उपकृत करावं!'' मायानं पुन्हा एकवार सगळ्यांना मुजरा करून बोलणं संपवलं. सगळी मंडळी उठली. भोजनकक्षात गेली. तिथं सर्व प्रकारचा इंतजाम होता. आता त्या मैफलीत राहिल्या दोघीच मायलेकी, माया आणि श्यामा. दोघींनी एकमेकींना मिठी मारली. दोघींच्या चेहऱ्यावर आनंद पसरला होता. आईच्या डोळ्यांत लेकीचं, तिच्या रूपाचं, तिनं कमावलेल्या गर्भश्रीमंत मालकाचं कौतुक होतं. तर लेकीच्या डोळ्यांत आपली आई किती छान बोलते याचं. अर्थात ती इतकी चांगलं कसं बोलते, याचं उत्तरही लेकीला माहीत होतं. तिच्या वडिलांच्या म्हणजे सरदारसाहेबांसोबत राहून हे सगळं ती शिकली होती आणि तिनं श्यामालाही शिकवलं होतं. एक परंपरेनं चालत आलेलं नायकिणीचं घराणं सोडलं, तर माया काय किंवा श्यामा काय कोणत्याही उच्चकुलीन, खानदानी समाजात सहज मिसळून जाण्यासारख्या होत्या. इतर नायकिणींप्रमाणे सतत जर्दा, तांबूल, मद्यपान इत्यादी व्यसनं करून, अशिष्टपणे वागून तोंडात अपशब्दांचा भरणा ठेवून राहणाऱ्या त्या नव्हत्या. म्हणूनच नायकिणींच्या तांड्यातही मायाला मान होता. आपला आब राखून होती ती आणि याचमुळे श्रीकृष्णाच्या मंदिरात तिला प्रत्येक पौर्णिमेला नृत्य करण्याची मुभा होती. नव्हे, गावकीनं तिच्यावर ती जबाबदारी टाकली होती आणि आपण ज्या पद्धतीनं या गावात, या समाजात सन्मानानं राहिलो, अगदी नायकीण असूनही आपला आब राखून राहिलो; तसंच आपल्या लेकीनं– श्यामानं राहावं, असं मायाला मनापासून वाटायचं. तिला तसं राहता यावं, असाच कोणीतरी मालक तिला भेटावा असंही तिला वाटायचं आणि आज तिच्या मनासारखंच घडलं होतं. आता सदाशिव मालगुजरच्या छत्राखाली श्यामासुद्धा तसाच आब राखून गावात सन्मानानं राहू शकणार होती आणि स्वत: मायासुद्धा.

ईश्वर आपल्यावर पुरता मेहरबान आहे, याची त्या दोघींना जणू खात्रीच पटली होती; कारण जे घडलं, ते याचीच ग्वाही देत होतं. 'श्यामा महल' आनंदात नुसता न्हाऊन निघत होता. मायाचं बोलणं ऐकून सगळे जण उठले. आताचा हा कार्यक्रम संपला, ही जाणीव सगळ्यांना झाली. त्याचबरोबर आजची ही बाजी सदाशिव

मालगुजरनं जिंकली, याचीही सगळ्यांना खात्री पटली. त्यासोबत श्यामासारख्या सौंदर्यवतीचा तो मालक बनला, याची असूया आणि सौंदर्यवती आपल्या हातातून गेल्याचं वैषम्य प्रत्येकाच्या चेहऱ्यावर होतं. त्यामुळे त्यातले जे श्यामाच्या खऱ्या लालसेनं आले होते, ते तिथं आणखी न थांबता, जेवणाचा आस्वाद न घेता निघून गेले आणि जे हवशेगवशे होते, ते मात्र थांबले. भोजनाचा थाटही अपूर्व होता. अत्यानंदानं फुलून गेलेली माया सगळ्यांना आग्रह करत होती. मैफल संपली, बोली संपली; तेव्हाच श्यामाच्या सेविका तिला अंतर्दालनात घेऊन गेल्या होत्या. तिचा अत्यंत देखणा साजशृंगार करण्याची जबाबदारी त्यांची होती. श्यामाला केशर, चंदनमिश्रित पाण्यानं स्नान घालून तिला नटवायची, सजवायची होती. एखाद्या नववधूचा साजशृंगार जसा असेल, तसं तिला नटवायचं होतं. जणू आज तिची पहिली रात्र होती.

भोजनाच्या दालनात पंक्ती उठत होत्या. इकडे सदाशिव मालगुजर आपल्यासोबत आपला दिवाण घेऊन आला होता. भर मैफलीत सर्वांसमक्ष त्यानं श्यामासाठी जी जी बोली लावली होती, तिची नोंद तो त्या दिवाणाला सांगत होता आणि दिवाण ते लिहून घेत होता. ही लिखापढी म्हणजे उभयपक्षी होणारा करार होता. त्या कराराची दोघांनाही बांधिलकी होती. तो करार दोन्ही पक्षांना बंधनकारक होता. तो करार जर मालगुजरकडून मोडला किंवा त्याची पूर्तता करण्यात, त्यानं दिलेला शब्द पाळण्यात काही कुचराई केली किंवा दिलेला शब्द मोडला, तर मायाला त्यानं द्यायची नुकसानभरपाई आणि करार मोडल्याबद्दल त्याला होणारा दंड यांचा त्यात उल्लेख होता. जर तो करार मायाकडून मोडला गेला, तर मायानं सदाशिव मालगुजरकडून घेतलेली सर्व संपत्ती तर परत द्यायचीच; पण करार मोडल्याबद्दल होणारा दंडही स्वखर्चानं भरायचा, अशा प्रकारच्या शिक्षेची तरतूद होती. त्यामुळेच तो करार उभयतांना बंधनकारक होता. अर्थात कालांतरानं दोघांच्या मर्जीनं तो करार हवा त्या वेळी संपुष्टात आणण्याची सवलतही त्यात होती. त्या वेळी देण्या-घेण्याच्या व्यवहाराबद्दलही दोघांच्या मतांनुसार विभागणी करूनच निर्णय घेण्याचीही सवलत होती. याबाबतचा सगळा मजकूर त्या करारात लिहून त्यावर आपली मोहर उठवून मायाचा अंगठा घेतल्यावर तो करार पूर्ण होणार होता. मात्र सदाशिव मालगुजरनं एक केलं. श्यामा महलची किंमत त्या सरदाराच्या घरी लगेचच पोहोचती होईल, अशी व्यवस्था केली. म्हणजे आता तहहयात तो श्यामा महल मायाकडेच आणि पर्यायानं श्यामाकडे राहणार होता. सगळा कार्यक्रम संपला. भोजन झाल्यावर सगळे जण आपापल्या घरी गेले. श्यामा महालातली शमादानं शांत झाली. शरदाचं चांदणं अंगभर लेवून चमकणाऱ्या शिसवी मंचकावर नखशिखान्त नटलेली, सजलेली, अप्सरेपेक्षाही देखणी दिसणारी श्यामा तिच्या मालकाची

म्हणजे सदाशिवची प्रतीक्षा करत बसली होती. श्यामाच्या रोबस सौंदर्यावर वेडापिसा झालेला सदाशिव आणि सदाशिवच्या देखणेपणावर आणि दिलदारपणावर फिदा झालेली श्यामा यांच्या जीवनाला वेगळं वळण देणारी ती शरद पौर्णिमेची रात्र. जणू सगळ्या वातावरणातच हुरहुर दाटली होती आणि आपल्या लेकीच्या नशिबावर आणि आपल्या सुदैवावर खूश असलेली माया आपल्या सुखद आणि सुनिश्चित म्हातारपणाची स्वप्नं रंगवत आपल्या दालनातल्या किमती पलंगावर शांतपणे निजली होती. झोपेतसुद्धा तिच्या चेहऱ्यावर पसरलेलं समाधान तिच्या निश्चिंततेची साक्ष देत होतं.

दुसऱ्या दिवशीचा सूर्यही जरा उशिराच उगवला. श्यामाला जाग आली. तिनं डोळे उघडले आणि रात्रीचे सारे प्रसंग तिच्या डोळ्यांसमोर तरळले. तिच्याही नकळत ती लाजली. सदाशिवच्या बलदंड मिठीत तिची काया चुरगळली असली, तरी काहीतरी हवंहवंसं आपल्याला गवसलं आहे, याची साक्ष अवघं तनमन देत होतं. सदाशिवची आठवण होताच तिनं दालनात नजर टाकली; पण तो कधीचा उठून गेला होता. अंगाला आळोखेपिळोखे देत श्यामा उठली. तिच्या उठण्याची चाहूल घेण्यासाठी दाराबाहेर उभी असलेली माया, चाहूल लागताच आत आली. आपल्या लेकीच्या चेहऱ्यावर डवरलेला निशिगंध बघताच मायाच्या चेहऱ्यावर समाधान पसरलं. तोच पुढे होऊन श्यामा तिच्या गळ्यात पडली. तिला झालेला आनंद आणि तृप्ती तिचा स्पर्श घडाघडा सांगत होता. मायानं लेकीची अलाबला घेतली आणि तिला आवरायला सांगून ती बाहेर पडली. आज गावाबाहेर असलेल्या देवीच्या मंदिरात जायचं होतं. इतके दिवस कुमारिका म्हणून देवीच्या दर्शनाला जाणारी श्यामा आज नगरवधू म्हणून देवीच्या दर्शनाला जाणार होती. देवीपुढे आपली नृत्यकला सादर करून देवीचा आशीर्वाद घेणार होती. दालनात आलेल्या सेविकांनी श्यामाला उठवलं. तिला सुवासिक पाण्यानं स्नान घातलं. तिची सुंदरशी केशरचना करून उंची वस्त्रं नेसवली. तोच दुसरी सेविका दूध घेऊन आली. आज श्यामानं उपवास करायचा होता. नुसतं दूध पिऊन आज दिवसभर राहायचं होतं आणि रात्री सदाशिवसोबत भोजन करून उपवास सोडायचा होता. श्यामानं दूध संपवलं आणि आपलं रूप पाहण्यासाठी ती दर्पणासमोर उभी राहिली. तिच्यापेक्षाही उंचीनं मोठा असलेल्या त्या दर्पणासमोर उभं राहून तिनं आपल्या प्रतिबिंबाकडे नजर टाकली. त्यात दिसणारी आजची श्यामा काही वेगळीच होती. इतके दिवस त्या दर्पणात दिसणारी श्यामा एखाद्या मुग्ध कलिकेसारखी, आपलं अवघं शरीर संकोचून घेऊन पानाआड लपणाऱ्या कळीसारखी होती; पण आज त्या दर्पणात दिसणारी श्यामा अर्धस्फुट उमललेल्या कळीसारखी, जिची पाकळीन्पाकळी उमलायला उत्सुक आहे; जिचं उमलणं अगदी हळुवार, अलवार आहे; पण तरीही त्या उमलत

चाललेल्या पाकळीचा धुंद गंध आसमंतात दरवळतो आहे, अशी श्यामा आज त्या दर्पणात दिसत होती. आपलं ते रूप श्यामाही डोळे विस्फारून बघत राहिली आणि आपणच आपल्या रूपाकडं रोखून बघतो आहोत, हे समजताच आपली आपणच लाजली.

त्या दिवशी देवीच्या मंदिरात झालेलं श्यामाचं नृत्य म्हणजे नृत्यकारीचा तो विलक्षण देखणा आविष्कार होता. अप्रतिम पदन्यास, विद्युल्लतेची चपलता, तालाठेक्यांवर विलक्षण पकड आणि प्रत्येक पदन्यासासोबत कमनीयतेचा एक विलक्षण साक्षात्कार देणारं ते नृत्य होतं. देवी प्रसन्न झाली नसती तरच नवल! आणि देवीची ही प्रसन्नता वरदान बनून श्यामाच्या आयुष्यात कायमची मुक्कामाला आली. त्यानंतरचे श्यामाचे सदाशिवबरोबरचे दिवस म्हणजे फुलपंखी दिवस होते. सुखाची नुसती बरसातच नव्हे, तर धुवादार वर्षाव होत होता. श्यामाच्या सौंदर्यानं पागल झालेला सदाशिव तिच्यावर भेटींचा नुसता पाऊस पाडत होता आणि मायालाही हेच हवं होतं. अर्थात तिच्या अनुभवी मनाला हे माहीत होतं, की ही नव्याची नवलाई जोवर आहे, तोवरच जे पदरात पडेल तेच आणि तेवढंच. एकदा का त्याचा तिच्यातला रस संपला की, राहणार होता तो नुसता उपचार. त्यामुळेच आपल्याला जे हवं आहे, ते आताच त्याच्याकडून मागून घे, हा कानमंत्र मायानं श्यामाला दिला आणि अशा प्रकारच्या व्यवहारी चतुराईला सरावलेल्या श्यामानंही तो मंत्र लगेच अमलात आणला. मालगुजर तिच्या मागण्या पुरवत होता आणि आपल्या शृंगारलीलांनी ती त्याचं मन रिझवत होती. सध्यातरी हा व्यवहार दोन्हीकडून समसमान होता. बरोबरीचा होता. समान पातळीवरचा होता. अर्थात यात श्यामाचा फायदा जास्त होता आणि अर्थात तिला तो करून घ्यायचाच होता. सगळीकडून, सगळ्यांच्या दृष्टीनं सगळं कसं सुखनैव चाललं होतं. सहा महिने असेच गेले आणि एक दिवस श्यामाला हवं नको झालं. मायानं वरवर आपल्याला आनंद झाल्याचं दाखवलं; पण मनातून तिला हे सगळं इतक्यात व्हायला नको होतं. आता श्यामाला दिवस राहिले होते. नंतर तिला पोर होणार होतं आणि तिचं तारुण्य आणि सौंदर्य उतरणार होतं. तसं झालं, की मग सदाशिवचा तिच्यातला रस संपणार होता आणि त्याच्याकडून मिळणाऱ्या जादा कमाईचा मार्ग बंद होणार होता. जरी कराराप्रमाणे त्यानं या दोघींना भरपूर दिलं होतं, तरीसुद्धा ही सहज मिळणारी वरकमाईसुद्धा तितकीच महत्त्वाची होती; कारण करारातली कमाई हे साठलेलं पाणी होतं. तर वरकमाई हा वाहता झरा होता. म्हणून तर मायानं प्रौढ वयापर्यंत स्वत:ला मूल होऊ दिलं नव्हतं; पण आपल्याला बाळ होणार, या कल्पनेनंच रोमांचलेली श्यामा आता या व्यावहारिक चतुराईला तयार नव्हती. शिवाय तिचा सदाशिववर विश्वास होता. अर्थात श्यामाला मूल होणार, या बातमीनं सदाशिवही

आनंदला होताच. त्यामुळेच मायाला काही करता येईना. त्या दोघांच्या आनंदात आपण सहभागी झाल्याचं दाखवल्याशिवाय तिच्या हातात दुसरं काहीच नव्हतं. तिनं तेच केलं. अर्थात तिलाही थोडाफार आनंद झाला होताच. सदाशिव मालगुजरनं तसं भरपूर दिलं होतं. अगदी उभ्या आयुष्याची ददात मिटावी इतकं आणि यापुढेही देणार होताच. शिवाय ती आजी होणार होती. त्यामुळेच का होईना; पण संपत्तीचा मोह बाजूला ठेवून मायानंही आपल्या मनाला समजावलं आणि लेकीच्या डोहाळ्यांच्या कोडकौतुकात ती मग्न झाली.

दिसामासी श्यामाच्या चेहऱ्यावर तेज येत होतं, आधीच सुंदर असणारी श्यामा आता अधिकच सुंदर दिसू लागली होती. इतकी, की तिच्या त्या तेजस्वी रूपानं वेडावलेला सदाशिव कामधाम सोडून कित्येक तास तिच्या संगतीत घालवू लागला होता. तिचे लाडकोड पुरवत होता. मायालाही वाटायचं, श्यामानं आपल्याला काही सांगावं. आई, मला हे खायला दे, ते खायला दे, हे आणून दे, ते आणून दे आणि आपण मोठ्या निगुतीनं ते पदार्थ तिला करून द्यावेत. कौतुकानं समोर बसवून तिला खायला घालावेत. सदाशिवलाही वाटायचं, की श्यामानं त्याच्याजवळ अलंकार मागावेत. मला दूर बगिचात घेऊन जा, नदीकिनारी हिंडवून आणा, पौर्णिमेच्या चांदण्यात फिरायला न्या, असा हट्ट करावा आणि आपण तो कौतुकानं पुरवावा. असं श्यामाचं कोडकौतुक करायला दोघंही अगदी आसुसलेली असत; पण श्यामाचं वागणं, श्यामाचं मागणं, श्यामाचे डोहाळे काही वेगळेच असत. माया तिच्यासाठी खीर, मांडे असं काहीतरी चांदीच्या ताटवाटीतून घेऊन जाई, तर ते न खाता, त्याकडे न पाहता श्यामा म्हणे, "आई, मला काला करून आणून दे आणि तोसुद्धा पिंपळाच्या पानाचा द्रोण करून त्यातून आणून दे." कधी श्यामा कंटाळून मंचकावर पहुडली असली आणि तिचं मन रिझवण्यासाठी माया तिच्या पदरी असणाऱ्या दोन-चार नर्तिकांना बोलावे, त्यांना शृंगारिक गाणी म्हणत नृत्य करायला सांगे; पण तेही श्यामाला नकोसं वाटायचं. त्यात तर तिचं मन रमायचं नाहीच; पण उलट तिला त्याचा त्रास व्हायचा आणि ती त्या नर्तिकांना नृत्य थांबवून बाहेर जाण्यास सांगायची. कधी माया तिच्या पदरी असणाऱ्या गायिकांना बोलावून त्यांना श्यामासमोर गाणं म्हणायला लावायची; पण तेही तिला आवडायचं नाही. त्यांनी गायलेल्या ठुमरी तिला त्रासदायक वाटायच्या. मायानं मोठ्या प्रेमानं तिला विचारलं, "अगं पोरी, तुला काय आवडतंय, ते तरी मला सांग!" मायाच्या या प्रश्नाला श्यामा कधी उत्तर द्यायची तर कधी नाही आणि जेव्हा उत्तर द्यायची, तेव्हा म्हणायची, "आई, मला काही विचारू नको गं! माझं मलाच कळत नाहीये की मला काय हवंय? मला थोडा वेळ एकटीलाच बसू दे! मला तेच बरं वाटतं बघ! मला असं वाटतं, की आपण शांतपणे एकटं बसून राहावं. कुणी आपल्याला हाक

मारू नये. कुणी काही विचारू नये आणि आपण कुणाला काही सांगू नये. म्हणून म्हणते आई, मला काऽही विचारू नको. मला एकटीलाच बसू दे!''

श्यामाचं बोलणं ऐकून कधी माया हिरमुसली व्हायची, तर कधी रागवायची; पण आपल्या या दोन्ही भावना व्यक्त न करता ती श्यामाला जपायची. तिच्या म्हणण्याला होकार द्यायची. ती सांगते तसंच करायची. श्यामाला तिच्या दालनात एकटीला सोडून ती बाहेर यायची; पण तरीही तिथून बाहेर येताना तिच्या मनात विचार यायचेच. 'हे कसले डोहाळे हिला लागलेत, काही कळत नाही! पोटी कोण जन्माला येणार आहे, कोण जाणे! पोरीला डोहाळे कसे चांगलंचुंगलं खायचे, चांगलं ल्यायचे, हिंडा-फिरायचे, हसायचे, गप्पागोष्टी करायचे, लाडकोड पुरवून घ्यायचे लागले पाहिजेत. तर हिचं काहीतरी तिसरंच!' मनाशी आलेले विचार तोंडानं पुटपुटतच माया आपल्या दालनात जायची. अर्थात श्यामाला काहीसे वेगळेच डोहाळे लागले होते, हे तितकंच खरं!

# ३

मायाला वाटलं, सुरुवातीचे काही दिवस असे विचित्र डोहाळे लागतात, तसे लागले असतील. नंतर तिच्या आवडीनिवडी बदलतील. तिला चार अलंकार ल्यायची, शालू-शेले परिधान करायची, बग्गी-रथातून हिंडायची इच्छा निर्माण होईल. चांगलंचुंगलं खायची इच्छा होईल आणि मग आपण तिचं ते सगळं कोड-कौतुक पुरवू, असा विचार करून मायानं स्वत:च्या मनाची समजूत घातली; पण श्यामाला तिसरा महिना लागला तरी तिचे हे विचित्र डोहाळे काही कमी होईनात किंवा त्यात बदलही होईना. मग मात्र माया वैतागली. शेवटी तिनं एका वृद्ध स्त्रीला श्यामासोबत राहण्यासाठी नेमलं आणि किसाबाई श्यामाच्या देखभालीसाठी आली. किसाबाई शेजारच्या गावात राहणारी; अनुभवी, वेळ पडली तर सुईणीचं काम करणारी होती. ती माळकरी होती. तिनं गळ्यात पंढरपूरची माळ घातली होती. तिच्या तोंडात सतत ज्ञानेश्वर-नामदेवांचे अभंग, जना-मुक्ताचे अभंग असत. येता-जाता तिच्या मुखात विठ्ठलनामाचा गजर असे. काळीसावळी असलेली किसाबाई राहायची मात्र स्वच्छ. पांढरधोप लुगडं नेसलेली, चेहऱ्यावर प्रसन्न हास्य असलेली, तोंडात सतत विठ्ठलनाम, ओव्या-अभंग असणारी किसाबाई प्रथमदर्शनीच श्यामाला आवडली. जनाबाईचा 'विठू माझा लेकुरवाळा' हा अभंग गात किसाबाई मायाबरोबर श्यामाला भेटायला पहिल्यांदा तिच्या दालनात गेली आणि अभंग गाणारी किसाबाई समोर आल्यावर हर्षोत्फुल्ल चेहऱ्यानं श्यामा मंचकावरून उठली आणि युगायुगांचं नातं असल्याप्रमाणं तिनं किसाबाईला घट्ट मिठी मारली. श्यामाच्या अचानक मिठी मारण्यानं क्षणभर भांबावलेल्या किसाबाईला श्यामाच्या मिठीतला जिव्हाळा समजला, तिच्या स्पर्शातला ओलावा जाणवला, तिच्या उराउरी भेटण्यातली आपुलकी समजून आली आणि तितक्याच उत्कट मायेनं किसाबाईनं श्यामाला जवळ घेतलं. दोघी एकमेकींना अशा भेटल्या जणू मायलेकीच आहेत आणि वर्षानुवर्षं एकमेकींची ताटातूट झाली आहे आणि आताच त्या भेटत आहेत. त्यांच्या भेटीच्या सोहळ्यातली ती आपुलकी, ती माया बाजूला उभ्या असलेल्या मायालाही जाणवली. तिला क्षणभर किसाबाईचा हेवा वाटला. आपली लेक आपल्यालाही कधी अशी आसुसून

भेटली नाही आणि ही कोण कुठली किसाबाई, आज, आता आलेली आणि तिला आपली लेक इतक्या जिव्हाळ्यानं उराउरी भेटते, याचं वैषम्य मायाला वाटलं आणि तिला क्षणभर किसाबाईचा हेवा वाटला; पण तरीही श्यामाच्या चोखंदळपणाला, तिच्या नकसखोर स्वभावाला ही किसाबाई पटली, याचं तिला समाधान वाटलं आणि तिनं सुटकेचा निःश्वास टाकला. आता निदान श्यामाची आपल्याला काळजी राहणार नाही, तिच्या डोहाळ्यांची चिंता राहणार नाही, याचं समाधान मायाला वाटलं आणि किसाबाईला श्यामाची काळजी घ्यायला सांगून, तिला हवं-नको ते बघायला सांगून माया तिथून बाहेर पडली.

माया बाहेर गेली आणि किसाबाईनं दालनाचा दरवाजा लावून घेतला. श्यामा मंचकावर बसली. किसाबाई तिच्याजवळ गेली. तिचा हात हातात घेऊन म्हणाली, ''लेकी, किती साजरी दिसतीयस गं! माझी नजर लागायची.'' असं म्हणत किसाबाईनं श्यामाची अलाबला घेत आपल्या कानांवर बोटं मोडली. श्यामा काहीशी लाजली. किसाबाईनं मोठ्या प्रेमानं तिच्या डोक्यावरनं हात फिरवला आणि म्हणाली, ''लेकी, तुला काय खावंसं वाटतंया, काय ल्यावंसं वाटतया, आनी काय करावंसं वाटतंय, मला समदं समदं सांग! मी ते समदं तुला दीन हं का! पर मनात कायबी ठिऊ नक्का! न्हाईतर लेकराचं कान फुटतील!'' किसाबाईचा स्वर मायेनं ओथंबलेला होता. आश्वासक होता. दिलासा देणारा होता. आपल्या डोक्यावरून फिरणारा किसाबाईचा हात पकडून श्यामा भिजलेल्या आवाजात म्हणाली, ''किसाबाई, मी मागेन ते मला द्याल? मी सांगेन ते ऐकाल?'' श्यामाचा भिजलेला स्वर, त्या स्वरातलं आर्जव, टपोऱ्या डोळ्यांतली विनवणी, चेहऱ्यावर उमटलेली आतुरता, नजरेत भरलेली अपेक्षा हे सगळं सगळं बघून किसाबाईच्या डोळ्यांत पाणी भरलं. या पोरीला काहीतरी वेगळं हवंय, ते तिला मिळत नाहीये आणि त्यासाठी ती आसुसली आहे, हे किसाबाईच्या लक्षात आलं. तिनं श्यामाच्या हातांवर थोपटलं. म्हणाली, ''लेकी, तू निस्तं मला सांग, तू म्हणशील ते मी दीन तुला. सांग लेकी, सांग!''

किसाबाईनं दिलेला शब्द ऐकून श्यामाला गहिवरून आलं. क्षणभर थांबून आवंढा गिळत, भरून आलेला कढ आतल्या आत जिरवत श्यामा म्हणाली, ''किसाबाई, आता आत येताना तुम्ही जे गाणं म्हणत होतात ते परत म्हणा, मला ते ऐकावंसं वाटतंय!'' श्यामाची ही मागणी ऐकून किसाबाईला एकीकडे नवल वाटलं. एकीकडे आनंद झाला आणि त्याच वेळी तिला वाईटही वाटलं. नवल अशासाठी वाटलं, की श्यामा ज्या कुळात जन्मलेली होती, त्या कुळात तिची ही मागणी बसणारी नव्हती. आनंद अशासाठी झाला, की आपल्यासारखीच श्यामालाही अभंगाची गोडी असावी म्हणूनच तिनं आपल्याला पुन्हा तो अभंग म्हणायला

सांगितला. म्हणजे आपली आणि तिची आवड सारखीच आहे म्हणायची आणि वाईट अशासाठी वाटलं की, एवढ्या समृद्ध श्रीमंत घरात तिची ही एवढीशी मागणी पूर्ण होऊ नये. ती पूर्ण होण्यासाठी तिनं इतकं काकुळतीला यावं? आस लावून बसावं? आपण गाणं म्हणायला सांगितल्यावर किसाबाई गप्प बसलेली बघून श्यामा निराश झाली. म्हणजे आपल्या मनाला लागलेली ही आस पूर्ण होणारच नाही तर! किसाबाईकडे लावलेली, अपेक्षेनं भरलेली नजर श्यामानं खाली वळवली. तिचे डोळे पाण्यानं भरले. अश्रू गालांवर ओघळले. तिला इतकं वाईट वाटलं, की ते अश्रू पुसण्याचं भानही तिला राहिलं नाही. गालांवरून ओघळणारे अश्रू टपूकन खाली, तिच्या मांडीवर पडत होते आणि तिला किसाबाईचा किंचित घोगरा, पातळ पण आर्ततेनं भरलेला स्वर ऐकू आला. श्यामानं नजर उचलून वर पाहिलं. प्रसन्न चेहऱ्यानं किसाबाई गात होती ...

**''विठू माझा लेकुरवाळा। संगे गोपाळांचा मेळा।''**

आपल्या घोगऱ्या आवाजात अत्यंत उत्कट भावनेनं किसाबाई गात होती. अभंग गाताना ती अगदी तन्मय झाली होती. तिच्या चेहऱ्यावर अतीव आनंदाचे भाव होते. पुन:पुन्हा आळवून ती अभंग गात होती. तो अभंग गात असताना किसाबाई तर दंग झालीच होती; पण तो अभंग ऐकत असताना श्यामाची तर जणू भावसमाधी लागली होती. तिचा चेहरा अनंत भावनांनी भरला होता. काय नव्हतं त्यात? त्यावर होता अपूर्व आनंद. खरंच अपूर्व; कारण असा आनंद यापूर्वी तिला कधी मिळालाच नव्हता. त्यावर होतं अपेक्षापूर्तीचं समाधान, हवं ते मिळाल्याची खुशी, ते अजून मिळवण्याची असोशी, तादात्म्यता, तन्मयता, एकतानता. अनेक विभ्रमांनी नटलेला, अनेक भावनांनी भारलेला आणि भरलेला श्यामाचा चेहरा एखाद्या सजीव मूर्तीसारखा दिसत होता. श्यामाचं अवघं शरीर त्या सुरांवर डोलत होतं. तिचं अवघं देहभान त्या स्वरांच्या हिंदोळ्यावर समर्पित झालं होतं. आनंदाचे तरंग तिच्या मनावर उमटत होते आणि शरीरभर पसरत होते. त्या आनंदानं भारावलेली श्यामा म्हणजे जणू आनंदाचं झाडच झाली होती. तिच्या मिटल्या डोळ्यांतून अश्रूंच्या धारा अविरत वाहत होत्या. त्या अश्रूंनी आपला पदर भिजतोय, याचंही भान तिला नव्हतं. तिचं ते दालन म्हणजे अवघं पंढरपूर झालं होतं जणू.

किसाबाईनं अभंग संपवला. किसाबाई भानावर आलीच; पण श्यामाची भावसमाधीही तुटली. तिलाही भान आलं. जाणीव झाली. श्यामानं डोळे उघडले. तिच्या डोळ्यांतून वाहणारा प्रत्येक अश्रू किसाबाईला जणू धन्यवाद देत होता. श्यामानं किसाबाईचा हात घट्ट धरला आणि आपल्या हृदयाजवळ नेला. हृदयावर दाबून धरला. किसाबाईच्या हाताला तिच्या हृदयातली धडधड जाणवत होती. जणू ती किसाबाईचं गाणं

ऐकायला उत्सुक होती. तिच्या त्या भावसमाधीत किसाबाई क्षणभर गुंगली आणि लगेच भानावर आली. डोळे मिटून बसलेल्या श्यामाला किसाबाईनं हाक मारली, "लेकीऽ! ए लेकी! अगं, काय झोप लागली का काय तुला?" किसाबाईच्या हाकेनं भानावर येऊन श्यामानं डोळे उघडले. किसाबाईचा हात सोडला आणि तिनं दुसऱ्या क्षणाला किसाबाईला मिठी मारली. किसाबाईही तिला मिठीत घेऊन कितीतरी वेळ थोपटत राहिली. दोघी भानावर आल्या. श्यामा म्हणाली, "किसाबाई, हेच, अगदी हेच मला हवं होतं. मला म्हणण्यापेक्षा माझ्या बाळाला. अगदी हेच हवं होतं आणि खरं सांगू, मला किंवा माझ्या बाळाला काय हवंय हे ना मला कळत होतं ना इतरांना, ना आईला कळत होतं ना शेठजींना. त्यामुळे माझ्यासाठी, माझं मन रिझावं म्हणून, माझं मन प्रसन्न व्हावं म्हणून ते सगळे जण जे काही करायचे, त्याचा मला त्रासच व्हायचा. मनावर एक प्रकारचा ताण यायचा आणि मग मला काहीच सुचायचं नाही. ना जेवण, ना खाणं, ना तहान, ना भूक, ना हिंडणं, ना फिरणं! पण किसाबाई, तुम्ही हे गाणं म्हटलंत आणि मला काय हवं ते गवसलं, मला आणि माझ्या बाळाला, जे हवं ते! किसाबाई, आता तुम्ही रोज हे गाणं म्हणायचं! आणि किसाबाई, मला आता खूप भूक लागली. खूप खूप भूक लागलीये. मला खूपच भूक लागलीये!"

आपल्याला भूक लागल्याचं श्यामा पुन:पुन्हा सांगत होती आणि इतका वेळ या दोघींचं दार लावून काय चाललंय, हे बघण्यासाठी दाराजवळ आलेल्या मायाला श्यामाचं हे 'मला खूप खूप भूक लागलीय' हे ऐकायला आलं आणि दार ढकलून ती धावतच आत आली. तिला समोर बघितल्यावर तर श्यामाची भूक आणखीनच वाढली आणि ती तक्रारीच्या सुरात आईला म्हणाली, "आई, अगं, मला खूप भूक लागलीय. मला लवकर काहीतरी खायला दे अणि खीर-पुरी दे. मला आज खीर-पुरी खायची आहे. दे ना गं!" श्यामाचं ते बोलणं, तो हट्ट, ते मागणं ऐकून मायाला जणू अस्मान ठेंगणं झालं. गेल्या कित्येक दिवसांत, दिवसांत काय कित्येक महिन्यांत श्यामाला अशी भूक लागली नव्हती की तिनं असं आसुसून काही मागितलं नव्हतं. माया तिला बळेबळे चार घास खायला लावायची; पण असेच डोहाळे असतील म्हणून मायानंही थोडं दुर्लक्षच केलं; पण आजचा श्यामाचा उत्तेजित स्वर, तिला झालेली भुकेची जाणीव; त्या जाणिवेचं तिच्या आवाजात, चेहऱ्यावर उमटलेलं प्रतिबिंब हे सगळं बघून मायाला अस्मान ठेंगणं झालं नसतं तरच नवल. तिनं एकवार लेकीची अलाबला घेतली, किसाबाईकडे एक कृतज्ञतेचा कटाक्ष टाकला आणि ती धावतच बाहेर गेली श्यामासाठी खीर-पुरी बनवायला.

किसाबाई आली आणि श्यामाचा सगळा नूरच पालटून गेला. मरगळलेली, उदास बसणारी, खिन्न हसणारी, कशाचीच इच्छा नसणारी श्यामा कात टाकावी

तशी उत्फुल्ल झाली. तिच्या चेहऱ्यावर टवटवी आली. टवटवी कसली तेजच आलं. डोळे पुन्हा लकाकू लागले. तिला काहीतरी छान, सौम्य खावं अशी इच्छा व्हायला लागली. फुलांचे गजरे, सुगंधित पाकळ्या यांच्या गंधानं दरवळणाऱ्या वातावरणात आपण राहावं, असं तिला वाटायला लागलं. बागेत फिरावं, फुलं वेचावीत, त्यांचे हार करावेत अशी इच्छा तिला होऊ लागली आणि सर्वांत महत्त्वाचं म्हणजे किसाबाई गाते, ते अभंग तिला अतिशय आवडायला लागले. तिनं किसाबाईला सक्त ताकीद दिली, की तिनं सारखे अभंग गायले पाहिजेत. अगदी सकाळी उठल्यापासून ते रात्री निजेपर्यंत. अर्थात बाकीच्या तिच्या इच्छा सोडल्या, तर तिची ही अभंग ऐकण्याची इच्छा तेवढी मायाला पसंत पडली नाही. मायाला वाटायचं, तिनं शृंगारिक गाणी ऐकावीत, गझला ऐकाव्यात. पण श्यामाला मात्र अभंगच आवडायचे. त्या बाबतीत एक गंमत झाली. किसाबाई अभंग गायची, श्यामा त्यांना गाणं म्हणायची. देवाचं गाणं! मग किसाबाईनं तिला समजावलं. ''याला गाणं नाही, अभंग म्हणायचं!'' तर श्यामानं विचारलं, ''अभंग? अभंग म्हणजे काय?'' तर किसाबाईनं अभंग गाऊन दाखवला आणि म्हणाली, ''याला अभंग म्हणायचं!'' तर पुन्हा श्यामानं विचारलं, ''ते खरं; पण अभंग म्हणजे काय?'' तर परत किसाबाईनं दुसरा अभंग गाऊन दाखवला. मग मात्र श्यामा वैतागली, म्हणाली, ''अगं किसाबाई, अभंग म्हणजे हे तू गातेस ते खरं! पण अभंग याचा अर्थ काय?'' मग किसाबाईला समजलं, की श्यामाला काय म्हणायचंय. मग तिनं अर्थ सांगितला. म्हणाली- ''लेकी, अभंग म्हणजे जे कधीच मोडत न्हायी, कधीच नष्ट होत न्हायी. म्हणूनच शेकडो वर्षांपूर्वी ज्ञानोबा-नामदेव-जना-मुक्तानं लिवलेली ही गाणी अभंग हायेत. म्हणूनच त्याला अभंग म्हणायचं!'' किसाबाई एवढंच म्हणून थांबली नाही, तर तिनं लगेचच 'तू आकाश मी भूमिका' हा नामदेवांचा अभंग गाऊन दाखवला. किसाबाई होती खरंतर निरक्षर; पण तिनं माळ घातली होती त्याचबरोबर ती वारकरीही होती. दर वर्षी पंढरीची वारी करायची. वारकऱ्यांच्या मेळ्यात चार दिवस घालवायचे, अभंग गायचे आणि मनाला आणि शरीराला ताजंतवानं करून माघारी परतायचं, हा तिचा नेम गेली कित्येक वर्षं चालला होता.

किसाबाईचं लहानपणीच लग्न झालं होतं; पण ती कळती व्हायच्या आतच पटकीच्या रोगानं तिचा नवरा मेला. पांढऱ्या पायाची म्हणून सासूनं बाहेर काढलं. त्या दिवसापासून आई-वडिलांच्या, भावाच्या आधारानं राहून, चार घरची कामं करून त्यांच्या घराला हातभार लावत किसाबाई जगत होती. ती कामं करता करता किसाबाई सुईणीचं कामही शिकली आणि पैशासोबत एक यशस्वी सुईण म्हणून तिनं पतही कमावली. तिच्या हाताला यश होतं. पंचक्रोशीत तिनं नाव मिळवलं

आणि तिची हीच कीर्ती मायाच्या कानांवर पडली आणि तिनं श्यामाची काळजी घेण्यासाठी किसाबाईला बोलवून घेतलं. एक मात्र झालं, किसाबाई आल्यापासून श्यामा मात्र खुलली आणि थोडीशी का होईना; पण मायाची काळजी दूर झाली.

श्यामाचा बदललेला नूर, तिची सुधारलेली प्रकृती, तिच्या चेहऱ्यावर, शरीरावर आलेलं तेज बघून सदाशिव मालगुजरही आनंदित झाला. दिवस गेल्यापासून श्यामा उदास राहत होती; त्याआधी तो आला की खुलणारी, प्रफुल्लित होणारी, त्याच्या आवतीभोवती बागडणारी, छान नटूनथटून तयार होऊन त्याची वाट बघणारी आणि तो आला की त्याच्या मिठीत स्वत:ला झोकून देणारी श्यामा कुठंतरी गुप्तच झाली होती. सदाशिवला वाटायचं, तिनं आपल्याजवळ काही हट्ट करावा. काही मागावं. हिऱ्या-मोत्यांचे अलंकार... उंची रेशमी लुगडी... काहीतरी मागावं. बग्गीतून चांदण्यारात्री फिरण्याचा हट्ट करावा आणि आपण तो पुरवावा. पण, श्यामा यातलं काहीच मागायची नाही; पण आताशा पुन्हा प्रफुल्लित झालेली, अंगभर तेजाची महिरप पसरलेली श्यामा बघून सदाशिवलाही अतिशय आनंद झाला. त्यातच एक दिवस श्यामानं त्याच्याकडे रेशमी, मोत्यांची नक्षी काढलेलं पांढरं लुगडं आणि अंगभर घालता येतील असे मोत्यांचे दागिने मागितले आणि सदाशिवला अस्मान ठेंगणं झालं. गुजरातेत माणसं पाठवून त्यानं खरे मोती मागवले. सुरतेहून रेशीम मागवलं आणि मोत्यांचे दागिने करून घेऊन श्यामाची हौस पुरवली. ज्या दिवशी ते मोत्यांनी कशिदाकारी केलेलं रेशमी लुगडं श्यामा नेसली, त्या दिवशी साक्षात पौर्णिमा तिच्या दालनात अवतरल्यासारखं वाटत होतं. तर किसाबाई श्यामाची दृष्ट काढता काढता म्हणाली, "अक्षी महाशिवरात्रीला पार्वती पांढरी वस्त्रं नेसून महादेवाला भेटायला येती, तशी दिसतीयास बघ लेकी तू! माझीच नजर लागायची." किसाबाईचं हे बोलणं ऐकून श्यामा लाजली. तेजानं उजळलेल्या तिच्या चेहऱ्यावर लालिमा पसरला आणि श्यामा अजूनच अशी देखणी दिसायला लागली की, सदाशिव अनिमिष नेत्रांनी तिच्याकडे पाहतच राहिला.

त्या दिवसापासून श्यामाचं जणू आयुष्य बदललं. तिचे नवनवीन हट्ट सुरू झाले. अर्थात मायाच्या लेकीला शोभेलसे किंवा तिच्या जीवनप्रवाहाला साजेलसे असे श्यामाचे हट्ट नसायचे हा भाग वेगळा; पण निदान तिला काहीतरी खावं, काहीतरी मागावं हे तरी वाटायला लागलं, यातच मायाला आणि सदाशिवला समाधान होतं. श्यामाचे हट्ट-हट्ट म्हणा, डोहाळे म्हणा होतेच तसे विचित्र. कधीकधी सकाळी ती गोपाळकाला करून दे म्हणे. सुरुवातीला जेव्हा तिनं गोपाळकाला मागितला, तेव्हा मायालाही कळेना की गोपाळकाला म्हणजे काय? तिला वाटलं; राजभोग, बालुशाही यातला काहीतरी मिठाईचा प्रकार असावा; पण श्यामानं त्याला नकार दिला. इथं मदतीला धावली ती किसाबाई. तिनं मायाला

सांगितलं गोपाळकाला म्हणजे काय आणि ते बनवण्याची कृती ऐकल्यावर मायानं कपाळावर हात मारून घेतला. पोहे, लाह्या, डाळं, चुरमुरे, शेंगदाणे, खोबरं, साखर, दूध आणि दही हे सगळं एकत्र करून त्याचा एकत्रित काला करून खायचं. याला गोपाळकाला म्हणतात, हे जेव्हा किसाबाईनं मायाला सांगितलं, तेव्हा मायाला कळेना हसावं की रडावं. पंचपक्वान्नांचं ताट समोर वाढलेलं असताना एखाद्यानं शिळी भाकरी मागावी, तसं हे झालं होतं.

"पोरीच्या पोटाला कोण येणार आहे, कोण जाणे! काय कोणी साधू, संन्यासी, बैरागी येतोय की काय? नाही ती दळभद्री लक्षणं! हे कसले भिकेचे डोहाळे लागलेत पोरीला!" मायानं बडबडून आपला संताप व्यक्त केला; पण नाइलाजानं श्यामाला गोपाळकाला करून दिलाच आणि छान चांदीच्या वाटीतून तिनं तो गोपाळकाला करून आणल्यावर तिच्या हातातून वाटी हिसकावून घेऊन श्यामानं तो अधाशासारखा खाल्ला. हे बघून मात्र मायाच्या डोळ्यांत पाणी आलं. तो गोपाळकाला खाताना श्यामाच्या चेहऱ्यावरून आनंद ओसंडून वाहत होता. डोळ्यांत तृप्तीचं समाधान होतं. हे सगळं बघितल्यावर आपण मगाशी तिच्यावर उगीचच चिडलो, असं मायाला वाटलं. ती पुढे झाली आणि तिनं श्यामाला जवळ घेतलं. तिच्या केसांवरून, चेहऱ्यावरून हात फिरवला, म्हणाली, "गुणी माझी बाय ती! मी तुझ्यावर उगाच रागावले बघ! तुला काय पाहिजे, काय खावंसं वाटतंय ते मोकळेपणानं सांग पोरी! मी आता रागावणार न्हायी. अगं, बाळाचं कान फुटलं, तर आजीनं डोहाळे पुरवले न्हाईत, असं सगळी म्हणतील." मायाच्या या बोलण्यावर श्यामा खुद्कन हसली. आईचा आपल्यावरचा राग मावळला, हे बघून तिला बरं वाटलं. किसाबाईनंही सुटकेचा निःश्वास सोडला. नाहीतर श्यामाला लागलेले डोहाळे आणि त्या डोहाळ्यांबद्दल आणि ते पुरवण्याबद्दल मायाला येत असलेला राग हा चिंतेचा विषय होऊ लागला होता. त्यामुळे आताचं माय-लेकीचं प्रेम बघून किसाबाईलाही बरं वाटलं. त्यानंतर मात्र श्यामाचे कोणतेही आणि कसलेही डोहाळे पुरवण्यात कोणतीच अडचण आली नाही.

एके दिवशी सदाशिव वसुलीच्या दौऱ्यावरून परत आला. श्यामाचं पोट आता दिसायला लागलं होतं. तिचा चेहराही सोनचाफ्याच्या उमललेल्या कळीसारखा सुकोमल; पण तेजस्वी दिसत होता. सदाशिवला समोर बघून श्यामाला अतिशय आनंद झाला. तर सदाशिव तिच्या खुललेल्या चेहऱ्याकडे अनिमिष नेत्रांनी बघतच राहिला. सदाशिवचा हात धरून श्यामा त्याला आतल्या दालनात घेऊन गेली. जे दालन फक्त त्या दोघांचं होतं. मंचकावर बसल्यावर सदाशिवनं श्यामाला मिठीत घेतलं आणि म्हणाला, "श्यामा, तू किती सुंदर दिसते आहेस! गर्भारपणाचं तेज की काय म्हणतात ते तुझ्या सर्वांगावर पसरलं आहे. आपल्याला एक छान तेजस्वी

पुत्र होणार बघ.'' त्याचं बोलणं ऐकून श्यामा लाजली. तिचा चेहरा ओंजळीत धरून सदाशिवनं विचारलं, ''श्यामाराणी, तुला काय हवंय? तुझी काय इच्छा आहे, मला सांग. मी ती तातडीनं पूर्ण करेन. अगदी माझ्या जिवाच्या आकांतानं!'' सदाशिवनं श्यामाला वचन दिलं. तशी काहीशी लाजत, संकोचत श्यामा म्हणाली, ''शेठजी, माझं मन मला तसं सांगतंय, की तुम्हीच माझी इच्छा पूर्ण करणार. खूप दिवस झाले, माझ्या मनात एक इच्छा सारखी येते आहे!'' श्यामानं असं म्हटलं आणि सदाशिवच्या चेहऱ्यावर प्रचंड उत्सुकता आणि आनंद पसरला. आता आपली लाडकी श्यामा आपल्याकडे काय मागते; एखादा अलंकार, जरतारी लुगडं, मोत्यानं मढलेली ओढणी, रथातून फेरफेटका की चांदण्या रात्री तलावात विहार?

सदाशिव आतुर मनानं श्यामाकडे पाहू लागला. काहीशी लाजत श्यामा म्हणाली, ''शेठजी, मला रथातून तुळशीच्या बनात जायचं आहे. तिथं मुक्काम करायचा आहे. तुळशीच्या मंजिऱ्यांचा गंध मनात, उरात, श्वासात साठवायचा आहे. शेठजी, मला तुळशीबनात जाऊन राहायचं आहे.'' सदाशिवला आता हसावं की रडावं ते कळेना. एकीकडे तिनं रथात बसून फिरायचं आहे असं मागितलं; पण रथात बसून एखाद्या महालात, एखाद्या ठिकाणी वनविहाराला जायचं आहे असं न मागता, रथात बसून तुळशीच्या बनात जायचं आहे, तिथं मुक्काम करायचा आहे, असं मागितलं. उंची उंची अत्तरांचा गंध घेण्याऐवजी तुळशीच्या मंजिऱ्यांचा गंध घ्यायचा आहे, असं मागितलं. सदाशिव क्षणभर निःशब्द झाला; पण निदान तिनं काहीतरी मागितलं, याचा त्याला आनंद झाला आणि 'लाडके, तुझी ही इच्छा मी नक्की पूर्ण करेन' असं त्यानं तत्क्षणी तिला आश्वासन दिलं. त्यानं शब्द दिला आणि श्यामाचा चेहरा खुलला आणि तिचा खुललेला चेहरा बघून हिचा प्रत्येक शब्द आपण झेलला पाहिजे, असं सदाशिवला वाटलं.

त्यानंतर ४/८ दिवस गेले. त्यादरम्यान सदाशिव कसल्यातरी गडबडीत होता. एके दिवशी सकाळी तो श्यामाच्या दालनात आला आणि तिला म्हणाला, ''श्यामाराणी, आज आपल्याला तुळशीबनात जायचं आहे. रथासह बग्गी तयार आहे. तुला तिथं किती दिवस मुक्काम करावयाचा आहे, त्या दृष्टीनं तयारी कर. सायंकाळी उन्हं कलल्यावर आपण निघू या! मी तोवर जरा जाऊन येतो.'' असं सांगून सदाशिव गेला; पण सदाशिवनं सांगितलेलं ऐकून श्यामाच्या आनंदाला पारावार राहिला नाही. तिनं अत्यानंदानं एक गिरकी घेतलीच. तोच सदाशिव गेल्यावर आत आलेली किसाबाई म्हणाली, ''अगं अगं लेकी! हळू, जरा हळू! काय झालंय तरी काय एवढं?'' किसाबाईनं प्रेमानं विचारलं. किसाबाई आलेली बघून तर श्यामाच्या आनंदात भरच पडली. ''किसाबाई, किसाबाई, आपण तुळशीच्या

बनात जायचं आज! तिथं मुक्काम करायचा आहे. शेठजींनी सगळी व्यवस्था केली आहे. तिथे कमीतकमी आठ दिवस राहायचं! हो ना?'' श्यामाला झालेला आनंद, तिचा उल्हास लपत नव्हता. तुळशीबनात जायचंय, हे ऐकल्यावर किसाबाईचाही चेहरा खुलला. तिलाही आनंद झाला. तीही उत्साहानं तयारीला लागली.

श्यामा आणि किसाबाई महालाबाहेर आल्या, तेव्हा पांढऱ्याशुभ्र घोड्यांची राजेशाही बग्गी त्यांची वाट पाहत होती. बग्गीवाला श्यामाला बघताच खाली उतरला. त्यानं श्यामाला अदबीनं नमस्कार केला. ''शेठजी तुळशीबनात पोहोचले असून तिथं आपल्या स्वागतासाठी थांबले आहेत. आपली प्रतीक्षा करत आहेत,'' असं त्यानं अदबीनं सांगितलं, तेव्हा श्यामाच्या चेहऱ्यावर सूक्ष्म अभिमानाची एक छटा उमटली. दोघी जणी बग्गीत बसल्या. बग्गीवाल्यानं त्यांचं सामान बग्गीत ठेवलं आणि घोड्यांच्या पाठीवर थाप मारून तोही बग्गीत चढला. त्यानं मारलेल्या थापेचा इशारा घोड्यांना पुरेसा होता. ते दुडक्या चालीनं चालू लागले. बग्गीचं छत आच्छादलेलं होतं. दोन्ही झरोक्यांना मखमलीचे पडदे होते. बसायला मऊ, तलम; पण जाड गाद्या होत्या. ज्यामुळे आत बसलेल्या श्यामाला किंचितही हादरा बसत नव्हता. मधूनच श्यामा पडदा किंचित बाजूला सारून बाहेर डोकावत होती. हिरवीगार शेतं डोळ्यांना सुखावत होती. आज कित्येक दिवसांनी श्यामा अशी महालाबाहेर पडली होती. बाहेरची स्वच्छ, शुद्ध हवा, स्वच्छ खेळणारा सूर्यप्रकाश, मंद वाऱ्यावर विहरणारी शेतं, त्यात ओल्या गवताचा मिसळलेला गंध, त्यातून मनाला, शरीराला स्पर्श करणारी शीतलता, हे सारं सारं अनुभवताना, या साऱ्यांची सुखद संवेदना घेताना श्यामाचं तनमन शहारत होतं. रोमांचित होत होतं. त्या वाऱ्याचा शहारणारा स्पर्श तिला सदाशिवच्या पहिल्या स्पर्शाची आठवण करून देत होता आणि श्यामा अधिकच सुखावत होती.

श्यामाच्या सुंदर चेहऱ्यावर होणारे बदलत्या भावनांचे फेरफार बघत असलेल्या किसाबाईला तिच्या मनात काय चाललंय, याचा अंदाज येत होता. श्यामानं असंच प्रसन्न राहणं गरजेचं होतं. तरच बाळ सुदृढ आणि हसरं जन्मणारं होतं. किसाबाई श्यामाचं निरीक्षण करत होती. श्यामाला आता पाचवा महिना लागला होता. तिचं पोट पुढच्या बाजूला जास्त नसून पाठीमागं जास्त होतं. या लक्षणांवरून तरी श्यामाला मुलगीच होणार, असं दिसत होतं आणि तेच योग्य होतं; कारण श्यामासारख्या मुलीच्या कुळात मुलगी जन्माला येणं, ही आनंददायक बाब होती; कारण मुलगी जन्माला आली, तरच ती कुलाची परंपरा पुढे चालवणार होती. पण, मुलगा जन्माला आला; तर तो ऐतखाऊ, व्यसनी होणार होता. श्यामाच्या शरीराच्या ठेवणीवरून तरी तिला मुलगी होणार, असंच दिसत होतं. आपल्या या विचारानं किसाबाईलाही बरं वाटलं.

श्यामाला मुलगी झाली, तर किसाबाईला घसघशीत बिदागी मिळाली असती. तिच्या हाताला यश होतंच; पण सामान्य समाजामध्ये किसाबाई सुईणीच्या हाताचं यश तेव्हाच गणलं जायचं, जेव्हा एखाद्या बाळंतिणीला मुलगा व्हायचा. कारण, तो वंशाला दिवा असायचा; पण सामान्य समाज आणि कलावंतीण यांच्यात हाच मोठा फरक होता. आपला वंश पुढे चालू राहावा म्हणून सामान्य समाजात मुलगा हवा असायचा. तर आपली कुलपरंपरा पुढे चालू राहावी, म्हणून कलावंतिणींना मुलगी हवी असायची. म्हणूनच श्यामाला मुलगी झाली, तर किसाबाईच्या हाताला असलेल्या यशाची पावती मोठ्या बिदागीच्या रूपात मिळणार होती आणि हे समजायला अजून काही महिनेच अवकाश होता. किसाबाई असा विचार करत होती. दोघींपैकी कुणीच काही बोलत नव्हतं. श्यामाच्या आवाजानं ती शांतता अचानक भंग झाली. "किसाबाई, किती छान वाटतंय ना? आपल्या महालात सगळ्या सुखसोयी आहेत; पण त्यापेक्षा या मोकळ्या हवेत किती सुख आहे, किती ताजेपणा आहे, किती उत्साह आहे! खरं ना?" श्यामानं उत्फुल्ल चेहऱ्यानं किसाबाईला विचारलं. खरंच होतं ते! किसाबाईनं श्यामाला सांगितलं, "लेकी, इथं बाहेर तुला किती छान वाटतंय, ते तुझ्या मुखावरनं दिसतंया. पन खरं सांगू तुला, या धरणीमातेच्या अंगाखांद्यावर खेळायला, बागडायला तिच्या लेकरांना आवडतंयच बघ. म्हणून तर त्या सुखसोयींनं भरलेल्या बंद महालापेक्षा तुला हितं मोकळ्या रानात बरं वाटतंय बघ! अगं, त्यातनं ही वाट हाय पंढरीची. जिथं माझा सावळा इठू ऱ्हातोया. या धरणीमाईसारखाच त्योबी समद्यांची आई हाय. म्हणून तर जनाबाई त्याला साद घालताना म्हणते, 'येगं येगं विठाबाई, माझे पंढरीचे आई!' कळलं?"

किसाबाईचं बोलणं श्यामाला अगदी मनापासून पटलं. ती खुदूकन हसली आणि म्हणाली, "किसाबाई, मग म्हणाना तो जनाबाईंचा अभंग. त्यामुळे या आनंदात आणखी भर पडेल!" किसाबाईला श्यामाचं ते बोलणं ऐकून अप्रूप वाटलं. सुरुवातीला अभंगांशी तोंडओळखसुद्धा नसलेली श्यामा अभंगांना गाणं म्हणायची; पण किसाबाईंनं तिला समजावून सांगितलं की हे गाणं असलं, तरी तो अभंग आहे. म्हणजे न मोडणारं, नाश न पावणारं आहे आणि मग तेव्हापासून श्यामाही संतांच्या रचनांना अभंग म्हणायला लागली. आता तिच्या तोंडून 'म्हणाना अभंग' असं ऐकून किसाबाईला आनंद झाला. त्याच आनंदात तिनं जनाबाईंचा अभंग गायला सुरुवात केली. तिच्या घोगऱ्या; पण अनुनासिक आवाजातल्या अभंगाला घोड्यांच्या टापांचा ठेका मिळाला आणि तो अभंग जास्तच रंगला. अवीट गोडीचा झाला आणि खरोखरच वातावरणातल्या आणि श्यामाच्या मनातल्या उत्साहात, आनंदात आणखीनच भर पडली..

# ४

**ब**घता बघता आणि अभंग ऐकता ऐकता वाट कधी सरली कळलंच नाही आणि तुळशीबन आलं. मंगळवेढ्यापासून ८-१० कोसांवर असलेलं हे तुळशीबन तुळशीदास नावाच्या एका भक्तानं तयार केलं होतं. हा तुळशीदास चोखोबांचा भक्त होता. चोखोबांच्या मृत्यूनंतर बऱ्याच वर्षांनी या तुळशीदासानं चोखोबांच्या आठवणीखातर हे तुळशीबन तयार केलं. इथं त्याचं शेत होतं. त्या शेतातलीच दोन एकर जमीन त्यानं तुळशीबनासाठी वापरली. ठिकठिकाणांहून अनेक प्रकारची, अनेक जातींची तुळशीची रोपं आणून इथं लावली. त्यांची नीट निगा केली आणि दोन महिन्यांतच तिथे तुळशीची छान रोपं डोलायला लागली. मग कृष्ण तुळस, पांढरी तुळस, विष्णू तुळस, रान तुळस, राम तुळस, मोठी तुळस, लहान तुळस, उंच तुळस, बुटकी तुळस, एकेरी तुळस, डेरेदार तुळस असे तुळशीचे अनेक प्रकार तिथं डोलायला लागले. मग त्यानं त्या शेतात विहिरीच्या शेजारी एक टुमदार घर बांधलं. घराच्या बाजूला डेरेदार आंब्याच्या सावलीखाली विठ्ठलाचं एक सुबक मंदिर बांधलं; पण कालांतरानं तुळशीदास मरण पावला. त्याच्या मुलानं मग ही जमीन विकायला काढली. ती सदाशिव मालगुजरनं घेतली. कधीकाळी घेतलेली ही जमीन. आज त्याचं असं सार्थक होईल, असं त्याला त्या वेळी वाटलं नव्हतं. जमीन घेतल्यावर सदाशिवनं ते तुळशीबन, ते विठ्ठलमंदिर सारंकाही तसंच ठेवलं. या सगळ्यांची देखभाल करण्याकरता लक्ष्मण नावाचा एक गडी ठेवला. त्याला एक खोपटं बांधून दिलं. लक्ष्मण आपल्या कुटुंबासमवेत तिथं राहायला लागला. विठ्ठल मंदिराची, तुळशीबनाची आणि एकूणच सगळ्या शेताची तो देखभाल करत असे. त्यामुळे हे तुळशीबन कायम टवटवीत आणि ताजंतवानं राही. आतातर तिथं कितीतरी तुळशी आल्या होत्या. मंजिऱ्या पडून तुळशीची असंख्य रोपं तिथं सतत उगवत होती आणि त्याच तुळशीबनात काही दिवस राहण्याचे डोहाळे लागलेली श्यामा आपले डोहाळे पुरवण्यासाठी येऊन दाखल झाली होती. कदाचित तिच्या येण्यानं तुळशी बहरणार होत्या. मोहरणार होत्या. खरंतर कधीतरी देवाला वाहण्याव्यतिरिक्त श्यामाचा आणि तिच्या कुळाचा तुळशीशी काहीही संबंध नव्हता.

येण्याची शक्यता नव्हती; पण श्यामाच्या पोटातल्या गर्भाला या तुळशीबनाची आस लागली होती. त्या गर्भाच्या दृष्टीनं कदाचित तुळस आणि तिच्या मंजिऱ्या यांच्याशी त्यांचा एक आगळा ऋणानुबंध होता असंही असेल; पण श्यामा आपल्या गर्भाची इच्छा पुरवण्यासाठी, किसाबाईला घेऊन या तुळशीबनात आली हे खरं!

बग्गी तुळशीबनाजवळ उभी राहिली आणि सर्वप्रथम श्यामाला जाणवला, तो तुळशीच्या मंजिऱ्यांचा गंध. वाऱ्यावर स्वार होत, हवेबरोबर दरवळत तो गंध वातावरणात पसरला होता. बग्गीतून उतरल्याबरोबर तो गंध श्यामाच्या नाकात शिरला आणि तिच्या रंध्रारंध्रांत पसरला, मिसळला आणि एक विलक्षण गोष्ट श्यामाला जाणवली. श्यामाला आता पाचवा महिना होता. गर्भाची होणारी हालचाल श्यामाला अधेमधे जाणवत होती; पण इथं तुळशीबनाजवळ आल्यावर, तुळस मंजिऱ्यांचा तो गंध तिच्या नाकात शिरून तो तिच्या हृदयापर्यंत पोहोचला असेल नसेल, तोच पोटात गर्भाची हालचाल अत्यंत वेगानं आणि जोरदार झाल्याचं श्यामाला जाणवलं. जणूकाही तिच्या रंध्रांतून वाहणारा तो गंध घेण्यासाठी, गर्भाची जोरदार धडपड चालू झाली आणि इतकी की थांबेचना. एवढंच नव्हे, तर श्यामाला चक्क गर्भाचा हुंकार ऐकायला आला. जणू ते बाळ म्हणत होतं, 'आई, अजून दे, आणखी दे!' पोटात होणाऱ्या हालचालीला शांत करण्यासाठी श्यामानं पोटावर हात ठेवला. तेवढ्या स्पर्शानं जणू त्या गर्भाला दिलासा मिळाला, विश्वास मिळाला आणि जोरात होणारी त्याची हालचाल आता सामान्य झाली. पोटावर हात तसाच ठेवून श्यामा बागेत आली. समोर घराच्या दारात सदाशिव स्वागताला उभा होता. त्याला बघून श्यामाचा चेहरा उजळला. "यावं, यावं श्यामाराणी यावं, हा तुमचा सेवक सदाशिव तुमचं स्वागत करतो." असं म्हणत सदाशिवनं श्यामाच्या हाताला धरून तिला आत आणलं. छोटंसं; पण ते छानदार, टुमदार घर होतं. श्यामा आनंदानं आणि उत्सुकतेनं इकडेतिकडे पाहत होती. "श्यामाराणी, श्यामा महलएवढं हे घर मोठं नाहीय; पण तुला हवा तसा एकांत आणि तुळशीचा सहवास इथे आहे. आवडलं ना तुला?" सदाशिवनं विचारलं. यावर श्यामानं अतीव आनंदानं मोठा होकार दिला. तोच किसाबाई लक्ष्मणाच्या मदतीनं सामान घेऊन आली.

सदाशिवनं तिथं अगदी चोख व्यवस्था केली होती. श्यामाला तिथं कसलाही त्रास होणार नाही, तिला तिथं कसलीही उणीव भासणार नाही, कसलीही तोशीश पडणार नाही, याची पुरेपूर काळजी घेतली होती. लक्ष्मण आणि त्याची बायको लक्ष्मी असे दोघं जण अहोरात्र तिच्या दिमतीला राहणार होते. शिवाय किसाबाई होतीच. शेतातल्या त्या घरात श्यामाला उन्हाचा त्रास होऊ नये म्हणून वाळ्याचे पडदे लावलेले होते. त्याचा मंद सुगंध घरभर दरवळत होता. अनेक प्रकारची फळं, मिठाया, खाण्याचे इतर पदार्थ यांचीही रेलचेल केली होती. हे सगळं केलं असलं,

तरी सदाशिवला तिथे राहता येणार नव्हतं. त्याला वसुलीसाठी बाहेर गावी जावं लागणार होतं. सरदाराचा तसा हुकूमच होता. म्हणूनच या तुळशीबनात श्यामाची अगदी चोख व्यवस्था सदाशिवनं केली होती, ज्यामुळे तो नसला तरी काळजीचं कारण नव्हतं.

आधीच श्यामाला आपण तुळशीबनात राहणार, याचा अतिशय आनंद झाला होता. त्यातच सदाशिवनं तिच्यासाठी केलेली व्यवस्था बघून तर तिचा आनंद द्विगुणित झाला. अपेक्षापूर्तीचं एक वेगळं समाधान, इच्छापूर्तीचं एक वेगळं तेज तिच्या चेहऱ्यावर पसरलं आणि ते बघून सदाशिवला आपण जे काही केलं, त्याचं सार्थक झाल्यासारखं वाटलं. बाहेरून हाक आली, तसा सदाशिव भानावर आला. त्यानं मोठ्या प्रेमानं श्यामाचा निरोप घेतला आणि तो वसुलीसाठी बाहेर पडला. तो दिसेनासा होईपर्यंत श्यामा दारात उभी राहिली. तो वळणावर दिसेनासा झाला, तशी ती आत आली. किसाबाईला म्हणाली, ‘‘किसाबाई, मी जरा आडवी होते. मला थोडं अवघडल्यासारखं झालंय!’’ किसाबाईनं तत्परतेनं श्यामाच्या हाताला धरून तिला आतल्या दालनात आणलं. आतल्या दालनातसुद्धा एक ऐसपैस पलंग होता. त्यावर मखमलीची गादी, मऊसूत रजई; छान, नक्षीदार शमादानं, अत्तराचे दिवे असा सगळा सरंजाम होता. ते बघून तर श्यामाला सदाशिवचा अभिमान वाटला. किसाबाईला दाराचा पडदा ओढून घ्यायला सांगून ती पलंगावर आडवी झाली.

तुळशीबनातल्या त्या वास्तव्यानं श्यामाला अगणित आनंद दिला. तिथला प्रसन्न परिसर, प्रसन्न वातावरण, दरवळणारा तुळशीगंध, मोठमोठ्या वृक्षांच्या डेरेदार सावल्या, अंगणात पहाटे पडणारा प्राजक्ताचा सडा; संध्याकाळी उमलणारी, धुंद गंधानं दरवळणारी रातराणी; मागच्या बाजूला असलेल्या छोट्याशा तलावात उमलणारी कमळं, पहाटेपासून ऐकू येणारा पक्ष्यांचा मंजूळ आवाज आणि सर्वांत महत्त्वाचं म्हणजे त्या प्रसन्नतेत पावित्र्याची भर घालणारं, अत्यंत देखणी मूर्ती असणारं ते विठ्ठल मंदिर. लक्ष्मण रोज सकाळी मंदिराची झाडलोट करायचा, त्यानंतर बागेतली फुलं आणि तुळशीदल खुडून त्याचे छान हार करायचा आणि मग विठ्ठलमूर्तीची पूजा बांधायचा. हे सगळं बघत असताना, अनुभवत असताना श्यामाच्या प्रसन्नतेत आणखीनच भर पडायची. ते सगळं अनुभवत असताना जणू तिची समाधी लागायची. विठ्ठलाच्या त्या काळ्यासावळ्या मूर्तीकडे ती टक लावून पाहत राहायची आणि पाहता पाहता श्यामाची जणू भावसमाधी लागायची. मग किसाबाई तिला त्यातून जागं करायची. तिला जेवायला वाढायची. संध्याकाळच्या वेळी श्यामा तुळशीबनात फिरायची. तुळस मंजिऱ्यांचा भरभरून वास घ्यायची. तो वास रंध्रारंध्रांत भरून घेताना श्यामाच्या पोटातला गर्भ जणू प्रसन्नतेची पावती द्यायचा. तो सुगंध आणखी हवा, आणखी हवा असा जणू श्यामाला संदेश द्यायचा.

तुळशीबनातल्या स्वच्छ, ताज्या, शुद्ध हवेनं श्यामाचा चेहरा आणखी टवटवीत झाला. तिच्या त्वचेवर आणखी ताजेपणा आला. श्यामाच्या अंगोपांगी तेजाची जणू नवीन झळाळी आली. प्रसन्नचित्तानं रात्री श्यामा आपल्या मंचकावर पहुडायची, त्या वेळी तिच्या सोबतीला किसाबाई असायची. किसाबाईला श्यामा अनेक प्रश्न विचारायची. विठ्ठलाबद्दल, रुक्मिणीबद्दल, पंढरपुराबद्दल. तिच्या मनात कुतूहल असायचं. किसाबाई जशी जमतील, तशी त्या प्रश्नांची उत्तरं द्यायची. काही काही प्रश्नांची उत्तरं किसाबाईला माहीत नसायची, मग ती श्यामाला अभंग म्हणून दाखवायची. ते अभंग ऐकता ऐकता श्यामाला झोप लागायची. अगदी गाढ, शांत, प्रसन्न. आणि ही शांत झोप श्यामाला सकाळी आणखी प्रसन्नचित्त बनवायची.

रोजच्या रोज त्या विठ्ठलाच्या मंदिरात जाऊन बसणाऱ्या श्यामाला त्या सावळ्या विठ्ठलाबद्दल अनेक प्रश्न पडायचे. हा देव काळाच का, त्याच्या गळ्यात तुळशीची माळच का, तो कमरेवर हात ठेवून का उभा आहे, त्याला बसायला सिंहासन का नाही, तो विटेवर का उभा आहे? एक ना दोन! हे सगळे प्रश्न मग ती किसाबाईला विचारायची; पण या प्रश्नांची उत्तरं किसाबाईकडे नसायची. मग श्यामा हिरमुसली व्हायची. एक दिवस तर तिनं हट्टच धरला, की मला या सगळ्या प्रश्नांची उत्तरं पाहिजे आहेत. आता किसाबाईला प्रश्न पडला; पण तिनं ठरवलं की या प्रश्नांची उत्तरं देणारा कुणीतरी मोठा माणूस आपण गाठायचाच आणि त्याच्याकडून सगळी उत्तरं मिळवायची. या विचारात किसाबाई श्यामाला सांगून तुळशीबनाबाहेर पडली. तसं तिला श्यामासाठी काही वस्तू आणायच्या होत्याच. ती बाहेर पडली. बग्गीवाल्याला तिनं हाक मारली आणि ती शेजारच्या गावात निघाली. अचानक बग्गी थांबली. तिनं कारण विचारलं, तर बग्गीवाला म्हणाला, ''कुणीतरी रस्त्यामंदी भोवळ येऊन पडल्याचं दिसतंय!'' तो खाली उतरला आणि रस्त्यावर पडलेल्या त्या माणसाला त्यानं धरून आणलं. कसंबसं बग्गीत बसवलं आणि किसाबाईच्या सांगण्यावरून त्यानं बग्गी पुन्हा तुळशीबनाकडे वळवली. तुळशीबनात येईपर्यंत ती व्यक्ती थोडीशी सावध झाली होती. तुळशीबनात आल्यावर किसाबाईनं लक्ष्मणाला हाक मारली. दोघांनी मिळून त्या व्यक्तीला बग्गीतून उचलून विठ्ठल मंदिरात नेलं. तिथं निजवलं. लक्ष्मणानं धावत जाऊन पाणी आणलं. त्या व्यक्तीच्या तोंडावर शिंपडलं. थोडं डोक्यावर थापलं. आता ती व्यक्ती पूर्ण सावध झाली. उठून बसली. इकडेतिकडे पाहिलं. चेहऱ्यामोहऱ्यावरून आणि पोशाखावरून तरी ती व्यक्ती ब्राह्मण असावी, असं वाटत होतं. त्या व्यक्तीच्या गळ्यात माळ होती. म्हणजे वारकरी असणार. मनाशी अंदाज बांधत किसाबाई घरात आली.

श्यामाला घडलेली हकिकत सांगून एका लोटलीत दूध आणि त्यात चिमूटभर साखर घालून ती पुन्हा मंदिरात गेली आणि दुधाची लोटली त्या व्यक्तीसमोर ठेवून

अदबीनं म्हणाली, ''घ्यावं महाराज!'' त्या व्यक्तीनं एक आभाराची नजर किसाबाईकडे टाकली आणि लोटली उचलून तोंडाला लावली. दूध पोटात जाताच त्या व्यक्तीला खूपच हुशारी वाटू लागली. पालथ्या हातांनी आपल्या मिशा आणि उपरण्यानं आपलं तोंड पुसून त्या व्यक्तीनं बोलायला सुरुवात केली. ''तुमचे सगळ्यांचे आभार कसे मानावेत, हेच मला कळत नाही. त्या विठाई माउलीनंच तुम्हाला पाठवलं असावं. तुम्ही वेळेवर मदत केलीत म्हणून माझा जीव वाचला. मी नरसोपंत कुलकर्णी. तुंगत नावाचं इथं जवळच एक गाव आहे तिथला. नुकताच मी पंढरपुरास वारीला जाऊन आलो आणि आज मंगळवेढ्याला जाण्यासाठी बाहेर पडलो; पण मला वाटतं, मला ते सोसलं नसावं. त्यामुळे मला भोवळ आली; पण तुम्ही लोक देवासारखे धावून आलात.'' असं म्हणत नरसोपंत सावरून बसले. इकडेतिकडे पाहू लागले आणि समोर विठ्ठलाची सावळी, सुंदर मूर्ती बघून प्रसन्नतेनं म्हणाले, ''वा छान! माझा विठुराया इथं आहे तर! तरीच त्यानं तुम्हाला माझ्याकडे पाठवलं अगदी वेळेवर! विठ्ठला, अशीच माझ्यावर कृपा राहू दे बाबा!'' असं म्हणत त्यांनी विठ्ठलाला हात जोडले. आता त्यांचं लक्ष किसाबाईकडे गेलं. ''वा छान! तुम्हीही माळकरी आहात तर! वारकरी आहात तर. मग वारीला जाता की नाही?'' त्यांनी आपुलकीनं विचारलं. किसाबाईला त्यांच्या स्वरातली माया जाणवली. म्हणाली, ''व्हयं पंतकाका, मीबी माळकरीण हाय. पर दरसाल वारीला जायला मला जमत न्हायी. जवा जमंल तवा जाते!'' किसाबाईनं अदबीनं उत्तर दिलं. तोच लक्ष्मणानं घरात जाऊन केळी, पेरू अशी फळं आणली आणि ती पंतकाकांसमोर ठेवली.

पंतकाका आजूबाजूच्या परिसराचं निरीक्षण करत होते. तुळशीचं ते टवटवीत बन बघून त्यांना आश्चर्यही वाटलं आणि आनंदही. त्याबद्दलही त्यांनी चौकशी केली. लक्ष्मणानं माहिती दिल्यावर म्हणाले, ''वा छान! विठ्ठलाला तुळस आवडते. ती नेहमी त्याच्या हृदयावर विराजमान असते; कारण ही तुळस म्हणजे गतजन्मीची वृंदा, त्याची निस्सीम भक्त आहे!'' पंतकाकांच्या तोंडून हे वाक्य ऐकलं आणि किसाबाईला जणू साक्षात्कार झाला. 'ह्योच माणूस, ह्यालाच मी शोधत व्हते. बरोबर हाय. ह्ये पंतकाकाच श्यामाताईंच्या सगळ्या प्रश्नांची उत्तरं देतील. अगदी बैजवार देतील. बरं झालं. ह्याला विठाई माउलीनंच धाडलं.' किसाबाईला हे लक्षात आलं, तेव्हा ती हरखलीच. आता हे पंतकाकांना विचारावं कसं, असा प्रश्न तिच्या चेहऱ्यावर उमटला आणि पंतकाकांनी तो वाचला. त्यांनी विचारलंच, ''ताई, काही विचारायचं आहे का? मग संकोच करू नका. खुशाल विचारा!'' त्यांनी असं आश्वासन दिल्यावर किसाबाईला धीर आला. म्हणाली, ''पंतकाका, माझी एक लेक हाय श्यामा. ती पोटुशी हाय. तिच्या घरनंच आम्ही हितं राहायला आलो आहोत. तिला तुळशीबनात ऱ्हायचे आनी अभंग ऐकायचेच डोहाळे लागले हायेत.

पन काका, तिला या समद्या गोष्टीधरनं लईच प्रश्न पडत्यात; पर मला त्या प्रश्नांची उत्तरं येत न्हाईत. पंतकाका, आमच्यासाठी एवढं करा. श्यामाताईंच्या प्रश्नांची उत्तरं त्यांना सांगा. त्यास्नी अजूनबी काय काय माहिती पाहिजेल हाय; तीबी सांगा! पंतकाका, एवढं काम कराच! प्रश्नांची उत्तरं मिळाली नाहीत म्हणून ती पोर दोन दिवस झोपल्याली न्हायी!'' किसाबाई बोलत होती आणि नरसोपंत लक्ष देऊन ऐकत होते. त्यांना मनोमन नवल वाटत होतं आणि कुतूहलही. 'कोण ही श्यामा जिला हे असे जगावेगळे डोहाळे लागले आहेत?' त्यांच्या मनाला प्रश्न पडला. विचारलेलं प्रशस्त दिसणार नाही, हे समजूनसुद्धा त्यांनी विचारलंच, ''कोण या श्यामाताई?'' आता काय उत्तर द्यावं, हा प्रश्न किसाबाईला पडला. श्यामा कोण म्हणून सांगायचं? शेवटी तिनं शब्दांची जुळवाजुळव केली आणि म्हणाली, ''पंतकाका, श्यामाताई म्हंजी... म्हंजी माया कलावंतीणबाईंची लेक आणि सदाशिव मालगुजर या नगरशेठजींच्या प्रेमातल्या राणीसाहेब. पर त्यांना विठ्ठल, रखुमाई, वारकरी, पंढरपूर यांची माहिती घ्यायचेच डोहाळे लागले हाईत. म्हणून तुम्हाला म्हटलं मी!'' किसाबाईनं आपल्या परीनं त्यातल्या त्यात बऱ्या शब्दांत पंतकाकांना श्यामाची ओळख सांगितली.

पंतकाका चाणाक्ष होते. त्यांच्या लक्षात आलं. क्षणभर ते विचारात पडले. आपण इथं आलो आणि इथं विसावा घेतला ही चूकच झाली, असंही त्यांना क्षणभर वाटून गेलं; पण आपण स्वत:हून इथं आलो नाही, तर आणलो गेलो आणि तेही विठ्ठल मंदिरात. यातही विठ्ठलाचा काही हेतू असणार म्हणूनच आपण इथं आणलो गेलो, यावर त्यांचा विश्वास होता आणि कदाचित विठ्ठलाचा हाच जर हेतू असेल, तर तो नाकारणारे आपण कोण, असा विचार त्यांच्या मनात आला. ''पांडुरंगाची इच्छा! त्याच्या मनात असंल तसंच होईल!'' असं म्हणत त्यांनी विठ्ठलाला हात जोडले आणि किसाबाईला म्हणाले, ''ताई, कुठं आहेत तुमच्या श्यामाताई? बोलवा त्यांना. त्यांच्या मनातल्या प्रश्नांची मी देतो उत्तरं!'' पंतकाकांचं हे बोलणं ऐकून किसाबाईचा आनंद जणू गगनात मावेना. ती शक्य तेवढी धावत घरात गेली आणि श्यामाला म्हणाली, ''लेकी, पोरी चल, चल लवकर! पंतकाका आलेत. त्यांना विठुरायानंच धाडलं जणू! त्यांना समदं म्हाईत हाये. तुला ज्या ज्या शंका येतात, त्या समद्यांची उत्तरं हाईत त्यांच्याकडं! चल लवकर!'' किसाबाईचं बोलणं ऐकून श्यामाचा चेहरा उजळला. खरंच तिच्या मनात उमटलेल्या प्रश्नांनी तिचं स्वास्थ्य जणू हिरावून घेतलं होतं. आता त्याच प्रश्नांची उत्तरं मिळणार म्हटल्यावर श्यामाला साहजिकच आनंद झाला. ती उठली आणि मंदिरात आली. उंची वस्त्रप्रावरणं ल्यालेली, दागिन्यांनी मढलेली, दिसायला देखणी असलेली श्यामा नजरेत पडताच पंतकाकांना तिच्या चेहऱ्यात रुक्मिणीचा भास झाला. आपसूक त्यांनी हात जोडले.

तोच “हे काय करताय काका?” म्हणत श्यामा त्यांच्यासमोर नमस्काराला वाकली. खरंतर हाताची तीन बोटं कपाळाकडे नेऊन मुजरा करायची सवय असणाऱ्या श्यामाला नमस्कार आणि तोही असा वाकून नमस्कार करण्याची वेळ क्वचितच यायची; पण आज का कोणास ठाऊक पंतकाकांनी हात जोडलेले पाहिल्यावर तिला त्यांच्यासमोर नमस्कारासाठी वाकायची इच्छा झाली आणि तिनं पंतकाकांना वाकून नमस्कार केला. “तुझ्यापोटी रुक्मिणी जन्माला येऊ दे!” पंतकाकांनी आशीर्वाद दिला आणि श्यामा प्रसन्नपणे हसली. जणू तिला हवा होता तो आशीर्वाद तिला मिळाला होता. आपल्या गर्भातलं बाळही या आशीर्वादानं आनंदित झालंय, असं तिला वाटलं.

पंतकाका श्यामाचं निरीक्षण करत होते. कलावंतिणीच्या कुळातली असली, तरी आतातरी श्यामाच्या चेहऱ्यावर सात्त्विक भाव होता. गर्भारपणाचं तेज तर तिच्या अंगोपांगी जणू निथळत होतं. ‘हिच्या पोटी मूर्तिमंत सात्त्विकताच जन्माला येणार’ असं तिच्याकडे बघताना का कोण जाणे पंतकाकांच्या मनात आलं आणि ही कुठल्याही कुळातली असू दे; पण हिच्या गर्भातल्या बाळासाठी तरी आपण हिच्या शंकांचं निरसन केलं पाहिजे, असं त्यांना वाटलं. आपल्या मनानं दिलेला कौल जगरहाटीपेक्षा बरोबर आहे, असं मानणाऱ्या पंतकाकांनी किसाबाईंना सांगितलं, “ताई, या पोरीच्या मनात उद्भवलेल्या शंकांचं निरसन करायला मी बांधील आहे आणि मला असं वाटतं, की हे काम एका दिवसात होणार नाही. तेव्हा या मंदिरात माझ्या मुक्कामाची व्यवस्था करा. उद्या सकाळपासून मी भागवत कथेला सुरुवात करेन. त्यात हिच्या सगळ्या प्रश्नांची उत्तरं असतील!” पंतकाकांनी असं सांगितल्यावर सगळ्यांचे चेहरे खुलले. क्षणभरच; पण पुन्हा किसाबाईच्या मनात काहीतरी आलं आणि तिनं ते लगेच विचारूनही टाकलं. म्हणाली, “पंतकाका, तुम्ही हित ऱ्हाणार म्हणलात, यासारखी दुसरी आनंदाची गोष्ट न्हाई. पर आमच्या हातचं जेवण, आम्ही शिजवलेलं अन्न तुम्हाला कसं चालंल? तुम्ही पडलात बामन! आणि आम्ही...!”

“तसं काही नाही किसाताई!” तिला मध्येच तोडत पंतकाका म्हणाले, “किसाताई, अहो, मी माळ घातली आहे. मी वारकरी आहे. माझ्यासाठी वारकरी हा एकच धर्म आणि माणूस ही एकच जात आहे. स्पृश्य-अस्पृश्य असा भेद मी मानत नाही आणि गरीब-श्रीमंत तर नाहीच नाही. त्यामुळे तुम्ही जे शिजवाल, जे खाल, जे द्याल; ते मी खाईन आणि या विठ्ठल मंदिरात राहीन आणि श्यामाताईंना जेव्हा वाटेल, की भागवत कथा ऐकावी, तेव्हा मी ती सांगेन; पण मला आठ दिवसांपेक्षा जास्त दिवस इथं राहता येणार नाही; कारण मला पुढे पुन्हा पंढरपुरास जायचं आहे. तेव्हा उद्यापासूनच मी भागवत कथेला सुरुवात करेन!” पंतकाकांचं हे बोलणं ऐकल्यावर मात्र सगळ्यांच्याच मनाला अपरिमित आनंद झाला. सगळ्यांच्या

मनावरचं ओझं उतरलं. विशेष आनंद किसाबाईला झाला. एकतर आता श्यामाच्या मनाला लागलेली हुरहुर कमी होणार होती आणि पंतकाका इथं राहणार, हे समजल्यावर मनावर आलेलं दडपणही त्यांच्या या बोलण्यानं कमी झालं. श्यामाचा चेहरा तर गुलाबाच्या चेहऱ्यासारखा उमलला. आपल्याला काहीतरी चांगलं ऐकायला मिळणार आहे हे समजल्यावर एखाद्या लहान बाळाला जसा आनंद होतो, तसाच आनंद श्यामाला आला. तो आनंद बघून किसाबाईलाही आनंद झाला. आता श्यामाचं लक्ष जेवणाखाणाकडे लागणार होतं. तिला चांगली झोप येणार होती आणि तिच्या प्रकृतीविषयी किसाबाईला वाटणारी काळजी दूर होणार होती. भागवत कथा हे सगळं घडवून आणणार होती आणि तसंच झालं.

दुसऱ्या दिवशीपासून श्यामा सकाळी लवकर उठून, आवरून मंदिरात आली. तर पंतकाका आवरून तिची वाट बघत बसले होते. श्यामानं पुढे होऊन त्यांना नमस्कार केला. पंतकाकांनी पुन्हा 'रुक्मिणीसारखी कन्या तुझ्यापोटी येऊ दे' असा आशीर्वाद दिला. श्यामाचा चेहरा खुलला. पंतकाकांनी तिला बसण्याची खूण केली. आपला पदर सावरून श्यामा बसली. पंतकाकांनी गणेशपूजन करून भागवत कथेला सुरुवात केली. विष्णूचे दशावतार सांगायला सुरुवात केली. ऐकता ऐकता श्यामाची जणू भावसमाधी लागली. दुपारचे बारा कधी वाजले, ते ना कथा सांगणाऱ्या पंतकाकांना कळलं, ना कथा ऐकणाऱ्या श्यामाला उमजलं; पण श्यामाची काळजी घेणाऱ्या किसाबाईला मात्र ते समजलं. पंतकाकांना आणि श्यामाला जेवण करण्यासाठी तिनं हाक मारली, तेव्हा कुठं दोघांनाही भान आलं. किसाबाईनं पंतकाकांचं ताट तयार करून मंदिरातच दिलं आणि श्यामाला ती घरात घेऊन गेली. पंतकाका जेवत होते; पण त्या जेवणाचा स्वाद काही आगळावेगळाच होता. काय कारण असावं त्याचं. ती भागवत कथा एकाग्रचित्तानं ऐकणारा श्यामासारखा श्रोता लाभला होता म्हणून, की भागवत कथेची माधुरी पंतकाकांच्या जिभेवर उतरली होती म्हणून, की साक्षात विठ्ठल मंदिरात बसून ते जेवत होते म्हणून, की भोवताली तुळशीबन होतं त्यामुळे वातावरणातली शुद्धता अन्नात मिसळली होती म्हणून? कारण काहीही असो त्या अन्नाची माधुरी काही वेगळीच होती. अवीट चवीची, अवीट गोडीची, अवीट स्वादाची! पंतकाका आनंदानं जेवत होते.

आता हा रोजचा कार्यक्रम ठरला. सकाळी उठून, आवरून श्यामानं मंदिरात यायचं. पंतकाकांनी भागवत कथेला सुरुवात करायची. पंतकाकांचं देहभान कथा सांगताना हरपायचं. तर श्यामा देहभान हरपून कथा ऐकायची. भक्तांच्या उद्धारासाठी, जगाच्या कल्याणासाठी विष्णूनं दहा अवतार घेतले, हे ऐकून श्यामा फारच प्रभावित झाली. त्याबरोबर विष्णूचा आठवा अवतार श्रीकृष्ण, त्याचं चरित्रगायन तर पंतकाकांनी चांगलं पाच दिवस केलं आणि त्या श्रीकृष्ण चरित्राची श्यामाला जणू

मोहिनीच पडली. तिला सगळीकडे श्रीकृष्ण दिसायला लागला. सात दिवस झाले होते. भागवत कथा संपत आली. दहा अवतार सांगून झाले; पण अजूनही त्यात विठ्ठलाचा कुठेच उल्लेख नव्हता. शेवटी न राहवून श्यामानं पंतकाकांना विचारलं, "काका, या देवाच्या दहा अवतारांत हा विठ्ठल कुठेच नाही? मग हा आहे तरी कोण?" तिच्या बुद्धीचं पंतकाकांना कौतुक वाटलं. प्रसन्न हसून ते म्हणाले, "छान प्रश्न विचारलास पोरी! अगं, विठ्ठल हे त्या श्रीकृष्णाचंच रूप आहे. त्याच्या श्रीकृष्णजन्मात त्याला भक्तांचं इतकं प्रेम मिळालं, की त्या भक्तांच्या भक्तीच्या मोहापायी तो विठ्ठलरूपात पुन्हा अवतरला आणि याही अवतारात त्याला भक्तांचं अरंपार प्रेम मिळालं. इतकं की विष्णूचे इतर सगळे अवतार भक्तांच्या त्या प्रेमापोटी झाकोळले गेले. श्रीकृष्ण आणि विठ्ठल ही दोनच रूपं सर्व भक्तांच्या मनात रुतून बसली. गेली हजारो वर्षं श्रीकृष्ण आणि शेकडो वर्षं विठ्ठल भक्तांच्या मनावर अधिराज्य गाजवत आहेत. भक्तांच्या हृदयसिंहासनावर त्यांचंच राज्य आहे. म्हणूनच पंढरपूरला चंद्रभागेच्या वाळवंटात चंद्रभागेच्या पाण्यापेक्षा भक्तांचा सागर मोठा असतो. विठुराया हा सर्वसामान्य लोकांचा, कामकऱ्यांचा, कष्टकऱ्यांचा, शेतकऱ्यांचा देव आहे. म्हणून तर या सर्वसामान्य लोकांमधूनच नामदेव, चोखोबा, गोरोबा, सावता, सेना, नरहरी, जनाबाई यांसारखे त्याचे निस्सीम भक्त निर्माण झाले आणि त्यांनी आपलं दैनंदिन कामकाज करत विठुरायाची भक्तीही केली आणि अभंग रचनाही केल्या. म्हणून आज शेकडो वर्षं झाली तरी अजून पंढरपूरला भक्तांचा, अगदी हजारो भक्तांचा मेळा भरतो. आषाढी, कार्तिकी एकादशीला कुणी न बोलावता, कसलंही प्रलोभन न दाखवता हे भक्त केवळ विठुरायाच्या दर्शनाच्या ओढीनं पंढरपूरला जमतात. त्याचं दर्शन घेतात आणि भरून पावतात!"

पंतकाका सांगत होते. श्यामा त्यांच्यासमोर डोळे मिटून बसली होती. तिच्या मिटल्या डोळ्यांसमोर भक्तांच्या गर्दीनं फुललेलं पंढरपुरातलं ते कधीही न पाहिलेलं चंद्रभागेचं वाळवंट दिसायला लागलं आणि तिच्या मिटल्या डोळ्यांतूनच अश्रूंच्या धारा वाहायला लागल्या. तिची ती भावावस्था बघून पंतकाकांनाही गहिवरून आलं. ते बोलायचे थांबले; पण तेही श्यामाला लगेच समजलं नाही. ते लक्षात आल्यावर तिनं डोळे उघडले. आपल्या डोळ्यांत पाणी भरलंय, ते गालांवरून ओघळतंय, याची किंचितही खंत न बाळगता तिनं पंतकाकांना विचारलं, "काका, श्रीकृष्ण आणि विठ्ठल यांचं आगळं नातं मला समजलं. विष्णूचे दहा अवतारही समजले. पण काका, माझ्या मनात अजून काही प्रश्न आहेत. मी ते विचारले, तर चालतील?" तिच्या शब्दात मार्दव होतं. प्रश्न विचारण्यात आर्जव होतं, तर बोलण्यात लाघव होतं. तिचा तोरा कुठल्याकुठे गळून गेला होता. कदाचित विठुरायाच्या कथाश्रवणाचा हा परिणाम असावा. तिच्या विचारण्यातली आतुरता

बघून पंतकाका हसले. म्हणाले, ''पोरी, जरूर विचार! अगं, शंका निर्माण होणं, हे जागृत मनाचं लक्षण आहे आणि प्रश्न विचारणं, हे ज्ञानलालसेचं द्योतक आहे. विचार! जरूर विचार!'' त्यांच्या या आपुलकीनं श्यामाला धीर आला आणि तो आलेला धीर निघून जाण्याच्या आत तिनं प्रश्न विचारले. म्हणाली, ''काका, मग मला सांगा, या विठुरायाला तुळशीदलाचीच माळ का आवडते? इतर देवांसारखी वेगवेगळ्या फुलांची का नाही? दुसरं म्हणजे हा विठुराया विटेवरच का उभा आहे? इतर देवांसारखं याला वाहन किंवा बसायला सिंहासन का नाही? आणि काका, तिसरा प्रश्न असा, की यानं हात कमरेवरच का ठेवलेत? आशीर्वाद देणारा हात किंवा फूल, कमळ धरलेला हात, असे याचे हात का असत नाहीत?'' तिचे तीनही प्रश्न ऐकून पंतकाकांना नवल वाटलं. आतापर्यंत त्यांनी अनेक ठिकाणी कीर्तनं-प्रवचनं केली होती. दरसाल ते वारीतही जात होते; पण कीर्तन-प्रवचन करत असताना आणि वारीतही त्यांना असे प्रश्न कुणी विचारले नव्हते. एकतर काही जण जे वृद्ध होते, अभ्यासक होते; त्यांना यांची उत्तरं माहीत होती म्हणून असेल किंवा ज्यांना माहीत नव्हती, त्यांना त्याबद्दल एवढं कुतूहल वाटलं नसेल म्हणूनही असेल; पण असे प्रश्न कुणी विचारले नव्हते हे खरं! त्यामुळेच पंतकाकांना नवल तर वाटलंच; पण श्यामाचं कौतुकही वाटलं! आणि त्याचबरोबर त्यांचा कथा सांगण्याचा उत्साहही दुणावला. श्यामाच्या या प्रश्नांची उत्तरं देण्यासाठी ते अगदी सावरून बसले आणि त्यांनी बोलायला सुरुवात केली. त्यांनी बोलायला सुरुवात केली आणि श्यामाचे अवघे पंचप्राण जणू तिच्या कानांत गोळा झाले. अगदी तिच्या पोटातल्या गर्भाचेसुद्धा.

पंतकाकांनी सांगायला सुरुवात केली, ''त्याचं असं आहे श्यामाताई, तुमचा पहिला प्रश्न आहे तो विठुरायाला तुळशीदलाची माळ का आवडते? बरोबर? त्याचं उत्तर विठुरायाच्या कृष्णजन्मात दडलेलं आहे. श्रीकृष्णाची एक सखी, तिचं नाव वृंदा. तिचं श्रीकृष्णावर निरतिशय प्रेम; पण श्रीकृष्णाची जिवलग सखी राधा आणि तिचं वास्तव्य श्रीकृष्णाच्या हृदयात होतं. त्यामुळे तिथं वृंदेला जागा नव्हती. म्हणून मग वृंदेनं कठोर तप केलं. तेव्हा श्रीकृष्ण तिच्यावर प्रसन्न झाला आणि तिला वर मागायला सांगितला. वृंदा म्हणाली, ''मला तुझ्या हृदयाजवळ जागा पाहिजे.'' श्रीकृष्ण म्हणाला, ''वृंदे, या जन्मी ते शक्य नाही; पण जेव्हा मी श्रीविठ्ठलाच्या रूपात येईन, तेव्हा तू सतत माझ्या गळ्यात रुळत राहशील, माझ्या हृदयाजवळ राहशील; असं मी तुला वचन देतो आणि वृंदेला दिलेल्या वचनाची पूर्तता म्हणून विठुरायाला तुळशीदलाची माळ आवडते. ती सतत त्याच्या गळ्यात, त्याच्या छातीवर रुळत राहते. त्याच्या हृदयाजवळ राहते; कारण त्या वेळची वृंदा म्हणजेच आताची तुळस!'' पंतकाकांनी श्यामाच्या पहिल्या प्रश्नाचं समर्पक उत्तर दिलं आणि

ते थांबले. श्यामाच्या चेहऱ्यावर समाधान होतं; पण तिचा चेहरा विचारमग्न होता.

'श्रीकृष्णाची अशी कुणी सखी नव्हती का, जी नृत्य, गायन करून त्याचं मन रिझवत होती. तशी असेल, तर ती पूर्वजन्मीची आपणच असणार!' तिच्या मनातल्या स्वप्नात एका नव्या कल्पनेनं भर घातली होती. तोच पंतकाकांनी पुढे सांगायला सुरुवात केली. "श्यामाताई, तुमचा दुसरा प्रश्न आहे, तो म्हणजे विठ्ठल विटेवरच का उभा आहे? तर श्यामाताई, त्याचं कारण असं आहे की, पुंडलिक नावाचा एक महान भक्त होता. विठुरायाचं त्याच्यावर आणि त्याचं विठुरायावर आत्यंतिक प्रेम होतं. कर्नाटकातून पंढरपुरात आल्यावर विठुराया पुंडलिकाला भेटायला गेला. पुंडलिक तेव्हा आई-वडिलांचे पाय चेपत होता. माता-पित्याची सेवा करत होता. पुंडलिक गरीब, त्याच्याकडे विठ्ठलाला बसायला देण्यासाठी आसन नव्हतं. आता त्याला काय द्यायचं! तिथंच एक वीट पडलेली होती. पुंडलिकानं ती वीट विठुरायाजवळ फेकली आणि म्हणाला, 'जरा उभा राहा त्यावर! आई-बाबांची सेवा करून संपली की मग येतोच तुझ्याकडे!' मग पुंडलिकाच्या प्रेमाखातर विठुराया त्या विटेवर जाऊन उभा राहिला तो आजतागायत. भक्ताच्या प्रेमाला, विनंतीला मान द्यायचा म्हणून विठुराया विटेवरच उभा राहिला." पंतकाकांनी श्यामाच्या दुसऱ्या प्रश्नाचं उत्तर दिलं आणि देवाचं भक्तावरचं प्रेम बघून श्यामा भारावून गेली.

पंतकाकांनी लगेच तिचा तिसरा प्रश्न सोडवायला सुरुवात केली, "श्यामाताई, तुमचा तिसरा प्रश्न आहे, विठुरायाचे दोन्ही हात कमरेवर का? तर त्याचं असं आहे, की हा विठुराया नेहमीच भक्तांच्या मेळ्यात असतो. नव्हे, भक्तांचा मेळा त्याला आवडतो; पण मग आपल्या भक्तांनी आपल्या भेटीला निवांत यावं, शांत मनानं यावं; प्रपंचाचं, त्यातल्या अडचणींचं कोणतंही भय त्यांना वाटू नये म्हणून हा भवसागर जास्त खोल नाही, फक्त कमरेइतकाच खोल आहे, त्याला घाबरू नका, त्यातून तुम्ही माझ्या भक्तीमुळे सहज तरून जाल, असा विश्वास आपल्या भक्तांना देण्यासाठी, त्यांच्या मनात असलेली भवसागराची भीती घालवण्यासाठी, भवसागराची खोली कमरेएवढीच आहे, हे दाखवण्यासाठी विठुरायानं आपले हात कमरेवर ठेवले आहेत." पंतकाकांनी श्यामाच्या तिसऱ्याही शंकेचं निरसन केलं आणि श्यामाची जणू भावसमाधी लागली.

दुसरे दिवशी सोबत दिलेला शिधा आणि भरपूर बिदागी घेऊन पंतकाका निघून गेले पंढरपुराकडे; पण श्यामाच्या मनातलं, हृदयातलं, डोळ्यांतलं, विचारातलं, आचारातलं, उच्चारातलं पंढरपूरचं आणि विठुरायाचं गारूड पुढे कित्येक महिने तसंच होतं.

# ५

**श्री**कृष्णाची आणि विठ्ठलाची कथा. पंढरपूरचं माहात्म्य. संत परिवाराच्या गोष्टी, त्यांचे अभंग, त्यांची विठ्ठलावरची भक्ती हे सगळं श्यामाला पुढे कित्येक महिने पुरलं. या सगळ्या गोष्टी सांगून पंतकाका निघून गेले; पण या सगळ्याचं गारूड श्यामाच्या मनावर तसंच राहिलं. थोडे दिवस तुळशीबनात राहून काही दिवसांनी श्यामा आणि किसाबाई मंगळवेढ्याला श्यामा महालात परत आल्या. आपली लेक श्यामा घरी परतली, याचा मायाला अतोनात आनंद झाला. श्यामाच्या चेहऱ्यावर गर्भारपणाचं तेज ओसंडून वाहत होतं. तिचा चेहरा, तिची कांती, तिचे डोळे, तिची हालचाल, तिचं बोलणं, तिचं चालणं, तिचं वागणं यात एक प्रकारचं मार्दव, लाघव आलं होतं. मनस्वी हट्टी असलेली, आपल्या रूपाचा तोरा मिरवणारी, मनाविरुद्ध घडलं तर सगळा श्यामा महल डोक्यावर घेणारी श्यामा ती हीच का, असा प्रश्न पडावा इतकी ती बदलली होती. हा परिणाम गर्भारपणाचा की तुळशीबनाचा! माया सतत याचा विचार करत होती. एक-दोनदा तिनं श्यामाला या बाबतीत छेडलंसुद्धा; पण तिनं उत्तर तर काही दिलं नाहीच. पण, ''आई, मला असंच राहण्यात आनंद वाटतोय आणि मी आनंदी असणं तुझ्यासाठी महत्त्वाचं आहे ना? मग झालं तर!'' असं म्हणून तिनं मायालाच शब्दात पकडलं. मग मायानं किसाबाईला विश्वासात घेतलं आणि तिला हळूहळू सगळं विचारून घेतलं; पण किसाबाईनं जे सांगितलं, ते ऐकून माया हबकलीच. या गर्भाच्या आवडीनिवडी पुरवण्याच्या नादात ही पोर काय जोगतीणबिगतीण बनती की काय? आणि या सगळ्या श्रीमंतीचा, ऐषोआरामाचा उपभोग घ्यायचा सोडून ही पोर काय संन्यासिनी बनती की काय, अशी शंका मायाला यायला लागली आणि तिनं सावधगिरीचा पवित्रा घेत एक दिवस श्यामाला सांगितलं, ''श्यामा, पोरी, हे बघ तुला हे देव, संत, त्यांची गाणी हे सगळं आवडतंय, आवडू दे! त्याला माझी काही हरकत नाही; पण पोरी या सगळ्यासोबत वाहून जाऊन, या सुरक्षित आणि सुखी जीवनाचा त्याग करून भणंग होऊ नकोस. तुझ्या पोटात वाढणाऱ्या बाळाचा, त्याच्या भावी आयुष्याचा, त्याच्या कल्याणाचा विचार कर. त्यासाठी पैसाअडकाच लागणार

आहे. तेव्हा त्याकडे दुर्लक्ष करून आपल्या पोटच्या बाळाचं आयुष्य वैराण आणि दुःखी बनवू नकोस. तुझी आणि त्या बाळाचीही काळजी घे. दोघांच्या भावी आयुष्याचा, सुखाचा विचार कर.'' मायानं असं समजावल्यावर तिलाच बरं वाटलं आणि विशेष म्हणजे श्यामालाही तिचं बोलणं पटलं.

आपल्या बाळाच्या भवितव्याचा विचार करता आपण पैशाचा आधार कायम ठेवला पाहिजे, हे श्यामाच्याही लक्षात आलं आणि श्यामाला हे पटलेलं बघून मायानंही सुटकेचा निःश्वास टाकला. आपलं बोलणं श्यामाला पटलं म्हणजे निदान ती आता हे सुख, ही श्रीमंती, ही समृद्धी सोडून तर जाणार नाही, याची मायाला खात्री वाटली आणि ती निश्चिंत झाली. तरीही एक रुखरुख तिच्या मनाला होतीच. ती म्हणजे तुळशीबनातून आल्यापासून श्यामाचं अवघं वागणं, वागणंच नव्हे तर तिचा अवघा स्वभावच बदलला होता. याआधीची मनस्वी, हट्टी, नकसखोर श्यामा कुठं लुप्तच झाली होती आणि प्रेमळ, मनमिळाऊ, लाघवी श्यामाचा जणू नवा जन्म झाला होता. ती सतत देवाचं नाव घेत होती. देवाचे अभंग गात होती. देवाच्या त्या गाण्यांना अभंग म्हणतात, ते श्यामानंच मायाला सांगितलं होतं. याबद्दल मायाची तक्रार नव्हती; पण कलावंतिणीचं मुख्य शस्त्र आणि अस्त्र म्हणजे शृंगार आणि प्रणय हे तिनं विसरू नये, असं मायाला वाटायचं आणि ते चुकीचं नव्हतंच. तिच्या घराण्याचा तो रिवाज होता आणि याच गोष्टींच्या बळावर तर पुरुषांना भुलवायचं आणि बांधून ठेवण्याचं कसब त्यांच्या अंगी असायचं आणि हेच कसब त्यांना उभ्या आयुष्यात काही कमी पडू न देण्यासाठी उपयोगाला यायचं; पण तुळशीबनातून आल्यापासून श्यामा जणू साजशृंगारच विसरली होती. ती साधीच राहायची. मूळचीच सुंदर असणाऱ्या श्यामाला तो साधेपणाही शोभून दिसायचा. त्यातही तिचं रूप खुलायचं. त्यातच आता गर्भारपणाचं तेज तिच्या अंगोपांगी निथळत होतं. त्यामुळे तिला कुठल्याच साजशृंगाराची गरज नव्हती; पण मायाचा मात्र आग्रह असायचा, की तिनं नटून-सजून राहावं. सदाशिवला आपल्याभोवतीच बांधून ठेवावं. ज्यामुळे तो सतत श्यामामध्येच गुरफटलेला राहील. त्यातच मूल झाल्यावर स्त्रीचं सौंदर्य उताराला लागतं. मायाला स्वतःला याचा अनुभव होताच. श्यामाचा जन्म झाल्यावर काही महिन्यांनी सरदाराचं मायावरचं लक्ष कमी झालं होतं. त्यातच सरदाराच्या आईनं त्यांचं एका दुसऱ्या सरदारकन्येशी लग्न लावून दिलं आणि हळूहळू सरदारांचं मायावरचं लक्ष उडालं. त्यांचं तिच्यातलं गुंतणं कमी झालं. मात्र हे होण्याआधीच मायानं आपल्या आणि आपल्या लेकीच्या भविष्याची तरतूद करून ठेवली होती. अमाप पैसाअडका, दागदागिने, उंची वस्त्रप्रावरणं, शेतीवाडी, रत्नं, अलंकार, गाद्यागिरद्या, गालिचे, सोन्या-चांदीची शमादानं आणि हा श्यामा महल तिनं आपल्याला राहण्यासाठी त्या सरदाराकडून लिहून घेतला

होता आणि मगच त्याला लग्नाला परवानगी दिली होती.

लग्न झाल्यावर सरदाराचं येणं कमी झालं, तेव्हा त्याच्या परवानगीनं मायानं मैफली भरवायला सुरुवात केली आणि कमाईचा ओघ वाहता ठेवला. तिला आपल्या भविष्याची काळजी नव्हतीच; कारण ती तरतूद तिनं आधीच करून ठेवली होती. पण, आपल्याप्रमाणेच आपल्या लेकीचं आयुष्यही सुखा-समाधानात जावं, अशी तिची इच्छा होती. आपल्या लेकीच्या म्हणजे श्यामाच्या पालनपोषणात कोणतीही कमतरता तर राहूच नये; पण त्याचबरोबर साठवलेल्या आणि सरदाराकडून घेतलेल्या गंगाजळीलाही उपसा राहू नये, म्हणून मैफलीतून तिनं कमाईचा वाहता ओघ कायम ठेवला आणि एखाद्या सरदारकन्येसारखी श्यामाची निगराणी केली आणि म्हणूनच श्यामानंही आपली परंपरा पुढे चालू ठेवत आपल्या कमाईत आणखी उत्तरोत्तर भर घालावी, सदाशिव मालगुजरसारखा देखणा, मातब्बर नगरशेठ तिनं आपल्या पदराला कायमचा बांधून कसा राहील याकडे लक्ष द्यावं, असं तिला वाटायचं आणि म्हणूनच श्यामाचं हे असं भक्तिणीसारखं वागणं तिला पटायचं नाही. एके दिवशी ती न राहवून सदाशिवला बोलली, "शेठजी, ही तुमची लाडकी श्यामा देवाची भक्तीण असल्यागत वागतीये. तिनं साजशृंगार समदा सोडून दिलाय. तुमीच तिला जरा समजवा. मला काय तिचं ह्ये वागणं पसंत न्हायी. कलावंतिणीनं कसं कायम गुलाबासारखं टवटवीत ऱ्हावं. चंदनासारखं घमघमावं आणि पारिजातकासारखं धन्याच्या मिठीत ओघळावं. हे समदं करायचं सोडून ही इथे काय करत बसलीया? आता तुम्हीच जरा लक्ष घाला ह्यात. तिला ह्यातनं बाहेर काढा. कुठंतरी घिऊन जावा सैरसपाटीला." मायानं सदाशिवसमोर आपलं गाऱ्हाणं मांडलं.

सदाशिव हसला, म्हणाला, "मायाबाई, अहो, हे डोहाळे असतील. असू देत की. एकदा पोर जन्माला आलं की विसरेल हे सगळं आणि सैरसपाटीचं म्हणाल तर खरंतर तिला आताही मी माझ्यासोबत नेली असती; पण मी आता जाणार आहे परमुलखात वसुलीला आणि तेही दोन महिन्यांसाठी. मग आता तिला सोबत नेणं कसं शक्य आहे? तिला आता आहे चौथा महिना. अशा वेळी मी तिला कुठं घेऊन जाऊ? आणि मायाबाई, तिच्या असल्या वागण्याची चिंता तुम्ही करू नका. ते नंतर होईल सगळं बरोबर." असा दिलासा मायाला देऊन सदाशिव श्यामाच्या दालनात गेला. श्यामा मंचकावर फुलांचे हार करत बसली होती. सदाशिव आलेला बघताच तिचा चेहरा उजळला. तिच्या डोळ्यांत चमक आली. तिनं एक पूर्ण झालेला हार उचलला आणि सदाशिवच्या गळ्यात घातला आणि त्याला बिलगली. गर्भारपणाचं तेज आणि सदाशिव आल्याचा आनंद या दोन्हींमुळे तिचा चेहरा पौर्णिमेच्या चंद्रासारखा उजळला होता. तिला आनंदात बघून सदाशिवलाही आनंद झाला. तिचा

चेहरा ओंजळीत धरून तो म्हणाला, ''श्यामा, हार माझ्या गळ्यात घातलास; पण फुलं तुझ्या चेहऱ्यावर उमललीत. किती सुंदर दिसते आहेस गं? श्यामाराणी, मी आता परमुलखात वसुलीसाठी जातो आहे. दोन महिने मी आता येणार नाही. अहं! अशी रुसू नकोस. त्यासाठीच आजचा संपूर्ण दिवस मी तुझ्यासोबत घालवणार आहे. तुझे लाड करणार आहे. हे गर्भरेशमी लुगडं मी तुझ्यासाठी आणलंय, ते तू मला नेसून दाखवायचंस. ते तुला किती शोभतंय, ते मला बघायचंय आणि हो, आज मला तुझं गाणंही ऐकायचं आहे. अहं! भजन नव्हे! गाणं! एखादी छानशी बंदीश किंवा ठुमरी. आज तुझ्यासोबत राहून चार महिन्यांची बाकी मी आधीच पूर्ण करून घेणार आहे. मग या तुझ्यावर पागल झालेल्या वेड्यावर एवढी मेहेरबानी करशील ना?'' सदाशिवचं लाघवी बोलणं, ती कौतुकानं भरलेली नजर, ती सूचक प्रणयाची विनवणी, तिच्या रूपाचं केलेलं दिलखुलास वर्णन, ते गर्भरेशमी लुगडं आणि त्याची क्षणाक्षणाला घट्ट होत जाणारी मिठी. श्यामा विरघळली नसती तरच नवल! आणि खरोखरच तो संपूर्ण दिवस श्यामाच्या सहवासात घालवून भल्या पहाटे सदाशिव श्यामा महलमधून बाहेर पडला. जाताना पुन्हा एकदा ''चार महिन्यांसाठी आपण जातो आहोत, तेव्हा सांभाळून राहा,'' असं श्यामाला सांगायला तो विसरला नाही.

सदाशिव गेला आणि श्यामाला अगदी सुनंसुनं वाटायला लागलं. आज दिवसभर तिच्यासोबत असलेला सदाशिव सतत तिच्याभोवती होता. त्याच्या कौतुकानं तिचं मन प्रसन्न झालं होतं. सदाशिव निघाला, तरी त्याच्याभोवतीची श्यामाची मिठी सुटेना, तर सदाशिवलाही तिला मिठीतून दूर करवेना. सदाशिवनं तिची हनुवटी धरून तिचा चेहरा उचलला, तिच्या डोळ्यांत बघून त्यानं विचारलं, ''श्यामाराणी, तुझं आजचं रूप, तुझं आजचं गाणं, तुझा आजचा शृंगार, मी अतिशय आनंदात आहे. तुला अशी काहीतरी चिरंतन भेट द्यावी, असं माझ्या मनाला वाटतंय. सांग, तुला काय पाहिजे? काय देऊ मी तुला जे चिरंतन तुझ्यासमोर राहील आणि ते तुला आणि बाळाला आवडेल. सांग, काय हवंय तुला राणी?'' सदाशिवचं ते प्रेमानं विचारणं बघून श्यामाचा ऊर प्रेमानं भरून आला. त्याच्या गळ्यात हात टाकत लाडिकपणे ती म्हणाली, ''शेठजी, खूप दिवस झाले माझ्या मनात एक इच्छा घोळत आहे. तुम्ही मला सगळं दिलंत; अलंकार, वस्त्रप्रावरणं, मोठ्या किमती वस्तू; पण हे जे मला वाटतंय ना त्याला खूप खर्च येणार आहे. म्हणून मला सांगायला संकोच वाटतोय. आता तुम्ही विचारताय म्हणून सांगते, मला... मला आपल्या या महालाच्या आवारात श्रीकृष्णाचं एक मंदिर, अगदी छोटंसं का असेना; पण त्या गोपाळकृष्णाचं मंदिर बांधून पाहिजे. मला... दुसरं काही नको.'' श्यामानं लाजत सांगितलं आणि तिच्या त्या लाजऱ्या

चेहऱ्यावरून सदाशिवची नजर ढळेना. तिचा चेहरा आपल्या चेहऱ्याच्या अगदी जवळ घेऊन तिच्या डोळ्यांत खोलवर बघत सदाशिव म्हणाला, "श्रीकृष्णाचं मंदिर? हात्तिच्या! अगं, मी आज जातानाच तसा आदेश देऊन जातो. दहा दिवसांतच श्रीकृष्णाचं संगमरवराचं मंदिर बांधून तयार होईल. श्यामा, मला खरंच तुझी मागणी आवडली. हे मंदिर चिरंतन तुझ्या नजरेसमोर राहील आणि तुला माझी सतत आठवण करून देईल. श्यामाराणी, म्हणजे माझी आठवण चिरंतन तुझ्या हृदयात राहील." सदाशिवनं श्यामाला शब्द दिला आणि तिचा आनंद गगनात मावेना.

आपल्या मनात गेले कित्येक दिवस दबून राहिलेली इच्छा पूर्ण होणार, श्रीकृष्णाचं मंदिर आपल्या महालाच्या आवारात उभं राहणार, आपला गोपाळकृष्ण आपल्याजवळ येणार, या आनंदानं ती उत्तेजित झाली आणि सदाशिवला अत्यंत प्रेमानं तिनं निरोप दिला. तिचा निरोप घेऊन बाहेर पडलेल्या सदाशिवचं मनही आनंदानं भरलं होतं. आपण श्यामाच्या प्रेमात असलो, तरी ती एक कलावंतीण आहे, याचा एक बारीकसा सल त्याच्या मनाला सलत असे; पण आजची श्यामाची मागणी – मंदिर बांधून देण्याची आणि तेसुद्धा श्रीकृष्णाचं मंदिर बांधून देण्याची तिची मागणी ऐकल्यावर सदाशिवच्या मनाला सलणारा सल काहीसा कमी झाला. श्यामा कलावंतीण असली, तरी तिचं मन पवित्र आहे याची ग्वाहीच जणू त्याला मिळाली आणि सदाशिवला समाधान वाटलं. म्हणूनच श्यामाची ही कलावंतिणीच्या जीवनशैलीला विचित्र वाटणारी मागणी त्यानं पूर्ण करायचं ठरवलं आणि नगराबाहेर पडता पडता तसा आदेश देऊन तो बाहेर पडला.

दोनच दिवसांत बांधकामाचं सामान महालाच्या आवारात येऊन पडलं. मायाला कळेना हे काय चाललंय. तिनं चौकशी केली, तेव्हा कळलं की महालाच्या आवारात श्रीकृष्णाचं मंदिर बांधलं जातंय. तिनं कपाळावर हात मारून घेतला. कलावंतिणीच्या महालात मंदिर? याची कल्पनाच तिला करवेना. कलावंतिणीच्या महालात शृंगारिक पुतळे पाहिजेत, मिथुनशिल्पं असावीत, उत्तम सौष्ठव असलेल्या तरुणींची चित्रं असावीत, देखण्या तरुणींच्या तसबिरी असाव्यात आणि हे सगळं सोडून श्रीकृष्णाचं मंदिर? तो कृष्ण कितीही नटवर असला, गोपिकांशी रासलीला करणं, राधेशी प्रणयक्रीडा करणं हा त्याचा छंद असला, तरी देव म्हणून त्याचं मंदिर महालाच्या आवारात बांधणं हेच मुळी तिच्या बुद्धीला पटेना; पण ते थांबवणंही तिच्या हातात नव्हतं. तिनं एक वेळ सदाशिवला तसं सांगून, सुचवूनही बघितलं होतं; पण तसे डोहाळेच असतील असं म्हणून सदाशिवनं ते उडवून लावलं होतं आणि आतातर मंदिराचं बांधकामही सुरू झालं होतं. ते बघत राहण्यापलीकडे तिच्या हातात काहीच नव्हतं. मंदिराचं बांधकाम वेगानं सुरू होतं

आणि श्यामाला सहावा महिनाही लागला होता.

तिच्या शरीरानं आता चांगलीच गोलाई धरली होती. तिच्या हालचालींतही मंदपणा आला होता. देह जडावला होता; पण चेहऱ्यावरचं आणि कांतीवरचं तेज दिवसेंदिवस वाढतच होतं आणि त्याबरोबर देवाशी संवादही. महालाच्या आवारातच श्रीकृष्णाचं मंदिर बांधून पूर्ण झालं. आता त्यात श्रीकृष्णाची मूर्ती बसवायची होती. त्यासाठी सदाशिवनं दिल्ली, आग्रा, सुरत इत्यादी ठिकाणी माणसं पाठवली; पण श्यामाला पाहिजे होती तशी श्रीकृष्णाची मूर्ती कुठंच मिळाली नाही. सदाशिव परतला आणि स्वत: मूर्तीच्या शोधासाठी निघाला, तेव्हा श्यामानं त्याच्याजवळ मूर्तीचं वर्णन केलं होतं. नुसतंच वर्णन केलं नव्हतं, तर त्याचं रेखाचित्रही तिनं काढून त्याच्यासोबत दिलं होतं आणि श्रीकृष्णाची तशी मूर्ती कुठंच मिळत नव्हती. सदाशिवनं आपले स्वार सगळीकडे चौकशी करायला पाठवले होते; पण सगळेच हात हलवत परत आले होते. श्यामाला हवी होती तशी मूर्ती कुठं आणि कशी मिळणार, हा प्रश्न आता सगळ्यांनाच पडला होता. त्यातच मंदिर बांधून पूर्ण झालं; पण आत मूर्ती नाही आणि ती मिळतही नाही, या विचारानं श्यामा निराश झाली. ती पुन्हा उदास राहायला लागली. आपला देव आपल्यावर रागावला, अशी तिची भावना झाली. तिनं खाणं-पिणं सोडलं. किसाबाई बळेबळेच तिला खाऊ घालायची. तेही संतांच्या गोष्टी सांगून. देव जनाबाईसाठी शेणी वेचत होता, केरवारा करत होता, या गोष्टी ऐकल्यावर देव आपल्यावरही रागावणार नाही यावर तिचा विश्वास बसायचा आणि त्या आनंदात ती दोन घास खायची. किसाबाई मात्र देवानं तिचा हा विश्वास सार्थ करावा म्हणून येताजाता देवाला विनवणी करायची आणि किसाबाईची विनवणी आणि श्यामाचा विश्वास हे दोन्ही देवानं सार्थ ठरवलं.

एके दिवशी सकाळी सकाळी अजून श्यामा झोपेत होती तोच गाण्याची एक सुरेख तान, त्या पाठोपाठ बासरीची सुरेख धून आणि त्या पाठोपाठ 'श्रीकृष्ण घ्या, विठ्ठल घ्या; श्रीकृष्णविठ्ठल घ्या' अशी एक आरोळी ऐकायला आली. श्यामाला मुळी त्या आवाजानंच जाग आली आणि 'श्रीकृष्णविठ्ठल घ्या' असा पुकारा ऐकल्यावर ती धडपडत उठली आणि आपलं जडावलेलं शरीर घेऊन किसाबाईला हाका मारत ती दालनाबाहेर आली. श्यामाच्या आतुर हाका ऐकून किसाबाई, माया सगळ्या जणी धावल्या. "त्या त्या माणसाला थांबव, त्या मूर्ती विकणाऱ्याला थांबव. जाऽ आधी, त्याला थांबव!" श्यामानं किसाबाईला सांगितलं. श्यामाच्या आवाजातली अधीरता कळून किसाबाई धावली. महालाबाहेर येऊन तिनं त्या माणसाला हाक मारली. किसाबाईच्या हाकेसरशी तो माणूस थांबला. तो असा थांबला जणू तो याच हाकेची वाट बघत होता. किसाबाईनं त्याला रस्त्यावरून आत महालाच्या आवारात आणलं. त्याच्या डोक्यावर भलंमोठं डालगं होतं. त्यात

काहीतरी सामान होतं आणि त्यावर त्यानं कापड झाकलं होतं. तो आत आला. किसाबाई त्याला श्यामा महलच्या मुख्य दरवाजाजवळ घेऊन आली. प्रवेशद्वाराला असलेल्या नऊ पायऱ्या चढून तो माणूस वर आला. पायऱ्यांवरच्या भागात असलेल्या रिकाम्या चौकात त्यानं ते डालगं उतरवलं, अगदी अलगद. एखादं मोरपीस ठेवावं तितकं हळुवार.

एवढं सगळं होईपर्यंत श्यामा सावरली होती. अंगावरचं लुगडं ठीकठाक करून खांद्यावर एक उत्तरीय घेऊन ती तिथंच एका आसनावर बसली होती. तो माणूस अदबीनं उभा राहिला. एकवार झुकून त्यानं श्यामाला आणि तिच्या शेजारी उभ्या असलेल्या मायाला सलाम केला. श्यामानं विचारलं ''काय रे दादा, तू काय ओरडत होतास? श्रीकृष्ण घ्या, विठ्ठल घ्या, श्रीकृष्णविठ्ठल घ्या म्हणजे काय? काय विकतोस तरी काय तू?'' श्यामाच्या या प्रश्नावर तो काहीसा गूढ हसला. म्हणाला, ''ताईसाहेब, मी श्रीकृष्णाच्या रूपातला विठ्ठल विकतो आणि विठ्ठलाच्या रूपातला श्रीकृष्ण विकतो.'' त्या माणसानं उत्तर दिलं. मायाला त्याच्या उत्तरातलं काहीचं कळलं नाही. तसं श्यामालाही कळलं नाही; पण तिला उत्सुकता मात्र वाटली आणि त्याच उत्सुकतेपोटी तिनं त्या माणसाला पुन्हा विचारलं, ''दादा, तू हे जे काही सांगतो आहेस, ते मला समजावून सांगशील?'' तो माणूस पुन्हा गूढ हसला. म्हणाला, ''ताईसाहेब, विठ्ठल उभा आहे विटेवर आणि त्याचे हात आहेत कटीवर. तर श्रीकृष्ण उभा आहे कदंबवृक्षाखाली, पायाचा तिढा घालून, त्याच्या हातात आहे बासरी आणि माथ्यावर मोरमुकुट. विठ्ठल हे तर श्रीकृष्णाचंच रूप! म्हणून मग मी त्या दोघांना केलं एक आणि कदंबाखाली विटेवर उभारलेला, कटीवर हात ठेवलेला पण त्या हातात बासरी धरलेला आणि माथ्यावर मोरपिसांचा मुकुट धारण केलेला कृष्णविठ्ठल मी बनवला आणि विकायला आणला. तसा माझ्याकडे वेगळा विठ्ठल आणि वेगळा श्रीकृष्णही आहे. बोला, तुम्हाला कोण पाहिजेल?'' त्या माणसानं प्रश्न केला. श्यामा काही बोलणार, तोच मध्येच माया म्हणाली, ''का रे बाबा, तुझ्याकडे एखादी प्रणय करणारी मूर्ती आहे का? आम्हाला हा कृष्ण आणि विठ्ठल घेऊन करायचंय काय? तसली एखादी मूर्ती असली तर दे, न्हाईतर तू जा बाबा, जा आपल्या रस्त्यानं. आम्हाला काई नकोय.''

''पण, मला पाहिजे आहे!'' आपल्या आईचा त्या मूर्तिकाराला तिथून घालवण्याचा इरादा कळून श्यामानं मध्येच हस्तक्षेप केला आणि पुढे म्हणाली, ''दादा, मला कृष्णविठ्ठल पाहिजे आहे आणि चांगली मोठी मूर्ती दे. तुझ्याकडे असलेल्या मूर्तीतली सगळ्यांत मोठी मूर्ती.'' श्यामाचं अधीर बोलणं ऐकून तो पुन्हा हसला आणि म्हणाला, ''ताई, माझ्याकडे तशी एकच मूर्ती आहे. ती आहे मोठी; पण मला तिच्यावर थोडं काम करावं लागेल. कारण, एवढी मोठी मूर्ती डोक्यावरच्या

डालग्यातून विकायला आणणं शक्य नाही. म्हणून मी त्या मूर्तीचे वेगवेगळे तीन भाग बनवले आहेत. मला त्यावर थोडं काम करावं लागेल आणि ती मूर्ती एकसंध बनवावी लागेल. त्यासाठी मला दोन दिवस लागतील आणि ते दोन दिवस मला इथं राहावं लागेल. तुम्हाला ते चालेल का?'' त्या माणसानं पुन्हा विचारलं आणि श्यामानं त्याला तत्काळ संमती दिली. एवढंच नव्हे, तर आपल्या सेवकांना सांगून त्याची राहण्याची व्यवस्था केली आणि अतीव आनंदानं तिनं किसाबाईकडे बघितलं. किसाबाईच्या चेहऱ्यावरही समाधान होतं. गेले कित्येक दिवस मंदिरात बसवायला योग्य मूर्तीच सापडत नव्हती आणि सापडली, तर ती श्यामाला पसंत पडत नव्हती; पण आता तो प्रश्न सुटला होता. श्यामाच्या मनाजोगती मूर्ती आता मिळाली होती आणि तिच्या मनातली शंकाही दूर झाली होती. आता तो मूर्तिकार दोन दिवसांत ती मूर्ती बनवणार होता आणि श्यामा महलच्या आवारात उभ्या राहिलेल्या देखण्या मंदिरात त्या मूर्तीची प्रतिष्ठापना करता येणार होती. श्यामाची एक आंतरिक इच्छा पूर्ण रूप घेऊन तिचे डोहाळे पुरवणार होती. श्यामानं इशारा केलान् तशी त्या मूर्तिकाराची दोन दिवसांची राहण्याची व्यवस्था करण्यासाठी किसाबाई उठून गेली. माया मात्र तिथं तशीच उभी राहिली, श्यामाला झालेल्या या वेगळ्या अपरंपार आनंदाचा विचार करत. तिला हे कोडंच काही उलगडत नव्हतं.

दोन दिवस तिथं राहून त्या मूर्तिकारानं ती मूर्ती पूर्ण केली. ती मूर्ती पूर्ण झाल्यावर जवळ जवळ एक पुरुषभर उंचीची झाली. मूर्ती मात्र खरोखर अप्रतिम बनली होती. मूर्तीच्या माथ्यावर मोरपिसांचा मुकुट होता. कपाळावर विष्णुगंध होतं. त्या मूर्तीचे हात कटीवर होते; पण त्यातल्या एका हातात बासरी धरलेली होती. त्या मूर्तीवर पायघोळ पीतांबर होतं; पण त्यावर रेशमी उत्तरीय बांधलं होतं. ती मूर्ती उभी तर विटेवर होती, पण त्या मूर्तीच्या पायांना तिढा घातलेला होता आणि या सगळ्यासोबत त्या मूर्तीच्या चेहऱ्यावर होतं खट्याळ हास्य. ती तयार झालेली मूर्ती पाहिल्यावर श्यामा आनंदून गेली. मग तिनं त्या मूर्तीवर सोन्या-चांदीचे, हिरे-माणकांचे अनेक अलंकार चढवले आणि त्या मूर्तीला नटवलंच नटवलं. एवढंच नव्हे, तर त्या मूर्तीच्या पायांत तिनं चांदीचे तोडेही घातले आणि मूळचा श्रीकृष्णाच विठ्ठलाचं रूप घेऊन आला आहे, असाच भास होऊ लागला. हे सगळं करण्यात आठ-दहा दिवस गेले आणि राहिलेलं वसुलीचं काम संपवून सदाशिव श्यामा महालात परतला. श्यामा महालाच्या आवारात उभारलेलं देखणं मंदिर, ती श्रीकृष्णाची विठ्ठल रूपातली मूर्ती आणि श्यामाच्या उमललेल्या चेहऱ्यावरचा आनंद हे सगळं बघितल्यावर सदाशिवला अस्मान ठेंगणं झालं. त्यानं पुरोहित बोलावून त्या मूर्तीची प्राणप्रतिष्ठा करून घेतली. त्या दिवशी अर्धं मंगळवेढा जेवायला आलं होतं. मंदिर बघून जो तो सदाशिवची स्तुती करत होता आणि मूर्ती बघून आश्चर्य करत होता.

प्राणप्रतिष्ठा झाली. पूजा संपली. जेवणावळ झाली. महाप्रसाद झाला आणि त्या श्रमांनी थकलेली श्यामा तिच्या दालनात मंचकावर आडवी झाली. आज तिचं मन तृप्त होतं. त्या तृप्तीतच तिला झोप लागली. तिला जाग आली ती सदाशिवच्या स्पर्शानं. तो आलेला बघून ती उठून बसली. त्याच्या खांद्यावर आपली मान टेकून बसली. तिच्या गालावर थोपटत सदाशिवनं तिला पूर्ण जागं केलं आणि डोळे पूर्ण उघडून समोर बघायला सांगितलं. श्यामानं किलकिले केलेले डोळे पूर्ण उघडले. समोर पाहिलं आणि आनंदाश्चर्यानं तिचा चेहरा उजळला. ती समोर बघत होती आणि समोरच्या त्या गवाक्षातून कृष्णविठ्ठलाची ती मूर्ती अगदी सुस्पष्ट दिसत होती. अगदी समोर बसून बघावी अशी. सदाशिवनं गुजरातमधून आणलेल्या बांधकाम करणाऱ्या मजुरांची ती कमाल होती. श्यामाला त्या मजुरांचं तर कौतुक वाटलंच; पण त्याहीपेक्षा सदाशिवचं आपल्यावर किती प्रेम आहे, याची ग्वाहीच जणू तिला मिळाली आणि अतीव आनंदानं आणि प्रेमानं ती सदाशिवला बिलगली.

दुसऱ्या दिवशीपासून जणू श्यामाची दिनचर्याच बदलली. एरवी उशिरापर्यंत मंचकावर लोळत पडणारी श्यामा आता पहाटेच उठू लागली. लवकर स्नान करून ती मंदिरात मूर्तीसमोर जाऊन बसू लागली. सदाशिवनं मंदिरात पूजेसाठी एक गुरव नेमला होता. तो छान, मन लावून पूजा करत असे. श्यामा तिथेच बसून लक्षपूर्वक, ध्यानमग्न होऊन त्याची पूजा पाहत बसायची. पूजा झाली, आरती झाली की किसाबाई नैवेद्य घेऊन यायची. नैवेद्याची दोन ताटं असत. एक ताट गुरवाचं आणि दुसरं श्यामाचं. दोन्ही ताटांचा नैवेद्य दाखवला, की श्यामा तिथंच बसून नैवेद्याचं ताट जेवायची. अगदी आवडीनं. एके दिवशी किसाबाईनं तिला विचारलं, "ताई, अगं नैवेद्याची दोन ताटं कशापायी?" तेव्हा श्यामानं तिला उत्तर दिलं, "अगं, एक ताट विठ्ठलाचं आणि दुसरं ताट श्रीकृष्णाचं. श्रीकृष्णाचं ताट गुरव खातो आणि विठ्ठलाचं ताट मी. अगं किसाबाई, मी विठ्ठलाचा नैवेद्य खायला बसले ना की पोटातलं बाळ नुसतं आनंदानं उड्या मारतं बघ! त्याला फार आवडतो विठ्ठलाचा नैवेद्य!" श्यामा सांगायची आणि तिचा शब्दन्‌शब्द किसाबाई अगदी कौतुकानं ऐकायची. जेवण होईपर्यंत श्यामा तिथंच बसायची आणि नैवेद्य खाऊन झाला की थोड्या वेळानं आपलं जडावलेलं अंग घेऊन श्यामा आपल्या दालनात परत जात असे आणि मंचकावर विश्रांती घेत असे. ती केव्हाही झोपून उठली आणि तिनं समोर बघून डोळे उघडले की तिला समोर कृष्णविठ्ठलाची मूर्ती दिसत असे आणि तिचा चेहरा आनंदानं उजळे; पण दुपारी मंचकावर विश्रांती घेण्यासाठी ती निजली की तिला उठवत नसे. श्यामाचं अंग आता चांगलंच जडावलं होतं. तिला आता नववा महिना लागला होता. आता काही दिवसांतच एक गोजिरवाणं बाळ तिच्या कुशीत येणार होतं. श्यामालाच नव्हे तर सदाशिव, माया आणि किसाबाई सगळ्यांनाच

त्या क्षणाची प्रतीक्षा होती.

आषाढाचा महिना, पावसानं नुसती झिम्मड लावली होती. सूर्याचा तर पत्ताच नव्हता. दिवसभर नुसता पाऊस, पाऊस आणि पाऊस. असं वातावरण होतं. बाहेर पडणंही मुश्कील झालं होतं. श्यामाला आता उठणं-बसणंही मुश्कील झालं होतं. ती दिवसभर मंचकावर पडून राहायची. किसाबाई २४ तास तिच्यासोबत असायची. तिला हवं नको बघायची. ती जरा जरी कण्हली, तरी धाव घ्यायची. आषाढाच्या महिन्यात पावसानं झिम्मड लावलीच होती; पण त्या झिम्म पावसाला न जुमानता भक्तांची झुंबड पंढरपुराकडे जातच होती. टाळ-मृदंगाच्या तालावर ज्ञानेश्वर माउलीचा गजर करत वारकरी पंढरपूरची वाट चिखल-मातीतून तुडवत जात होते. विठाई माउली-ज्ञानेश्वर माउलीच्या गजरात देहभान हरपलेले ते वारकरी पायांखाली चिखलमाती आहे की दगडधोंडे, फुलंपानं आहेत की काटेकुटे याचं जराही भान न बाळगता पंढरपूरच्या रस्त्याला बेभान होऊन नाचत-गात जात होते. त्यांच्या टाळ-मृदंगांचा आवाज ऐकू आला, की आपलं जडावलेलं शरीर घेऊन श्यामा धडपडत उठायची, गवाक्षाजवळ जाऊन उभी राहायची. गवाक्षावरचा किनखापाचा पडदा बाजूला करून बघायची, ऐकायची. आपल्याच नादात, 'जय जय विठ्ठल, जय हरी विठ्ठल'चा गजर करत, टाळ-मृदंगांच्या तालात नाचत-गात जाणारे वारकरी तिला दिसायचे. खरंतर परवा परवापर्यंत, म्हणजे तिला दिवस जाईपर्यंत दर वर्षी ही माणसं देवाचं नाव घेऊन असं नाचत-गात का जातात, नाचताना ते काय गातात आणि हे असं गात-नाचत जाणारे लोक आहेत तरी कोण, याचा तिला पत्ताच नव्हता. त्यांच्याबद्दल यत्किंचितही माहिती नव्हती; पण तिला दिवस गेले, मायानं किसाबाईला तिच्या सोबतीला आणली आणि किसाबाई जे गाणं म्हणते, त्याला अभंग म्हणतात आणि आपल्या गावापासून १०/१२ कोस अंतरावर असलेल्या पंढरपूर नावाच्या गावात 'विठोबा' असं विचित्र नाव धारण केलेला देव राहतो आणि हे गात-नाचत जाणारे लोक त्या विठोबाचे भक्त आहेत, त्यांना वारकरी म्हणतात आणि ते जे काही गातात, ते अभंग हे ज्ञानेश्वर, नामदेव, मुक्ताबाई, जनाबाई, चोखोबा नावाच्या संतांनी लिहिले आहेत आणि हे सगळे संत या वारकऱ्यांची दैवतं आहेत, हे सगळं किसाबाईनं तिला सांगितलं होतं. तुळशीबनात राहायला गेल्यानंतर बुवांनी तिला अवघा विठ्ठलही समजावला होता आणि अवघा श्रीकृष्णही आणि त्या गोपालकृष्णाच्या बाललीलांनी तर तिला वेडच लावलं होतं. आणि जेव्हा तिला हे समजलं, की हा विठ्ठल म्हणजेच श्रीकृष्ण आहे आणि श्रीकृष्ण म्हणजेच विठ्ठल आहे, तेव्हा तर या दोन देवांचं हे विलक्षण नातं तिच्या मनात रुतूनच बसलं आणि म्हणूनच महालाच्या आवारात बांधलेल्या मंदिरात श्रीकृष्णविठ्ठलाची मूर्ती हवी, असा हट्ट तिनं घेतला होता आणि तो मोठ्या विलक्षण रीतीनं पुरा झाला.

एके दिवशी किसाबाईनं तिला सहज विचारलं, ''श्यामा, लेकी पोरगा झाला, तर तू काय नाव ठेवनार गं त्याचं?'' तो प्रश्न ऐकून क्षणाचाही विचार न करता श्यामा म्हणाली, ''मला मुलगा झाला, तर त्याचं नाव मी माझ्या गोपालकृष्णाचं जे लाडकं नाव आहे, ते ठेवणार. कान्हा! कान्हा ठेवणार मी त्याचं नाव.'' श्यामानं उत्तर दिलं. ''कान्हा साजरं वाटतंय हं नाव. हाक मारायलाबी लयी ग्वाड वाटतंय. कान्हाऽऽ'' किसाबाईनं त्वरित आपलं मत सांगितलं. तिच्या चेहऱ्यावर समाधान पसरलं होतं; पण क्षणभरात पुन्हा तिच्या चेहऱ्यावर प्रश्न उमटला. तिनं तो विचारलाच, ''लेकी, कान्हा नाव लयीच साजरं हाय गं! पन पोरगी झाली तर? मग कान्हा नाव कसं ठेवता यील?'' किसाबाईचा प्रश्न रास्तच होता. आता मात्र श्यामा विचारात पडली. क्षण दोन क्षण विचार केलान् तिनं. पुढच्याच क्षणाला तिचा चेहरा उत्फुल्ल झाला. पट्कन ती म्हणाली, ''सोपं आहे किसाबाई! कान्हावर आपण प्रेम करतो. तो आपल्यावर प्रेम करतो. मग त्याच्या प्रेमाला पात्र ठरेल अशीच माझी लेक असेल ना? मग तिचं नाव मी 'कान्होपात्रा' ठेवीन. म्हणजे पुन्हा माझ्या मुखात सतत 'त्या' कान्हाचं नाव असेल. कान्हाच्या प्रेमाला पात्र असणारी कान्होपात्रा. मग मुलगा झाला, तर कान्हाऽऽ कान्हाऽऽ असं मी पुकारेन आणि मुलगी झाली, तर कान्हूऽऽकान्हूऽऽ अशी हाक मारेन. होय कीनई! मग ठरलंच माझं आता. मुलगा झाला, तर कान्हा आणि मुलगी झाली, तर कान्होपात्रा म्हणजे कान्हू!'' श्यामाचा चेहरा आनंदानं नुसता निथळत होता. त्याची लागण किसाबाईलापण झाली. तिच्याही चेहऱ्यावर आनंद ओसंडला. किसाबाई म्हणाली, ''लेकी, पुन्यांदा सांग कशी हाळी देणार?'' श्यामा खुद्कन हसली आणि मोठ्यांदा म्हणाली, ''मुलगा झाला तर...'' आणि असं विचारून जोरात म्हणाली, ''काऽऽन्हाऽऽ! काऽऽन्हाऽऽ!'' जणू ती हाकच मारत होती आणि लगेच पुढे म्हणाली, ''आणि मुलगी झाली तर?'' आणि पुन्हा तिनं मोठ्यांदा जणू हाक मारली, ''कान्होपात्राऽऽऽ, कान्होपात्राऽऽऽ! कान्हूऽऽऽ कान्हूऽऽऽ!'' तिच्या या हाकेनंतर काही क्षण तिथं शांतता पसरली. नीरव शांतता आणि श्यामाच्या पोटातून जणू हुंकार उमटला ''हं! हं! आले ऽऽ आले!'' आणि चक्क, चक्क तो श्यामाला आणि किसाबाईला ऐकायलाच आला आणि दोघींचे डोळे अश्रूंनी भरले. खिडकीतून आतल्या भागातलं दिसणारं हे दृश्य बघून कृष्णविठ्ठलाच्या मूर्तीच्या चेहऱ्यावर मात्र स्मितरेषा उमटली होती.

## ६

**श्या**मानं पोटातल्या बाळाला हाका मारल्या आणि जणू त्या ऐकून त्या बाळाला येण्याची घाई झाली. आज सकाळपासूनच श्यामा जरा मलूल होती. तिला आज जरा थकवा आल्यासारखंही वाटत होतं. आज जेवणावरही तिची इच्छा नव्हती. किसाबाईनं बळेबळेच तिला उलीसा भात खायला घातला होता. तो एवढासा भात कसातरी खाऊन श्यामा रजई घेऊन निजून राहिली होती. पावसाची झिम्मड सुरूच होती. सकाळचे नऊ वाजले असावेत. त्या तशा पावसात, चिंब भिजत वारकऱ्यांचा एक जथा पंढरपूरच्या वाटेनं निघाला होता. त्या पावसाचे टपोरे थेंब छतावर जणू ताशा वाजवत होते. तर वारकऱ्यांच्या 'विठ्ठल विठ्ठल पांडुरंग'च्या गजराला टाळ-मृदंगाची साथ होतीच. शिवाय हा थेंबांचा ताशाही त्या गजराला ठेका देत होता. पाऊस खूपच मोठा पडायला लागला, म्हणून मग त्या वारकऱ्यांनी तिथंच थांबायचं ठरवलं. रस्त्याकडेच्या शेतात एक मोडकं खोपटं होतं. भिंती पडल्या होत्या; पण छप्पर शाबूत होतं. पावसापासून आडोसा करायला तेवढं पुरेसं होतं. वारकरी त्या छताखाली जाऊन थांबले. तास-दोन तास गेले असावेत; पण आज पाऊस थांबायचं नाव घेत नव्हता. तो पाऊस थांबणारा नव्हताच मुळी. अवघं आभाळ काळ्याभोर ढगांनी गच्च भरलं होतं. जणू सावळ्या विठ्ठलाची सावळी छायाच. वारकऱ्यांनी आज दिवसभर मग तिथंच थांबायचं ठरवलं. आपापल्या पथाऱ्या काढल्या. वाकळी खाली अंथरल्या आणि त्यावर बैठक मारून त्यांनी भजन सुरू केलं. आता टाळ-मृदंगाचा आवाज मोठा झाला. गच्च काळ्या ढगांनी भरलेल्या आकाशात भरून राहिला. दुपार उलटली. किसाबाई श्यामाजवळ बसली होती. तिच्या पोटात बारीक बारीक दुखायला लागलं होतं. सुरुवातीला तिच्या लक्षात आलं नाही; पण कळा जशा पोटाकडून मांडीकडे, कमरेकडे जायला लागल्या, तशी ती जोरात विव्हळायला लागली. किसाबाईच्या लक्षात आलं. श्यामाच्या प्रसूतीची वेळ जवळ आली होती. ती घाईघाईनं उठली. मायाच्या दालनात जाऊन तिनं ही बातमी मायाला सांगितली. मायाही गडबडीनं उठली. तिनं दासींना पाण्याचे हंडे चुलाणावर तापवत ठेवायला सांगितले आणि ती लगबगीनं श्यामाच्या दालनात पोहोचली. श्यामाचं विव्हळणं

आता आणखी वाढलं होतं. किसाबाई आपला अनुभवी हात श्यामाच्या पोटावरून गोल गोल, मांड्यांच्या उताराकडे नेत फिरवत होती. मायानं तिला विचारलं, "किसाबाई, सगळं व्यवस्थित होईल ना गं?" तिच्या शब्दांत लेकीची काळजी, तिच्याबद्दलची माया भरली होती. "कायबी काळजी करू नगा बाईसाब! अवं, जातिवंत सुईण हाय मी. आजपतुर एकबी अपयश माझ्या हातावर जमा न्हाई. आणि त्यो विठ्ठल हायच की! त्याला काळजी हायच की!" किसाबाईनं दिलासा दिला. काही क्षण श्यामा विसावली. तिचं कण्हणं थांबलं. दालनात नीरव शांतता पसरली आणि टाळ-मृदंगाच्या गजरात विठूचं भजन ऐकायला येऊ लागलं. श्यामा महालाच्या पलीकडे असलेल्या शेतातल्या त्या पडक्या खोपटात बसून वारकरी भजन गात होते.

**"धाव घाली विठू आता चालू नको मंद**
**बडवे मज मारीती ऐसा काहीतरी अपराध**
**धाव घाली विठू आता चालू नको मंद।।"**

विठुरायाची आळवणी करणारा चोखोबांचा अभंग वारकरी आळवून आळवून गात होते. गाता गाता वारकरी समेवर आले आणि त्यांनी दुसरा अभंग घेतला, "येगं येगं विठाबाई। माझे पंढरीचे आई।" जनाबाईच्या शब्दांतून आता विठाई माउलीची विनवणी चालली होती. जनाबाईंच्या शब्दांत इतकं कारुण्य होतं, की विठाई माउलीला यावचं लागलं असतं. तोही अभंग संपला. नुसताच विठुनामाचा गजर सुरू झाला आणि श्यामाच्याही कळा वाढल्या. आतातर ती ओरडायला लागली. किंचाळायला लागली. किसाबाई तिला धीर देत तिच्याजवळच बसली होती. काही क्षण, काहीच क्षण श्यामाच्या कळा थांबल्या. काहीच क्षण मध्ये गेले आणि तिच्या कानांवर वारकऱ्यांच्या पुढच्या अभंगाचे बोल पडले. वारकरी आता ज्ञानेश्वर माउलीचा अभंग गात होते. "पैल तो गे काऊ कोकताहे। शकुन गे माये सांगताहे। पैल तो गे काऊ कोकताहे।।" तेवढ्या शांत क्षणाचा फायदा घेऊन किसाबाई श्यामाला म्हणाली, "लेकी, विठ्ठल विठ्ठल म्हण! विठ्ठल म्हण! त्यानं उच्चारात जोर येतोया आणि उच्चाराचा जोर कळेत घुसतोया बघ! म्हण, विठ्ठल विठ्ठल!" तिच्या या सल्ल्याबद्दल माया काही बोलणार होती; पण किसाबाईनं त्याची शास्त्रीय बैठक सांगितली म्हणून ती गप्प बसली. पुढच्या क्षणाला श्यामाला जोरात कळ आली आणि जिवाच्या आकांतानं ती ओरडली, "आऽईऽऽगं! विठ्ठलाऽऽ विठ्ठलाऽऽऽ! विठ्ठलाऽऽऽऽ!" आणि तिच्या त्या 'विठ्ठलाऽऽ'पाठोपाठ आणखी एक तान्हा आवाज आपल्या अस्तित्वाची जाणीव देता झाला. 'टॅहाऽऽऽ! टॅहाऽऽऽ!' त्या आवाजानं श्यामाचं ते दालन तर भरून गेलंच; पण त्या आवाजाची तीव्रता

इतकी होती की, दालनाच्या गवाक्षातून तो आवाज बाहेर पडला आणि त्याच्या उच्चारवानं जणू आकाशही भरून गेलं. आकाशात जमले होते काळे ढग. त्यावर जणू तो आवाज जाऊन आदळला आणि पावसाच्या थेंबांबरोबर उतरून धरणीवर आला. जणू त्या आवाजानं आकाशाला भेटून निरोप सांगितला होता आपल्या येण्याचा. तोच निरोप पावसाच्या थेंबांसोबत धरणीवर आला आणि पाण्याच्या ओहोळांतून झऱ्यांत, झऱ्यांतून ओढ्यांत आणि मोठ्या ओढ्यांना सोबत घेऊन तो आवाज चंद्रभागेपर्यंत गेलादेखील. वारकरी पोहोचण्याआधीच तो आवाज चंद्रभागेत मिसळला. चंद्रभागा दुथडी भरून वाहत होती. तिनं तो आवाज आपल्या तरंगांवर नाचवला, अंगाखांद्यावर खेळवला आणि विठ्ठल मंदिराच्या पायरीवर आणून सोडला. चंद्रभागेच्या पाण्यावरून आलेल्या वाऱ्याच्या झोक्यानं तो आवाज पायऱ्यांवरून विठ्ठल मंदिरात नेला. अगदी पार गाभाऱ्यापर्यंत नेऊन पोहोचवला आणि गाभाऱ्यात कर कटीवर ठेवून विटेवर उभ्या असलेल्या विठ्ठल मूर्तीच्या चरणांवर जाऊन तो आवाज तिथंच ओघळला. थांबला. जणू विठ्ठलाला आपल्या येण्याचा सांगावाच त्या आवाजानं दिला. विठ्ठल मूर्तीलाही त्या आवाजाचा स्पर्श आपल्या चरणांवर जाणवला असावा; कारण क्षणभर ती दगडी मूर्तीदेखील थरारली. मूर्तीच्या त्या थरारण्याची कंपनं गाभाऱ्याच्या भिंतींत शिरली. भिंतींतून बाहेर पडून ती पुन्हा चंद्रभागेच्या पाण्यात उतरली. चंद्रभागेच्या पाण्यावरचे तरंग तर आनंदानं नाचतच होते. त्या तरंगांनी ती कंपनं आपल्यासोबत खेळवली, नाचवली आणि आकाशातून पडणाऱ्या पावसाच्या थेंबांसवे ती पुन्हा काळ्या ढगांकडे पाठवली. थेंबांना धरून ती कंपनं आकाशगामी झाली. एका ढगातून दुसऱ्यात, दुसऱ्यातून तिसऱ्यात अशी पसरत त्यांनी अवघं आकाश व्यापलं आणि पुन्हा पावसाच्या थेंबांचं बोट धरून ती कंपनं श्यामा महालात दाखल झाली, गवाक्षातून आत आली आणि टॅहाऽऽ टॅहाऽऽऽ असा जोरदार आवाज काढून रडणाऱ्या त्या तान्ह्या जीवाच्या चेहऱ्यावरून मोरपीस फिरावं, तशी ती कंपनं त्या बाळाच्या चेहऱ्यावरून फिरली. त्या कंपनांनी त्या बाळाच्या कानांत काहीतरी निरोप सांगितला आणि पुढच्या क्षणी त्या बाळाचं रडणं थांबलं. त्याच्या चेहऱ्यावर एक निरागस आनंद पसरला आणि तो त्याच्या नाजूक, इवल्या ओठांतून झिरपलेल्या निरागस हसण्यातून ओघळला आणि त्या क्षणाला बाळाला हातात घेऊन किसाबाई ओरडली, "श्यामाऽ लेकीऽऽ अगं, तुझी कान्होपात्रा आली गं ऽऽ! तुझी कान्होपात्रा आलीऽऽ!" प्रसूतिवेदनांनी थकलेल्या श्यामाच्या चेहऱ्यावर तशाही परिस्थितीत एक प्रसन्न हसू उमटलं. एक क्षणभरच ;पण तेवढ्या हसण्यानं तिला श्रम झाले. ती श्रांत, क्लांत होऊन पडून राहिली.

किसाबाईच्या 'कान्होपात्रा आली' या शब्दांचा नीट अर्थ जरी मायाला समजला नाही, तरी श्यामाला मुलगी झाली एवढं तिला नक्की समजलं आणि तिचा आनंद

गगनात मावेना. आपल्या गळ्यातली एक सरी काढून बाळावरून ओवाळून तिनं किसाबाईच्या अंगावर फेकली. श्यामाला मुलगी झाली म्हणजे ही ऐश्वर्याची परंपरा, हा कलावंतिणीचा वसा पुढे चालू राहणार होता. मायाचा आणि श्यामाचा वारसा पुढे चालवण्यासाठी कलावंतिणीच्या घरात मुलगी जन्माला आली होती. त्या नटराजानं तिची विनवणी मान्य केली होती. मुलगी जन्मली होती. आनंदाच्या भरात माया दालनातून बाहेर गेली. बाहेर जाऊन तिनं आपल्या दासींना हाका मारल्या. त्यांना साखर वाटायला सांगितली. किसाबाई मात्र आता श्यामाच्या आणि बाळाच्या सेवेला लागली. पहिल्यांदा तिनं बाळाला चांगलं तेलानं हलक्या हातानं मालिश केलं. त्याची टाळू भरली. नंतर ऊनऊन पाण्यानं अंघोळ घातली आणि रेशमाच्या मऊशार दुलईत गुंडाळून बाळाला मंचकावर निजवलं. यानंतर तिनं श्यामालाही छान मालिश केलं, तिचं अंग चोळून नसा सैल केल्या. तिलाही कढत कढत पाण्यानं न्हाऊ घातलं. त्यानंतर मोठ्या भांड्यातून केशर घातलेलं दूध तिला प्यायला दिलं आणि श्यामालाही निजायला सांगितलं. प्रसूतिवेदनांनी थकलेली श्यामा लगेच निजली; पण ती बाळी मात्र जोरजोरात आवाज करत मुठी चोखत पहुडली होती. जणू त्या मुठीतून अमृतरस पाझरत होता. पाऊस किंचित कमी झाला होता. त्याचा छतावर वाजणारा ताशाही कमी झाला होता आणि वारकऱ्यांचा आवाज मात्र वाढला होता. 'विठ्ठलऽऽ विठ्ठलऽऽ'चा गजर वाढला होता. त्या गजरानं आकाश दुमदुमत होतं. वारकरी करत असलेल्या गजराला आता गती आली होती. टाळ आणि चिपळ्या जलद गतीनं वाजत होत्या. एका विवक्षित क्षणी तो गजर आकाशगामी झाला. वारकरी समेवर आले आणि क्षणभर ताल, ठेका थांबला. क्षणभर नीरव शांतता पसरली. क्षणभर आणि पुढच्याच क्षणाला जनाबाईचे शब्द आसमंतात भरून गेले. त्यातलं लाघव ओसंडून वाहायला लागलं. त्यातली भक्ती ओथंबून ओघळू लागली. वारकरी गात होते –

**''विठू माझा लेकुरवाळा, संगे गोपाळांचा मेळा।''**

आणि इतका वेळ जोरजोरात मुठी चोखत, त्या आवाजात सारं दालन भरून सोडणारी ती तान्हुली जनाबाईचा अभंग सुरू झाला आणि शांत निजली. मूठ तशीच गालापाशी होती, एक हात डोक्याशेजारी वर केलेला होता आणि त्या लेकुरवाळ्या विठूचं वर्णन ऐकता ऐकताच ती तान्हुली निजून गेली. श्यामाला तर कधीच झोप लागली होती. आता ती तान्हुली कान्हूही निजली. श्यामाच्या दालनात नीरव शांतता पसरली आणि कदाचित या शांततेचा भंग होऊ नये, चिमुकल्या कान्हूची झोपमोड होऊ नये म्हणूनच की काय; पण वारकऱ्यांनी भजन थांबवलं. टाळ-चिपळ्या बाजूला ठेवल्या. आपापल्या शिदोऱ्या सोडल्या आणि परब्रह्माच्या साक्षीनं

जणू अन्नब्रह्माचा आस्वाद घेऊ लागले. सोबत आणलेली दशमी व भाकरी, कालवण खाऊ लागले. पावसाची झिम्मड चालूच होती. आज ते वारकरी तिथंच झाडाखाली विसावा घेणार होते. कदाचित कान्हूच्या कानावर आपलं नाव आणखी पडावं, ही त्या विठुरायाचीच इच्छा असावी. काही असो; पण अभंग ऐकता ऐकता कान्हू शांत शांत निजली होती.

श्यामाला मुलगी झाल्याचा सांगावा सदाशिवला पोहोचला आणि सदाशिव वाऱ्याच्या वेगानं धावत आला. श्यामा डोळ्यांत प्राण आणून त्याची वाट बघत होती. सदाशिव आला ते वाटेत कोणाशीही न बोलता तो थेट श्यामाच्या दालनात पोहोचला. श्यामा दुलई पांघरून शांत निजली होती. गाढ झोप लागली होती तिला; पण कान्हू मात्र चंदनी पाळण्यात आपल्या मुठी चोखत, चकॉक-चकॉक असा आवाज करत एक पाय पाळण्याच्या कडेवर आपटत पाळण्यात पहुडली होती. तिच्या पायांत असलेले चांदीचे वाळे पाळण्याच्या कडेवर आपटून ठाकऽ ठाकऽ असा आवाज करत होते. जणू तिच्या मुठी चोखण्याच्या आवाजाला त्यांनी ठेका धरला होता. सदाशिव हळूच पाय न वाजवता दालनात शिरला. श्यामाची झोपमोड होऊ नये म्हणून त्यानं आपला पायरव होऊ दिला नाही. पाय न वाजवता तो हळूच पाळण्याजवळ आला. पाळण्यात कान्हू पहुडली होती. सदाशिव पाळण्याजवळ आला. पाळण्याजवळ येऊन उभा राहिला. मुठी चोखत असलेल्या कान्हूनं आपले डोळे हळूच हलवले. इवली मानही वळवली आणि तिनं सदाशिवकडे पाहिलं. सदाशिव आपल्या लेकीचं ते साजरं रूप बघतच राहिला. तिनं श्यामाचा गुलाबी गोरा रंग घेतला होता आणि सदाशिवचं राजबिंडं रूप. डोळे मात्र काळेभोर करवंदासारखे. श्यामाचे लालचुटुक, पातळ, रेखीव ओठ; कमानदार, नाजूक भुवया; लांबलचक पापण्या सदाशिवच्या, गोबरे खव्यासारखे गाल श्यामाचे आणि गालावर पडणारी खळी सदाशिवची. ते इवलं, चिमुकलं रूप बेहद्द सुंदर होतं. देखणं होतं. सदाशिवची चाहूल लागून पाठोपाठ किसाबाई आली. तिनं कान्हूला उचललं. सदाशिवच्या हातात दिलं. सदाशिवनं ते गोमटं छातीशी लावलं. आपला गाल तिच्या गालावर टेकवला. मऊशार, लोण्यासारखा स्पर्श होता तो. सदाशिवच्या अंगावर सर्रकन काटा आला. एवढा मुलायम स्पर्श? इतका कोमल? इतका मऊ? सदाशिवनं आपले ओठ अलगद त्या मऊशार गालावर टेकवले. क्षणभर... क्षणभर त्याला भोवतालचा विसर पडला. एक अंगभर शहारा उठवणारी अनुभूती त्याच्या शरीरात पसरली आणि त्यानं पुन्हा एकवार त्या मऊशार गालावर ओठ टेकवले; पण आता ते कान्हूला आवडलं नसावं बहुतेक. तिनं एकवार सदाशिवकडे डोळे वळवून पाहिलं आणि जोराचा टॅहा पसरला. इतका जोराचा की त्या आवाजानं गाढ निजलेली श्यामा दचकून जागी झाली आणि कान्हूच्या पाळण्याकडे धावली.

थबकली. समोर सदाशिव उभा होता आणि त्याच्या हातांत कान्हू होती. श्यामा क्षणभर गोंधळली. कुणाला पहिल्यांदा भेटावं, सदाशिवला की कान्हूला? मग दुसऱ्या क्षणाला काहीतरी सुचून ती पुढे आली. तिनं सदाशिवच्या हातांतून कान्हूला घेतलं आणि ती सदाशिवला बिलगली. त्यानंही तिला प्रेमभरानं मिठीत घेतलं. दाराशी जाऊन उभी राहिलेली किसाबाई कितीतरी वेळ ते दृश्य डोळे भरून बघत होती.

त्यानंतर आठ दिवस सदाशिव तिथंच राहिला. आपल्या लेकीला कुठं ठेवू आणि कुठं नको, असं त्याला झालं होतं. सकाळ, दुपार, संध्याकाळ तो लेकीवरनं सतका उतरून वाटून टाकायचा. आपल्याला आणि श्यामाला इतकी देखणी आणि सुंदर लेक झाली याचा त्याला अतिशय आनंद तर झालाच होता; पण त्या आनंदाला आणखी एका आनंदाची किनार होती, ती म्हणजे सुटकेची. सदाशिव मालगुजर नगरशेठ होता. श्यामा नायकिणीची मालकी त्याच्याकडे होती. ही बाब त्याच्या सामाजिक वर्तुळात अभिमानाची असली, तरी श्यामाला होणाऱ्या अपत्याला तो आपलं नाव देऊ शकत नव्हता; कारण नायकिणीच्या अपत्यानं आपलं नाव लावणं, ही गोष्ट समाजात दूषणास्पद होती. त्यामुळे श्यामाला मुलगी झाली, याचा त्याला खरा आनंद झाला. कारण, नायकिणीच्या मुलीला बापाच्या नावाची गरज नसायची; पण तिला जर मुलगा झाला असता, तर कदाचित पुढे मागे त्याला बापाच्या नावाची गरज भासली असती आणि इतर कोणत्याही सामान्य अब्रूदार माणसांप्रमाणेच सदाशिवला ते चालणार नव्हतं. त्यामुळे श्यामाला मुलगी झाली म्हटल्यावर त्याचा आनंद शतपटीनं वाढला. श्यामानं लेकीचं नाव 'कान्होपात्रा' ठेवायचं ठरवलंय, हे कळल्यावर त्याला ते नावही आवडलं. सदाशिवच्या तिथं असण्यानं, श्यामाचे लाड करण्यानं आणि लेकीचं कोडकौतुक करण्यानं श्यामा-महलमध्ये तर आनंदाची लहर आली. आनंदाची, उत्साहाची लाटच पसरली. त्यात लेकीचं कोडकौतुक करण्यात सदाशिवनं आपला हात अगदी सैल सोडला होता. त्या तान्हुलीसाठी सोन्याच्या बिंदल्या, कडी, मनगट्या तर त्यानं केल्याच; पण हिरेमाणकं जडवलेले तोडे, वाळेसुद्धा केले. सोन्याचा करदोटा तर केलाच; पण हिरे जडवून सोनसाखळीही केली. रेशमी वस्त्रांचा तर ढीग लावला. असा सगळा आनंदीआनंद चाललेला असताना या आनंदात भर घालणारी आणखी एक बातमी आली. सदाशिवच्या वसुलीवर खूश होऊन सुलतानानं सदाशिवचा वसुलीचा परगणा वाढवला होता. त्याला आणखी दहा गावं वसुलीसाठी त्याच्या अखत्यारीत दिली आहेत, असं सुलतानाचं पत्र घेऊन, दरबारातला निरोप घेऊन सांडणीस्वार आला आणि हा आपल्या लेकीचा पायगुण असं म्हणत सदाशिवनं तिचं बारसं मोठ्या थाटात करायचं ठरवलं आणि श्यामा महलमध्ये आनंदाला उधाण आलं.

बारशाचा दिवस ठरला. चंदनाचा तो पाळणा रेशमाच्या लडींनी आणि मोत्याच्या

झालरींनी सजवण्यात आला. मऊ रेशमी गादी, दुलई त्यात ठेवली. जरतारी सुरकं आणि टोपडं तान्हुलीला घातलं. सगळे दागिने घालून तिला नटवलं. निरांजनाच्या वातीवर धरलेलं काजळ तिच्या काळ्याभोर डोळ्यांत घातल्यावर तर ते डोळे अधिकच तेजस्वी दिसायला लागले. बाळंतपणानंतर छान भरलेली, कांती उजळलेली, तेज वाढलेली श्यामा अधिकच देखणी दिसायला लागली होती. इतकी की सदाशिवची नजर तिच्यावरनं ढळत नव्हती. बारसं झालं आणि त्या तान्हुलीच्या 'कान्होपात्रा' या नावावर आता शिक्कामोर्तब झालं. जेवणाची पंगत बसली. अन्नपदार्थांची नुसती रेलचेल होती. जेवणावळी झाल्या आणि सदाशिवनं आणखी एक आनंदाचा धक्का सगळ्यांना दिला. तो म्हणाला, ''श्यामाराणी, मला माझ्या लेकीची तुला करायची आहे आणि तुला झाली, की त्या वस्तू मला गरिबांना वाटून टाकायच्या आहेत. म्हणजे माझ्या लेकीला त्यांची दुवा मिळेल.'' सदाशिवनं असं सांगताच श्यामाच्या आनंदाला पारावार राहिला नाही. आपण आणि आपली लेक किती भाग्यवान आहोत; गरती बाईच्या वाट्याला जे सुख येणार नाही, ते आपल्याला मिळालंय, या विचारानं श्यामाचा चेहरा आणखी उजळला. तिनं प्रेमभरानं कान्होपात्रेला हृदयाशी धरलं. दुपारनंतर, जेवणावळी झाल्यानंतर श्यामा-महलच्या प्रांगणात तागडी बांधली गेली. त्यातल्या एका तागडीत छान मऊशार दुलई अंथरली. वर किनखापाचं छत लावलं, ज्यामुळे कान्होपात्रेला ऊन लागणार नाही.

श्यामा कान्होपात्रेला घेऊन बाहेर आली. बाहेर आल्यावर ती कान्हूला घेऊन श्रीकृष्णाच्या मंदिरात गेली. श्रीकृष्णविठ्ठलही या आनंदसोहळ्यासाठी नटला होता. चांगले हिऱ्या-मोत्यांचे दागिने, सोन्याचा कलाकुसर केलेला मोरमुकुट, चांदीची वेणू आणि रेशमी वस्त्रप्रावरणं नेसलेला श्रीकृष्णविठ्ठल अत्यंत मनमोहक दिसत होता. श्यामासुद्धा त्याच्या या रूपाकडे पाहत राहिली. विठोबाप्रमाणे कमरेवर ठेवलेल्या त्याच्या हातांवर किनखापाचे रत्नजडित पोचे घातले होते आणि तो उभा असलेल्या विटेलाही मोत्याची झालर चढवली होती. श्यामा कान्हूला घेऊन गर्भागारात आली. दीड महिन्यांची कान्हू सगळीकडे टुकूटुकू बघत होती. श्यामानं कान्हूला श्रीकृष्णविठ्ठलाच्या पायांजवळ ठेवलं. गर्भागारात अंधूक प्रकाश होता. मूर्तीसमोर लावलेली समई आपल्या मंद तेजानं शांत जळत होती. तिचा मंद प्रकाश मूर्तीवर पडला होता. त्या प्रकाशात कृष्णविठ्ठलाची ती सावळी मूर्ती आणि त्या मूर्तीवर आज चढवलेले हिरे-माणकांचे दागिने नुसते लखलखत होते. लखलखणाऱ्या त्या हिरे-माणकांच्या प्रकाशकिरणांचे कवडसे गर्भागाराच्या छतावर, भिंतीवर पडले होते आणि लखलखणारे ते कवडसे आणि प्रकाशकिरणांची एक अद्‌भुत दुनिया तिथे साकारली होती. त्यातले काही चुकार कवडसे मूर्तीच्या चेहऱ्यावर पडत होते. तिथे क्षणभर रेंगाळून, त्या देखण्या मूर्तीला स्पर्श करून ते कवडसे पुन्हा तिथून

सरकत होते. श्यामानं कान्होपात्रेला श्रीकृष्णविठ्ठलाच्या पायांजवळ ठेवलं. तेव्हा कवडशांचा हा छाया-प्रकाशाचा खेळ अगदी भरात आला होता. चिमुकली कान्हू मूर्तीच्या पायांजवळ शांतपणे पहुडली होती आणि आपले इवलेसे डोळे विस्फारून तो छाया-प्रकाशाचा खेळ, तो त्या कवडशांचा मेळ, प्रकाशकिरणांची ती अद्भुत जादुई दुनिया टुकूटुकू बघत होती. त्या कवडशांच्या खेळात आता सामील झाले आणखी काही कवडसे आणि ते होते कान्हूच्या अंगावरच्या हिरे-माणकांचे आणि आतातर ते गर्भागार लख्ख उजळून निघालं. जणू त्या सगळ्या कवडशांनी एकत्रित येऊन एक तेजस्वी असं सूर्याचं बालरूप तयार केलं. ते रूप बालरूप असलं, तरी सूर्याचं होतं. त्याच्या तेजानं ते गर्भागार अवघं उजळून निघालं नसतं तरच नवलं. या नवलासोबतच आणखी एक नवल घडलं. कवडशांचा तो भरात आलेला खेळ आता मूर्तीच्या चेहऱ्यावर स्थिरावला आणि त्या प्रकाशानं उजळलेला तो मूर्तीचा चेहरा, प्रसन्न हास्यानं जणू उमलला. त्या मूर्तीच्या चेहऱ्यावर एक प्रसन्न स्मितरेषा उमटली आणि त्या मूर्तीचा एरवी जरासा स्थितप्रज्ञ असणारा चेहरा आता त्या हलक्या, खट्याळ स्मितरेषेमुळे एखाद्या ओठ मुडपून हसणाऱ्या बालकासारखा दिसायला लागला. श्यामाच्या मागे उभ्या असलेल्या किसाबाईला तरी निदान तसंच वाटलं आणि कदाचित चिमुकल्या कान्हूलासुद्धा; कारण तीसुद्धा ओठ मुडपून हसली आणि जणू जिवा-शिवाची भेट झाली.

कान्हूचं देवदर्शन झालं. सगळी मंदिराबाहेर आली. श्यामानंही कान्हूला उचललं. हृदयाशी धरलं आणि ती कान्हूला घेऊन मंदिराबाहेर आली. मंदिरासमोरच प्रांगणात तागडी बांधली होती. रेशमाची दुलई घातलेल्या पारड्यात श्यामानं अलगद कान्हूला ठेवलं. ते पारडं किंचित खाली गेलं. तिचं वजन ते किती असणार; पण त्या पारड्यातही त्या रेशमाच्या मऊ दुलईवर कान्हू शांतपणे पहुडली होती. त्या पारड्याला, त्याच्या लोखंडी साखळ्यांनाही रंगीबेरंगी फुलांच्या माळा लावून सजवलं होतं. कान्हू त्या रंगीत फुलांकडे एकटक बघत होती. मधूनच आपला एक पाय वर उचलून खाली आपटत होती. त्याबरोबर तिच्या पायांतले तोडे, वाळे खळ्ळ छन् करून वाजत होते. मधूनच तिचा पाय त्या ताजव्याच्या लोखंडी साखळीवर आपटत होता आणि त्यातूनही नाद निघत होता. खणखण. कान्हूचा असा छान चाळा चालला होता, तोच सदाशिवनं नोकरांना आदेश दिला. "आणा रे साखरेच्या गोण्या!" नोकर धावले. साखरेच्या दोन-तीन गोण्या घेऊन आले. कान्हूचं वजन ते किती असणार? नोकरानं एक गोणी उचलून दुसऱ्या पारड्यात ठेवली. पारडं चट्कन खाली गेलं. सगळ्यांनी आनंदानं टाळ्या वाजवल्या. त्यांच्या टाळ्यांचा गजर विरतोन्विरतो तोच कान्हूचं पारडं पुन्हा खाली गेलं. सगळ्यांना नवल वाटलं. नोकरानं दुसरी गोणी दुसऱ्या पारड्यात ठेवली. ते पारडं पुन्हा पट्कन खाली गेलं.

पुन्हा सगळ्यांनी टाळ्या वाजवल्या. तोच दुसऱ्या क्षणाला ते पारडं पुन्हा वर आलं आणि कान्हूचं पारडं खाली गेलं. नोकरानं साखरेची तिसरी गोणी ठेवली. तरीही पुन्हा तिसऱ्यांदा तसंच झालं. आता काय करावं, कुणालाच काही सुचेना. त्या इवलाशा कान्हूचं वजन तोलायला काही फार मोठं मोजमाप लागणार नव्हतंच आणि लागलं असतं तरी ते कितीसं? पण, साखरेच्या तीन-तीन गोण्या ठेवूनदेखील कान्हूचं पारडं वर जाईना आणि वजन ठेवलेलं पारडं खाली जाईना. हे काय चाललंय आणि असं का होतंय; तेही कुणाला कळेना, समजेना, उमजेना. शेवटी तराजू पुन्हा एकदा तपासायचं ठरलं. श्यामानं कान्हूला तागडीतून उचलून घेतलं. नोकरांनी साखरेच्या तीनही गोण्या खाली उतरवल्या. बाजूला नेऊन ठेवल्या. तराजूची दोन्ही पारडी वरच्या आकडीतून सोडवली. खाली काढली. ती उलट-सुलट करून बघितली. त्या पारड्यांना बांधलेल्या साखळ्यांना कुठे पीळ पडला आहे का? वेढा पडला आहे का ते तपासलं. ते सगळं व्यवस्थित होतं. मग तराजू पुन्हा जोडला. त्याच्या साखळ्या वरच्या आकडीला अडकवून पुन्हा दोन पारडी तयार केली. मग पुन्हा तपासणी करण्यासाठी प्रयोग करून बघितला. बाजूला उभ्या असलेल्या एका लहान मुलाला तराजूच्या एका पारड्यात उभं केलं आणि दुसऱ्या पारड्यात साखरेच्या दोन गोण्या ठेवल्या, त्याबरोबर तो मुलगा उभा असलेलं पारडं चट्कन वर गेलं. म्हणजे तराजू दुरुस्त झाला होता. आता कान्हूची तुला करता येणार होती. तोच कुणीतरी म्हटलं, "तराजूची पूजा करून नारळ फोडा." तीही सूचना अमलात आणली गेली. श्यामानं तराजूची पूजा केली. सदाशिवनं तराजूसमोर नारळ फोडला आणि पुन्हा तराजूच्या एका तागड्यात मऊ दुलई अंथरून कान्हूला त्यावर अलगद ठेवण्यात आलं.

आतापर्यंत काय झालं, याबाबत संपूर्ण अनभिज्ञ असलेली कान्हू पुन्हा तागडीत ठेवल्यावर छान पहुडली. पाय आपटण्याचा चाळा तिनं पुन्हा सुरू केला. कान्हूला तागडीत ठेवल्यावर सदाशिवनं पुन्हा नोकरांना आदेश दिला. "चला रे! आता ठेवा साखरेच्या गोण्या एकेक करून!" नोकरांनी एकेक करत गोण्या ठेवायला सुरुवात केली. सगळ्यांचे श्वास रोखले गेले. सगळ्यांच्या चेहऱ्यावर अपार उत्सुकता होती. आता सगळं नीट होणार, कान्होपात्रेची तुला होणार याबाबत सगळ्यांना खात्री होती. गोण्या ठेवल्या गेल्या. एकेक करत एका पाठोपाठ एक अशा तीन गोण्या तराजूच्या दुसऱ्या पारड्यात ठेवण्यात आल्या; पण आतातर कान्हूचं पारडं हललंसुद्धा नाही. खरंतर इवल्या कान्हूचं वजन ते किती आणि दुसऱ्या पारड्यात ठेवलेल्या साखरेच्या गोण्यांचं वजन कितीतरी! पण, तरीही कान्हूचं पारडं काही केल्या वर जाईना. सगळे जण स्तब्ध झाले. क्षणापूर्वी जिथं आनंद आणि उत्साह नाचत बागडत होता, तिथं आता नीरव शांतता पसरली. सदाशिवचा चेहराही पडला.

आता काय करावं, त्यालाही सुचेना. तोही हताश झाला. काय करावं, या विचारानं अस्वस्थ झाला. इकडेतिकडे पाहू लागला. तोच त्याचं लक्ष किसाबाईकडे गेलं. किसाबाई हात जोडून डोळे मिटून बहुतेक देवाची प्रार्थना करत होती. का कुणास ठाऊक; पण सदाशिवला असं वाटून गेलं, की यात किसाबाईच काहीतरी करू शकेल. अशा परिस्थितीत ज्या अर्थी किसाबाई डोळे मिटून हात जोडून देवाची प्रार्थना करते आहे, त्या अर्थी ती आणि तिचा देव यात काहीतरी करू शकतील, अशी भावना त्याच्या मनात निर्माण झाली आणि अंत:प्रेरणेनं तो किसाबाईला म्हणाला, ''किसाबाई, हे असं का होतंय हे मला कळत नाहीये. तुम्ही या देवाच्या भक्त आहात. या देवावर तुमची श्रद्धा आहे. तुम्ही न चुकता पंढरीची वारी करता. आता तुम्हीच देवाला विनवणी करा की माझ्या लेकीची, कान्हूची तुला पूर्ण होऊ दे. त्याला विचारा, की यात आणखी काय घालायला हवं? मी जे पाहिजे ते घालीन; पण कान्हूची तुला पूर्ण होऊ दे!''

सदाशिवचं बोलणं ऐकून किसाबाईनं मान डोलावली. मंदिराच्या गर्भागारासमोर जाऊन उभी राहिली. डोळे मिटून हात जोडून देवाला नमस्कार केला आणि पुन्हा ती तराजूजवळ आली. कान्हूचं पारडं अजून खालीच होतं. किसाबाई दुसऱ्या पारड्याजवळ गेली. तिनं त्या पारड्यालाही हात जोडले. मनोमन पुन्हा एकदा विठ्ठलाला हाक घातली. भोवताली पन्नासएक लोक होते; पण झाडाचं पान पडलं तरी आवाज येईल इतकी नीरव शांतता तिथं होती. मधूनच त्या शांततेला छेदणारा कान्हूच्या वाळ्यांचा खळ्ळ्खण् असा नाद येत होता. त्या शांततेत त्या आवाजानं नादस्पंदनं निर्माण होत होती आणि ती समोर असलेल्या गर्भागारात थेट जाऊन मूर्तीच्या पावलांवर विरामत होती. किसाबाई काय करतेय, याकडे सर्वांचं लक्ष होतं. सगळ्यांच्या नजरेत उत्सुकता होती, अपेक्षा होती, प्रश्न होते, शंका होत्या. थोडीशी भीती होती, थोडीशी असूया होती, थोडी चेष्टा होती, थोडी कुचेष्टाही होती. अशा अनेक भावना घेऊन तिथं जमलेल्या माणसांच्या नजरा किसाबाईवर रोखल्या गेल्या होत्या. जोडलेले हात तसेच ठेवून किसाबाई पुढे झाली. तिनं एकवार कान्हूकडे नजर टाकली. नेमक्या त्याच वेळी कान्हूही तिच्याकडेच पाहत होती. किसाबाईच्या नजरेला नजर मिळताच कान्हूला ओळख पटली आणि आपलं तोंडाचं बोळकं पसरून ती मन भरून हसली; पण तिच्या त्या एका कटाक्षानं किसाबाईला मात्र शक्ती दिली. तिच्या त्या प्रसन्न हसण्यानं किसाबाईच्या श्रद्धेला बळ मिळालं. तिच्याशी झालेल्या नजरभेटीनं किसाबाईच्या देवावरच्या विश्वासाला सामर्थ्य मिळालं आणि किसाबाई दुसऱ्या तागडीजवळ गेली. त्या तागडीत साखरेच्या गोण्या ठेवल्या होत्या. किसाबाईनं त्याही तागडीला नमस्कार केला. एक क्षणभर थांबली. डोळे मिटले आणि तिनं थरथरत्या हातानं आपल्या गळ्यातली तुळशीची माळ

काढली. हातात घेऊन कपाळाला लावली. डोळ्यांना लावली आणि तशाच थरथरत्या हातानं ती तुळशीची माळ, जी तिची रोजच्या जपाची माळ होती, जी तिच्या ती वारकरी असण्याचं चिन्ह होती, गेली कित्येक वर्षं जप करून जी माळ झिजली होती, तुटायला आली होती, ज्या माळेचा दोरा अनेकदा तुटला होता आणि त्याला ठिकठिकाणी गाठी मारून जोडला होता; अशी ती जुनीपुराणी, तुटकी, झिजलेली, आपल्या गळ्यातली तुळशीची माळ थरथरत्या हातानं किसाबाईनं त्या साखरेच्या गोणीवर ठेवली आणि पुन्हा हात जोडून डोळे मिटून ती उभी राहिली. किसाबाईनं तुळशीची माळ तागडीतल्या गोणीवर ठेवली आणि दुसऱ्या क्षणाला ते पारडं खाली गेलं आणि खालीच राहिलं. मगाशी तीन वेळा झालं तसं आता पुन्हा होतंय की काय, अशी सगळ्यांना शंका होती; पण आता तसं झालं नाही. साखरेच्या गोण्या ठेवलेलं पारडं माळ ठेवताच खाली गेलं, ते खालीच राहिलं. आता मात्र तुला झाली होती. त्या तुळशीमाळेमुळे ती तुला झाली होती. अंतराळी झालेल्या पारड्यात आताही कान्हू शांत पहुडली होती. आताही तिच्या पायांतल्या वाळ्यांचा तोच नाद पुन:पुन्हा ऐकायला येत होता. आता मात्र फरक एवढाच होता, की हसरा चेहरा करून कान्हू आपल्या मुठी चोखत होती. आता मात्र सगळ्यांनी टाळ्यांचा कडकडाट केला. नोकरांनी गोण्या उचलल्या. कान्हूचं पारडं हलकेच एका हातानं धरून ते खाली घेऊन पारड्याजवळ धावत गेलेल्या श्यामानं पारड्यातनं कान्हूला उचललं आणि छातीशी कवटाळलं. तिच्या शेजारीच किसाबाई उभी होती. श्यामानं एका हातानं कान्हूला सावरत दुसऱ्या हातानं किसाबाईला मिठी घातली. श्यामाच्या नजरेतून कृतज्ञता ओसंडून वाहत होती, तर किसाबाईच्या नजरेतून कृतार्थता.

कान्हूची तुला झाली. ती साखर गरिबांना वाटून टाकली. मात्र त्यानंतर कित्येक दिवस या प्रसंगाचे साक्षीदार असणाऱ्या मंडळींच्यात या प्रसंगाची चर्चा होती आणि चर्चा होती किसाबाईच्या तुळशीमाळेची. किसाबाईनी देवाला केलेली प्रार्थना, तिची श्रद्धा, भक्ती, तिचा विश्वास या साऱ्याचं सार्थक झालं होतं. तिच्या या श्रद्धेवर खूश होऊन सदाशिवनं किसाबाईला चांदीत गुंफलेली नवीन तुळशीमण्यांची माळ बक्षिसी म्हणून आणून दिली. आपल्या श्रद्धेचं, भक्तीचं आणि देवावरच्या विश्वासाचं असं कौतुक झालंय म्हटल्यावर किसाबाईचा जीव सुपाएवढा झाला आणि आपल्या श्रद्धेचं असं कौतुक होण्यासाठी कान्होपात्राच कारणीभूत आहे, या भावनेनं कान्होपात्रावरची तिची माया आणखीन वाढली; पण एकाच्या तोंडातून दहा तोंडांत असं करत कान्हूची तुला आणि किसाबाईची तुळशीमाळ यांची गोष्ट गावभर झाली, हे मात्र खरं!

# ७

**का**न्होपात्रेची तुला अशी अभूतपूर्व झाली आणि मंगळवेढ्यात कितीतरी दिवस लोकांच्या तोंडात ती चर्चा होती. कान्होपात्रेची तुला आणि किसाबाईची तुळशीची माळ अशी एका दिवसात प्रसिद्धीला पोहोचली. किसाबाई मात्र पुन:पुन्हा त्या विठ्ठलाचे आभार मानत होती. तिच्या विश्वासाची, भक्तीची, श्रद्धेची कसोटी बघणारा तो क्षण होता. परिणाम उलटा झाला असता किंवा काहीच झाला नसता तर किसाबाईचं हसं तर झालंच असतं; पण तिच्या विठ्ठलावरच्या विश्वासाचं, श्रद्धेचं, भक्तीचंही हसं झालं असतं. एवढंच नव्हे, तर त्या कुचेष्टेचा बोल विठुरायावर आला असता. 'विठू भावाचा भुकेला, विठू भक्तीचा तहानेला' हे त्याचं ब्रीद खोटं ठरलं असतं; पण हे झालं नाही. विठुरायानं हे होऊ दिलं नाही आणि किसाबाईच्या विश्वासाला, भक्तीला, श्रद्धेला तडा गेला नाही. विठुरायानं तो जाऊ दिला नाही आणि साखरेच्या त्या तीन-तीन गोण्यांपेक्षा किसाबाईंची जुनी, तुटकी, झिजलेली तुळशीमण्यांची माळ अधिक श्रेष्ठ ठरली. अधिक वजनदार ठरली. ती माळ तुटकी होती; पण किसाबाईची भक्ती अभंग होती. ती माळ जुनी होती; पण किसाबाईची श्रद्धा निरंतर नवी होती. ती माळ झिजलेली होती; पण किसाबाईचा विश्वास बुलंद होता. भक्तांचा पाठीराखा ही बिरुदावली जी विठ्ठल अभिमानानं मिरवत होता, ती त्यानं सार्थ ठरवली होती आणि हे सगळं सिद्ध होण्यासाठी कान्होपात्रा कारणीभूत ठरली. या घटनेचं किसाबाईला नवलही वाटत होतं आणि अप्रूपही; पण काही असो, कान्होपात्रा मात्र तिला प्राणाहून प्रिय झाली. तिचं सर्वस्व बनली.

एक दूध पिण्याव्यतिरिक्त कान्हू श्यामाकडे अगदी थोडा वेळ असायची. दिवसभर अखंड ती किसाबाईच्या अंगाखांद्यावरच असायची. तिला गुटी चाखताना, तिला झोके देताना, तिला निजवताना, तिला अंगाई गाताना किसाबाई अखंड अभंग, ओव्या गात असायची. कधी ज्ञानेश्वर माउलीचे तर कधी मुक्ताईचे, कधी नामदेवाचे तर कधी जनाईचे, कधी चोखोबांचे तर कधी गोरोबांचे. किसाबाईचा तो किनरा, अनुनासिक आवाज; पण ती तल्लीन होऊन अभंग गायला लागली की तो

अभंग मग कुणाचाही असो, तो कानाला गोड वाटायचा. मोठ्या माणसांनासुद्धा. मग तान्ह्या कान्हूला वाटला तर त्यात नवल ते काय? किसाबाईचे ते अभंग ऐकताना कान्हूही तल्लीन व्हायची. रडत असली तर रडायची थांबायची. जागी असेल तर निजू पाहायची, खेळत असेल तर गोड हसायची. कान्हू अशी हळूहळू वाढायला लागली. बघता बघता पालथी व्हायला लागली. रांगायला लागली. रांगायला लागली आणि तिला श्यामाचं ते मोऽठं दालन पुरेना. ती रांगायला लागली आणि श्यामाला दिवस पुरेना. कान्हू इतकी लबाड की श्यामा तिच्या मागं लागली की, ती वेगानं रांगायची आणि कुठेतरी मंचकाखाली, किनखापाच्या पडद्याआड, अगदी नाही तर कोपऱ्यात शमादानं ठेवण्यासाठी बनवलेल्या नक्षीदार खांबाआड तरी लपून बसायची आणि मग तिला शोधताना, सापडल्यावर त्या लपलेल्या जागेतून बाहेर काढताना श्यामाची दमछाक व्हायची. काही दिवसांनी तर कान्हू चालायला, धावायला लागली आणि मग मात्र तिला अख्खा श्यामा महल पुरेना. त्यातच तिची गोड छबी सगळ्यांची इतकी लाडकी झाली, की श्यामा महलमधले सगळे नोकरचाकर, दास-दासी कितीही काम असलं, तरी दिवसातून एकदातरी कान्हूला उचलून घेतल्याशिवाय राहत नसत. मग प्रसंगी माया बाईसाहेबांची बोलणी खावी लागली तरी त्यांना ती चालत असत; पण कान्हूला उचलून घेतल्याशिवाय, तिच्याशी लाडे लाडे बोबडं बोलून काही क्षण खेळल्याशिवाय श्यामा महलमधल्या एकाही व्यक्तीला चैन पडत नसे. मग तो नोकर असो की दासी. यामुळे इतकंच झालं, की श्यामा महलमधल्या श्यामाच्या दालनात सेवकांची ये-जा वाढली. दास-दासींचा राबता वाढला. इतका की, 'कान्हू निजली आहे. नंतर या.' असं सांगूनही ते कुणी परत जात नसत. उलट 'निजली हाय ना? मग तिची निजलेली छबी एकदा डोळे भरून बघून येतो,' असं म्हणत प्रत्येक जण कान्हूजवळ जाऊन तिला बघून येत असे. काही काही वेळा त्यांच्या पायरवानं कान्हूची झोपमोड व्हायची आणि मग अर्धवट झोप झाली की ती कुरकुरायची. मग किसाबाई तिच्या तैनातीत अखंड राहायची. पुढे पुढे तर श्यामाला सांगून किसाबाईनं कान्हू झोपलेली असली की दालनाचा दरवाजा लावायला सुरुवात केली.

किसाबाई रोज कान्हूचं सगळं आवरलं, की तिला घेऊन श्रीकृष्णविठ्ठलाच्या मंदिरात जाऊन बसायची. कान्हूलासुद्धा ती जागा फार आवडायची. श्रीकृष्णविठ्ठलाची ती हिरे-माणकांनी नटवलेली मूर्ती, पुढे तेवत असलेल्या समईच्या ज्योतीचे त्या हिरे-माणकांवर चमकणारे किरण, त्या किरणांचे प्रतिबिंबित होऊन मंदिराच्या छतावर पडणारे कवडसे, त्यांचा खेळ, हे सगळं नवलाईनं बघणारी कान्हू कधी कधी ते कवडसे पकडायला जायची, तर कधी श्रीकृष्णविठ्ठलाच्या मूर्तीला घट्ट धरून बसायची. त्या मूर्तीच्या कमरेवर ठेवलेल्या हातांत असलेली बासरी ओढायला

बघायची आणि काढता आली नाही की, ओठ काढून रडत किसाबाईकडे झेपावायची. आतातर कान्हू बोलायला लागली होती. दोन्ही हात एकमेकांवर आपटून 'ठल, ठल' म्हणायला लागली आणि इतके दिवस तिच्या महालभर धावण्यामुळे रुणझुणणाऱ्या तोरड्यांच्या नादाला तिच्या बोबड्या बोलांची साथ मिळाली. गंमत म्हणजे महालात काम करणाऱ्या प्रत्येक सेवकाचं, दासीचं नाव तिला माहीत होतं आणि आपल्या बोबड्या बोलांनी ती सगळ्यांना हाका मारायची. समोर एखादा सेवक दिसला, की कान्हू त्याला हाक मारायची आणि कान्हूची हाक ऐकली, की तो सेवक हातातलं काम, मग ते कितीही महत्त्वाचं असू दे, कुणीही सांगितलेलं असू दे; ते काम तिथंच टाकून तो सेवक किंवा दासी कान्हूकडे धाव घ्यायचे. तिला उचलून घेऊन तिचे लाड करून, तिच्याशी दोन-चार बोबडे शब्द बोलल्याशिवाय त्यांचा पुन्हा कामाला हात काही लागायचा नाही. यातून एवढंच झालं, की तो अख्खा 'श्यामा महल' अवघा कान्हूमय होऊन गेला. कान्हू तरी अशी लबाड, की एखादा सेवक गडबडीत एखाद्या कामासाठी चालला असेल, तर मुद्दाम त्याला हाक मारायची. त्याला आडवी जायची. दुडूदुडू धावत त्याच्या मागे मागे पळायची आणि मग मात्र त्या सेवकालाही राहवायचं नाही. मग कितीही महत्त्वाचं आणि गडबडीचं काम असलं, तरी तो कान्हूला उचलून घ्यायचा. तिच्याशी चार शब्द बोलायचा आणि मगच पुढे जायचा. त्यातही काही सेवक-सेविका असे होते, जे कान्हूचे खूप लाड करत असत, तर काही जण तोंडदेखलं. कान्हू त्यांचं वागणं बरोबर ओळखायची आणि त्यांच्या गडबडीच्या वेळेत त्यांच्यासमोर जाऊन उभी राहायची. उचलून घेण्याबद्दल हट्ट करायची. तिला टाळावं, तर तिच्यापाठी श्यामा किंवा किसाबाई असायची. मग त्या सेवकांना तिला उचलून घ्यावंच लागे. त्यांनी उचलून घेतलं की कान्हू टाळ्या वाजवायची. 'कशी जिरली!' असे भाव नजरेत आणून गोड हसायची आणि मग तिचा तो आविर्भाव बघून त्या दालनात हास्याचं आणि आनंदाचं जणू कारंजं उडायचं.

कान्हू स्वत: अशी सर्वांगानं उजळत होती आणि आपल्या बाळलीलांनी श्यामा महलही उजळवत होती. तिच्या पायांतले रुणझुण वाजणारे पैंजण, त्यांचा निनादणारा छुमछुम नाद यानं अवघा श्यामा महल निनादत राहायचा आणि लबाड कान्हू कुठंही असली, कुठंही लपली तरी पैंजणांचा तो छुमछुम नाद तिची चुगली करायचाच आणि कान्हूला शोधणं किसाबाईला सोपं जायचं. कितीतरी दिवस कान्हूला हे कळत नव्हतं, की आपण कितीही कानाकोपऱ्यांत लपलो, कितीही अवघड जागी लपलो, तरी ही किसाबाई आपल्याला बरोबर कशी शोधून काढते? हा प्रश्न पडण्याइतकी कान्हू आता मोठी झाली होती, ४-५ वर्षांची. असं रोज रोज घडतंय म्हटल्यावर एक दिवस कान्हूनं किसाबाईला विचारलंच, "किसाई!" कान्हू किसाबाईला

किसाई म्हणायची. त्यामागेसुद्धा एक छान प्रसंग घडला होता. झालं होतं असं, की किसाबाई कान्हूला घेऊन मंदिरात जायची आणि मधुभट पूजा करायला लागले की अभंग गायची. त्यातल्या त्यात जनाबाई-मुक्ताबाईचे अभंग किसाबाईला जास्त आवडायचे. जनाईचे तर जास्तच. जनाईचे अभंग किसाबाई गायला लागली, की त्यात शेवटी यायचं. 'जनी म्हणे,' वारंवार ते ऐकून ते कान्हूलाही पाठ झालं होतं. एक दिवस कान्हूनं किसाबाईला विचारलं, ''जनी म्हणे म्हणजे कोण?'' किसाबाईनं सांगितलं, ''ताईबाई, जनी म्हणे म्हणजे जनाबाई म्हणे. ही जनाबाई नामदेवाच्या घरी कामाला होती. तिथं तिला सगळे जण जनाई म्हणत असत. तीच ही जनी. तिनं रचलेल्या अभंगांत ती जनी म्हणे घालते.'' हे ऐकल्यावर कान्हू म्हणाली, ''मग किसाबाई, तूपण आमच्या घरी काम करतेस. तूपण अभंग गातेस. मग मी तुला किसाई म्हणू का?'' कान्हूच्या तोंडचा तो 'किसाई' शब्द ऐकल्यावर किसाबाईला भरून आलं. लहानपणीच विधवा झालेल्या किसाबाईला कुणीच नव्हतं. जिथे कामाला राहील, तिथं ती जीव लावायची; पण तरीही काम करण्यापलीकडे किंवा काम करून घेण्यापलीकडे किसाबाईचा जीव तिथं गुंतायचा नाही; पण श्यामा महलात कामाला आल्यापासून किसाबाईचा जीव इथं खरंच रमला होता आणि कान्हूचा जन्म झाल्यावर तर गुंतलाही होता. त्यातच कान्हूच्या तुलेच्या वेळी किसाबाईचं कान्हूवरचं प्रेम आणि विठ्ठलावरची भक्ती अधोरेखित झाली होती. त्यातच तिला कान्हूचा विलक्षण लळा लागला होता आणि आता कान्हूनं आपल्याला 'किसाई' म्हणून हाक मारू का, असं विचारल्यावर तर किसाबाईला भरून आलं. कान्हूच्या चेहऱ्यावरून अलाबला घेऊन तिनं आपल्या कानशिलांवर कडाकडा बोटं मोडली आणि ''माझी गुणाची पोर ती!'' म्हणत तिचे आणखी लाड केले.

कान्हू होतीच तशी लाघवी. कधी कधी मात्र ती हट्ट करायची. कुणाचंच ऐकायची नाही. रुसून बसायची. जेवायला नाही म्हणायची. दुधाचा पेला लवंडून द्यायची. तिच्या या वागण्यापुढे कधी कधी श्यामाही हात टेकायची. कितीही सांगितलं, तरी कान्हूची समजूत पटायची नाही. तिला काहीच आवडायचं नाही. मग किसाबाई तिला मंदिरात न्यायची. तिथं गेलं की मग मात्र कान्हू शांत व्हायची. हट्ट विसरायची. ऐकायची. किसाबाई कान्हूला घेऊन नेहमीच कृष्णविठ्ठलाच्या मंदिरात जायची. तिथं जाऊन माउलीचे, जनाईचे अभंग गायची. कान्हू लहान होती, तोवर ती अभंग ऐकत त्या तालावर आपला एक पाय आपटत पहुडलेली असायची. थोडी मोठी झाल्यावर, किसाबाईनं अभंग गायला सुरुवात केली की टाळ्या वाजवत, ठेक्यात पाऊल नाचवत ती किसाबाईभोवती फिरायची. कान्हू आणखी मोठी झाली. किसाबाई गात असलेल्या अभंगांतले शब्द ऐकून त्यांचे अर्थ विचारायला लागली आणि त्यातला एखादा अभंग तिला मुखोद्‌गतही होऊ

लागला. एके दिवशी तर असं घडलं. त्या कृष्णविठ्ठलाच्या मंदिरात त्या मूर्तीच्या पूजेसाठी नेमलेला गुरव– मधुभट त्याचं नाव. तो रोज सकाळी येऊन देवाला पंचामृतानं स्नान घालायचा. त्याची छान साग्रसंगीत पूजा बांधायचा. फुलांच्या रंगीत माळा आणि हार गुंफून देवाच्या मूर्तीला सजवायचा. हे त्याचं सगळं काम अगदी मन लावून चालायचं. त्या वेळी कान्हूला घेऊन किसाबाई तिथंच बसायची. अगदी रोजच्या रोज. त्या दोघींचा हा नित्यक्रमच म्हणा ना.

तो गुरव मधुभट, अगदी एकाग्र होऊन मन लावून पूजा करायचा. त्या मूर्तीला कधी तो कृष्ण म्हणून सजवायचा, तर कधी विठ्ठल म्हणून. त्याच्या या सगळ्या हालचालींकडे चिमुकली तान्हू एकटक बघत असायची. तो आधी काय करतो, त्यानंतर काय करतो, इथपासून ते तो सगळी पूजा झाल्यावर काय करतो, याकडे तिचं बारीक लक्ष असायचं. त्याच्या त्या पूजापद्धतीचा सगळा क्रम ती बारकाईनं बघायची आणि रोज रोज बघून तिला आता त्याची संगती माहीतही झाली होती. एखादे दिवशी मधुभटांनी बुक्का आधी लावला, तर चिमुकली कान्हू लगेच सांगायची, "मधुभट काका, अष्टगंध लावायचं राहिलंय!" मधुभटालाही या गोष्टीचं, तिच्या तल्लख बुद्धीचं कौतुक वाटायचं. किसाबाईला तर कान्हूला कुठं ठेवू आणि कुठं नको, असं व्हायचं. कान्हूला त्या मंदिरात जायला इतकं आवडायचं, की सकाळी जाग आली की, तिची पावलं मंदिराकडे धाव घ्यायची. तिच्या धावण्यागणिक तिच्या तोरड्यांचा छुमछुम आवाज सगळीकडे निनादायचा आणि सगळ्या श्यामा महलला कळायचं, कान्हू उठली आहे; पण श्यामा किंवा किसाबाई तिच्या मागे धावून धावून तिला पकडायच्या. तिचं सगळं आवरायच्या. केशर घातलेलं दूध, बदामाचा शिरा तिला खाऊ घालायच्या आणि मगच किसाबाई तिला घेऊन मंदिरात जायची. तोवर मधुभट तिथे आलेले असायचे. पहाटे येऊन काकडा करून ते परत घरी जायचे. ते ९ वाजेपर्यंत परतायचे. ते आले की मग देवाच्या पूजेची त्यांची तयारी सुरू व्हायची. तोच कान्हू तिथं पोहोचायची. मग काय मधुभटांना आणखीनच उत्साह यायचा. देवाच्या प्रत्येक कामात कान्हू त्यांना मदत करायची. ते हार गुंफायला लागले की, फूल उचलून दे. ते गंध उगाळायला लागले की सहाणेवर दुधाचे थेंब टाक, ते रांगोळी काढायला लागले की तिनंही चार ठिपके काढावेत. ते आरतीची तयारी करायला लागले, की त्यांना वाती काढून दे. ते आरती करायला लागले, की घंटा वाजव, झांजा वाजव, एक ना दोन; पण मधुभटांच्या पूजा करण्याच्या प्रत्येक विधीमध्ये कान्हूचा हात लागायचा हे खरं! आणि हे सगळं नित्याचं कामकाज चाललेलं असताना किसाबाई अखंड भजनं गात असायची. माउलीचे, नामदेवांचे, जना-मुक्ताबाईचे, चोखोबा-गोरोबांचे अभंग गात असायची आणि पूजाविधीच्या पावित्र्याला किसाबाईच्या अभंगगायनाच्या मांगल्याची साथसोबत

मिळायची आणि त्या मंदिराचा गाभारा भक्तिरसात न्हाऊन निघायचा. किसाबाई अभंग गाताना तल्लीन होऊन जायची; पण कान्हूचं मात्र तिच्या त्या अभंगातल्या शब्दांकडे लक्ष असायचं. मग ते शब्द ती लक्षात ठेवायची. काही काही शब्दांचे अर्थ तिला लागायचे नाहीत. मग ती त्या शब्दांचे अर्थ मधुभटांना विचारायची, ''मधुकाका, शकुन म्हणजे काय हो?'' किसाबाईनं 'पैल तो गे काऊ कोकताहे, शकुन गे माये सांगताहे' हा अभंग गायला की कान्हू विचारायची. कधी किसाबाई नरहरी सोनाराचा अभंग गायची, की कान्हू लगेच विचारायची, ''मधुकाका, व्यवहार म्हणजे काय हो?'' मधुभट तिला समजेल अशा सोप्या शब्दांत तिच्या शंकांचं निरसन करीत; पण कधी कधी कान्हूचे प्रश्न संपायचेच नाहीत. मग मात्र मधुभटाची पंचाईत व्हायची. मग तो किसाबाईला म्हणे, ''किसाबाई, तुम्ही कान्हूताईंना घरी घेऊन जा. आता ऊन वाढायला लागलंय!'' मग मात्र कान्हूचा नाइलाज व्हायचा आणि मनातले प्रश्न तसेच ठेवून तिला किसाबाईबरोबर दालनात परतावं लागायचं.

बघता बघता कान्हू पाच वर्षांची झाली आणि तिच्या घराण्याच्या परंपरेप्रमाणे तिचं नृत्यशिक्षण सुरू करण्याचा रिवाज आता करायचा होता. त्या निमित्तानं 'घुंगरूपूजन' हा कार्यक्रम मायानं आयोजला होता. त्यासाठी श्यामा महल सजवण्यात आला. आसपासच्या प्रदेशातले अनेक उत्तमोत्तम नर्तक, नर्तिका, नृत्यगुरू या सर्वांना आमंत्रण दिलं गेलं. सदाशिवनं तर या कार्यक्रमासाठी बादशहाच्या दरबारातल्या नर्तिकांनाही आंमत्रण दिलं होतं. आज घुंगरूपूजनानंतर कान्हूच्या नृत्यशिक्षणाला सुरुवात होणार होती. ती नृत्यनिपुण झाली, की आपल्या आजीची, आईची परंपरा पुढे चालवणार होती. तिचं हे भविष्य होतं. नव्हे, हेच भविष्य होतं आणि सटवाईनं तिच्या ललाटी हेच लिहिलं होतं. नियतीचीही तशीच इच्छा होती. मायाचीही तीच इच्छा होती. श्यामाला तसं स्वत:चं काही मतच नव्हतं; पण तिला एवढं मात्र वाटत होतं, की कान्हू अजून लहान आहे. नाजूक आहे. तिला अजून थोडी मोठी होऊ दे. मगच तिच्या पायांत घुंगरू बांधावेत. तिची पावलं अजून इवलीशी आहेत. तिची त्वचा मुलायम आहे. तिला ते घुंगरू टोचतील, दुखतील, तिला इजा होईल. आई म्हणून तिची ही भावना योग्यच होती; पण परंपरा आणि रिवाज या ठिकाणी भावनेला स्थान नसतं. परंपरा आणि रिवाज हे पाळायचेच असतात. नव्हे, ते त्यासाठीच असतात आणि त्यांचं पालन करताना तिथं भावना महत्त्वाच्या नसतात. अर्थात श्यामालाही हे माहीत होतं; पण कान्हूबद्दल आई म्हणून असलेल्या तिच्या भावना तिच्या मनात खंत निर्माण करत होत्या हे खरं. आजच्या कार्यक्रमात 'घुंगरूपूजन' करून कान्हूच्या नर्तिका होण्याचा जसा श्रीगणेशा केला जाणार होता, तसंच आजच्या कार्यक्रमात कान्हूच्या कलावंतीण होण्याचं भविष्यही निश्चित केलं

जाणार होतं. तिनं कोणत्या मार्गानं जायचं, हे तिची आजी माया आणि आई श्यामा ठरवणार होत्या. परंपरा, रिवाज आणि कलावंतिणीच्या मुलीनं कलावंतीण व्हायचं, ही समाजाची मानसिकता या त्रिसूत्रीनं कान्हूच्या आयुष्याचा मार्ग ठरणार होता. या मार्गावरूनच आता तिची वाटचाल व्हायची होती. या मार्गावरूनच पुढे जाऊन तिला आपल्या आयुष्याची इमारत उभी करायची होती आणि आज त्या इमारतीच्या पायाचा पहिला दगड बसवला जाणार होता.

श्यामा आणि किसाबाई कान्हूला नटवत होत्या, सजवत होत्या. आधीच नक्षत्रासारखी देखणी असणारी कान्हू आजच्या या नटण्या-सजण्यानं नक्षत्राला सूर्याची आभा मिळाल्यासारखी दिसत होती. तिच्या चिमुकल्या शरीरावर नवनवीन धाटणीची, रेशमाची, जरतारीनं विणलेली वस्त्रं चढवली जात होती. प्रत्येक नवीन वस्त्रागणिक, चढवल्या जाणाऱ्या प्रत्येक दागिन्यागणिक किसाबाई कान्हूच्या चेहऱ्यावरून हात फिरवून तिची अलाबला घेत होती. त्या प्रत्येक साज-वस्त्रागणिक कान्हूचं रूप अधिकच खुलत होतं. कान्हूचं आवरलं की, नाही हे बघण्यासाठी माया श्यामाच्या दालनात आली आणि त्या नटलेल्या, देखण्या दिसणाऱ्या कान्हूला बघून तीही क्षणभर अचंबित झाली. सावध होऊन माया पुढे आली. कान्हूच्या चेहऱ्यावरून हात फिरवून आपल्या कानशिलांवर बोटं मोडत माया म्हणाली, "बाईऽ बाईऽ बाई! काय देखणी दिसतीय गं ही पोर! श्यामा लेकी, तुला सांगते, तू नगरशेठ मिळवलास; ही बादशहालाच पटकावते की नाही बघ! हिचं रूपडं असं साजरं आहे, की बादशहासुद्धा पागल होईल हिच्यासाठी. श्यामा, तुला आता कसलीच चिंता न्हायी. ही पोरगी तुझ्या एका जन्माचीच नव्हे, सात जन्मांची ददात मिटवणार बघ." माया असं बडबडत बसली आणि मग आपण इथं कोणत्या कामासाठी आलो आहोत, याचं तिला भान आलं आणि मग पुन्हा म्हणाली, "बघितलंस? मी हितं आले कोणत्या कामासाठी आणि या पोरीला बघून मीसुद्धा माझं काम विसरले. ही अजून लहान आहे तर माझीच ही अवस्था, मग जवानीत आल्यावर इतरांची काय कथा? बाई बाई! सूर्य उगवायचं विसरेल आणि चंद्र मावळायचं विसरेल! श्यामा, आवर बाई लवकर हिचा नट्टापट्टा! आणि उगाच जास्त नटवू नको तिला. आलेले लोक बेहोश होतील आणि तुझंपण आवर लवकर! आज तुझापण मुजरा आहे. एकदा का कान्होपात्रेचा गुरू कोण ते ठरलं, की नाचाचा पहिला धडा तू तिला द्यायचास. चल बाई, आटप लवकर. खूप काम आहे!" असं बोलत माया श्यामाच्या दालनातून बाहेर पडली. ती तिथून बाहेर पडली खरं; पण कान्हूचा देखणा चेहरा तिच्या नजरेसमोरून जाईचना.

श्यामा महलमधल्या नृत्यदालनामध्ये आज सगळे जमले होते. घुंगरूपूजन होऊन आज कान्हूच्या नृत्य शिक्षणाला सुरुवात होणार होती. आज कान्हूचे

नृत्यगुरू ठरायचे होते. तिच्या घराण्याच्या परंपरेच्या दृष्टीनं आणि तिच्या भवितव्याच्या दृष्टीनं कान्हूनं नृत्यनिपुण होणं अगत्याचं होतं, महत्त्वाचं होतं. त्याची सुरुवात आजपासूनच करायची होती. आजपासूनच याला आणखी एक महत्त्व होतं. आज कान्हूचा पाचवा वाढदिवस होता. आज ती पाच वर्षांची होणार होती आणि तिचा वाढदिवस आहे याहीपेक्षा आज तिचं 'घुंगरूपूजन' आहे, याला फार महत्त्व होतं. कारण वाढदिवस दर वर्षी येणार होता; पण पाचव्या वर्षीचं हे घुंगरूपूजन म्हणजे कलावंतिणीच्या पुढच्या आयुष्याचा श्रीगणेशा होता. म्हणूनच तर आज श्यामा महल पुन्हा एकदा नटला होता. नटवला होता. या घुंगरूपूजनाला हजर राहण्यासाठी आसपासच्या परगण्यांतल्या अनेक प्रतिष्ठितांना, श्रीमंतांना एवढंच काय, तर सरदार-दरकदारांना आमंत्रणं गेली होती. आज पाचव्या वर्षी दिसणारं कान्हूचं रूप बघून भविष्यातल्या तिच्या रूपाची, सौंदर्याची, तारुण्याची कल्पना करून आपली वर्णी भविष्यात तिथं लागावी म्हणून अनेक सरदारपुत्र, श्रीमंतांची मुलं या कार्यक्रमाला येणार होती. आजच्या या कार्यक्रमाचं आणखी एक वैशिष्ट्य होतं. कलावंतिणीच्या परंपरेप्रमाणं लेक पाच वर्षांची झाल्यावर तिची आई पुन्हा आपल्या नृत्यमैफलींची सुरुवात करत असे. त्या रिवाजाप्रमाणे आज श्यामासुद्धा आपल्या नृत्याच्या मैफलींना सुरुवात करणार होती; पण फक्त नृत्य मैफलींना; कारण सदाशिवची इच्छा असेपर्यंत ती सदाशिवशीच एकनिष्ठ राहणार होती. त्यामुळे आजच्या या दिवसाला अनेक परीनं फार महत्त्व होतं आणि म्हणूनच श्यामा महल सजला होता. म्हणूनच मायाला क्षणाची फुरसत नव्हती. आलेल्या सगळ्या बड्या बड्या मेहमानांची खातिरदारी निगुतीनं होणं गरजेचं होतं; कारण त्यांच्या जिवावर तर पुढचं आयुष्य जाणार होतं. त्यामुळे माया आणि सेवक यांची नुसती धावपळ चालली होती. माया तर एकाच वेळी अनेक कामांवर देखरेख करत होती; पण हे करत असतानाही कान्होपात्रेचा तो विलक्षण देखणा चेहरा तिच्या नजरेसमोरून आणि मनातून जात नव्हता. ही मायाची तिच्यावर आजी म्हणून असलेली माया होती, की कान्हूच्या देखणेपणाची किमया होती, हे तो एक कृष्णविठ्ठलच जाणे!

कान्हूचा नट्टापट्टा पूर्ण झाला. शंभरदातरी किसाबाईनं तिची अलाबला घेतली असेल. सगळं नटणं पूर्ण झाल्यावर किसाबाईनं दृष्ट लागू नये म्हणून कान्हूच्या हनुवटीवर काजळाचा एक ठिपका लावला; पण झालं उलटंच. त्या ठिपक्यानं कान्हू आणखीच सुंदर दिसायला लागली आणि किसाबाईनं आपल्या कपाळावर हात मारून घेतला. तिला नटवून-सजवून श्यामानं आरशासमोर उभी केली आणि म्हणाली, ''कसं दिसतंय गं साजरं माझं लेकरू! कान्हू, आता आपण मैफलीच्या दालनात जायचंय हं! तिथं तू आणि मी मिळून घुंगरांची पूजा करायची. मग ते घुंगरू मी तुझ्या पायांत बांधेन. मग मी तुला एक तोडा शिकवेन. तो तू तसाच

करायचास. नंतर तुझे नृत्यगुरू ठरतील. मग त्यांच्या पायांवर डोकं ठेवून तू त्यांना नमस्कार करायचास आणि हे सगळं झालं की, तिथल्या बुजूर्ग व्यक्तीला नमस्कार करून तू आत इथं आपल्या दालनात किसाबाईसोबत परत यायचंस. कळलं का? समजलं का माझ्या लाडक्या लेकीला?'' श्यामा कान्हूला समजावून सांगत होती. कान्हूचं मात्र श्यामाच्या बोलण्याकडे लक्षच नव्हतं. आरशात दिसणारं आपलं रूप ती निरखत होती. खऱ्या चांदीची चंदेरी नाजूक किनार असलेला गडद निळ्या रंगाचा घेरदार घागरा तिनं घातला होता. त्यावर सुवर्ण टिकल्यांनी नक्षी बनवली होती. निळ्या रंगाचे जरतारी काठ असलेली सोनेरी रंगाची पोलकंवजा चोळी तिनं घातली होती. तिच्या बाह्यांवर जांभळ्या रंगाचे मोर कशिदाकारीनं काढले होते. बाह्यांच्या खालच्या बाजूला खऱ्या मोत्यांची झालर लटकत होती, तर गळ्याभोवती पाचू आणि माणकांची नक्षी केली होती. माथ्यावर हिरे जडवलेली सोन्याची बिंदी, कानांत हिरे-माणकांची कर्णफुलं, गळ्यात हिरे जडवलेला सोन्याचा हार, बाजूबंद, हातांत हिऱ्यांच्या बांगड्या, बोटांत रत्नांच्या अंगठ्या, कमरेला मोती आणि माणिक गुंफून केलेली मेखला, पायांत छुमछुम करणाऱ्या सोन्याच्या तोरड्या; कान्हू आरशातली आपली छबी न्याहाळत असतानाच श्यामानं तिच्या माथ्यावर जरतारी चुनरी लपेटली. त्या चुनरीलाही मोत्यांची झालर होती आणि तीही हिरे, माणिक, पाचू जडवलेली होती. माथ्यावर ती चुनरी घातल्याबरोबर कान्हू म्हणाली, ''आई, मी आपल्या मंदिरात असलेल्या तसबिरीतल्या राधेसारखी दिसतेय ना?'' कान्हूच्या या प्रश्नावर श्यामा नुसतीच हसली; पण किसाबाईनं मात्र पुन्हा अलाबला घेतली आणि म्हणाली, ''व्हय गं बाई व्हयं! जशी कृष्णाची राधा आणि इठ्ठलाची रुक्मिणीच जणू!'' किसाबाईच्या या बोलण्यावर कान्हू खुद्‌कन हसली. श्यामा म्हणाली, ''चला आता! आपल्याला मैफलीत जायचं आहे. किसाबाई, हिच्याकडे लक्ष असू दे. मीपण पट्‌कन तयार होते. मग आपण लगेच निघू.'' किसाबाईनं मूकपणानं मान डोलावली; पण कान्हूनं मात्र अधीरपणे विचारलं, ''आई, तू आवरेपर्यंत मी हे सगळं माझ्या कृष्णविठ्ठलाला दाखवून येऊ?'' कान्हूचं विचारणं इतकं लाघवी होतं, की श्यामाला नाही, नको म्हणणंच शक्य झालं नाही. ती बोलली काहीच नाही; पण ती गप्प बसली म्हणजे तिची संमती आहे असं गृहीत धरून कान्हू किसाबाईला म्हणाली, ''किसाई, चला, आपण मंदिरात जाऊन माझा हा नट्टापट्टा त्याला दाखवून येऊ. चला ना लवकर!'' किसाबाईनं श्यामाकडे पाहिलं. श्यामानं नजरेनच संमती दिली; पण त्याचबरोबर ''लवकर या!'' असंही सांगायला ती विसरली नाही. ''चला,'' म्हणत किसाबाई उठलीन्‌उठली तोच तोरड्यांचा छुमछुम नाद करत कान्हू मंदिराकडे पळालीसुद्धा. किसाबाई अजून दालनाच्या पायऱ्या उतरत होती, तोवर कान्हू मंदिरात पोहोचलीदेखील.

आज मंदिराचीही सजावट केली होती. मोगरा, अबोली, गुलाब अशा तऱ्हतऱ्हेच्या रंगांच्या आणि सुगंधांच्या फुलांच्या माळांनी मंदिरही सजलं होतं. कान्हू पळतच गाभाऱ्यात शिरली तर काय? आज कृष्णविठ्ठलही नटला होता. आज त्याच्याही अंगावर हिरे-माणकांचे दागिने नुसते लखाखत होते. आज तोही जरतारी चंदेरी काठाचं गडद जांभळं धोतर नेसला होता आणि आज त्याच्याही अंगावर सोनेरी रंगाचं जांभळ्या चंदेरी काठाचं उपरणं होतं. त्याच्या आणि आपल्या कपड्यांची रंगसंगती एकसारखी असलेली बघून कान्हूचा चेहरा आनंदला. तो आनंद तिच्या डोळ्यांत उमटला, गालांवर ओघळला, नाकाला स्पर्श करून ओठांतल्या खुदूकन हास्यातून बाहेर पडला. आपल्या घागऱ्याचा घेर दोन्ही बाजूंनी दोन हातांत पकडून अंगाला हेलकावे देत लाडिकपणे कान्हूनं विचारलं, ''कशी दिसतेय मी? बघ, कशी छान नटले आहे! आणि तुझ्या आणि माझ्या पोशाखाचा रंग सारखाच आहे! गंमत आहे किनई?'' कान्हू त्याच्याशी असं बोलत होती, तोच किसाबाई तिथं पोचली. तिनं कान्हूचा हात धरला आणि म्हणाली, ''ताईसाहेब, चला देवाच्या पाया पडा. आपल्याला आईसाहेबांनी लगोलग बोलावलं. तिथं घुंगरूपूजा सुरू व्हईल आता. चला, देवाच्या पायांवर डोकं ठेवा, त्याचा आशीर्वाद घ्या आणि लगोलग चला!''

किसाईच्या या बोलण्याचा कान्हूला खरंतर राग आला. नाक मुडपून तिनं तो व्यक्तही केला; पण आता तिचं ऐकणं भाग होतं. नाहीतर आई, आजी सगळ्याच ओरडल्या असत्या. खरंतरं कान्हूला अजून थोडा वेळ तिथं बसायचं होतं आणि आपला प्रत्येक अलंकार कृष्णविठ्ठलाला तपशिलानं दाखवायचा होता; पण आतातरी ते शक्य नव्हतं. कान्हू मुकाट्यानं पुढे झाली. मागं वळून किसाबाईकडे एक रुसण्याचा कटाक्ष टाकून ती मूर्तीजवळ गेली. मूर्तीच्या पायांवर तिनं डोकं टेकवलं. ''लेकराला आशीर्वाद असू द्या देवा!'' म्हणत किसाबाईनं मनोमन देवाला प्रार्थना केली. काही क्षण मूर्तीच्या पायांवर डोकं टेकवून कान्हू उठली; पण तिला पाठीमागे कुणीतरी खेचलं. जणू तिचा कृष्णविठ्ठल तिला ओढत होता. कान्हूनं मागं वळून बघितलं. मूर्तीच्या पायांत असलेल्या तोरड्यात तिची चुनरी अडकली होती. जणू ती मूर्ती तिला 'जाऊ नको' म्हणत होती. 'थांब ना!' म्हणत तिला थांबवत होती. याचं नाव सांगून आपण इथंच थांबलो तर? क्षणभर कान्हूच्या मनात आलं. तोच किसाबाई पुढे आली. मूर्तीच्या पायांजवळ अडकलेली कान्हूची चुनरी तिनं सोडवली आणि कान्हूचा हात धरून तरातरा तिला आत घेऊन गेली. दालनात प्रवेश करेपर्यंत तशाही परिस्थितीत कान्हू सारखी मागे वळून मूर्तीकडे बघत होती आणि तो कृष्णविठ्ठलही डोळ्यांत अजिजी आणून तिला 'थांब' म्हणत होता.

किसाबाई कान्हूला घेऊन श्यामाच्या दालनात पोहोचली, तो श्यामाचंही सगळं

आवरलेलं दिसत होतं. ती डोळ्यांत सुरमा घालत होती. ते बघून किसाबाईचा हात सोडून कान्हू श्यामाजवळ आली आणि विचारलं, "आई, तू हे डोळ्यांत काय घातलंस?" सुरमा रेखता रेखता श्यामानं उत्तर दिलं, "बेटी, याला सुरमा म्हणतात. हे डोळ्यांत घातलं की आपले डोळे चांगले होतात. आपण चांगले दिसतो आणि आपली दृष्टी चांगली होते!" श्यामाच्या या उत्तरावर गप्प बसली तर ती कान्हू कसली! तिनं पुढे विचारलंच, "दृष्टी चांगली होते म्हणजे नक्की काय होतं?" आता तिला काय उत्तर द्यावं ते श्यामाला सुचेना; पण किसाबाई तिच्या मदतीला धावली. म्हणाली, "म्हंजी आपल्याला आता दिसतं, त्यापरीस चांगलं दिसायला लागतं. सगळं साजरं, सगळं गोजिरं दिसायला लागतं. समोरचा कोन कसा हाय, त्याचं खरं रूप काय, ते दिसायला लागतं! समजलं?" किसाबाईचं उत्तर ऐकून कान्हू टाळ्या वाजवायला लागली आणि मग तिनं पुन्हा विचारलं. "कित्ती छान! म्हणजे कृष्ण कसा आहे आणि विठ्ठल कसा आहे, ते नीट दिसेल. मग आई, मलापण घाल ना सुरमा! म्हणजे मी दोघांना नीट बघू शकेन आणि मग त्यातलं नक्की मला भेटायला कोण आलं आहे, ते मला लगेच कळेल! हो ना किसाई?" कान्हूनं किसाबाईची साक्ष काढली, तशी श्यामा भडकलीच. "कान्हू, काहीतरी बरळू नको. देव कधी कुणाला भेटायला येत नाहीत. मग ते तुला कसे भेटायला येतील?" श्यामाच्या स्वरात राग होता; पण कान्हूकडे उत्तर तयार होतंच. "आई, तुला माहीत नाही. देवबाप्पा भेटायला येतो. जनाईला भेटायला येत होता, नामदेव महाराजांना भेटत होता आणि कधी कधी मलापण भेटतो. मला खेळायला बोलावतो. तो देवबाप्पा खूप जणांना भेटायला येऊन गेला आहे. हो किनई किसाई?" कान्हूनं पुन्हा किसाबाईची साक्ष काढली. मग मात्र श्यामाला संताप आवरेना. "किसाबाई, हजारदा तुला सांगितलंय, तिला नसत्या भाकड कथा सांगू नकोस म्हणून. कान्हू एक लहान आहे; पण तू तरी मोठी आहेस. तुलातरी हे कळायला पाहिजे. तू असलं काहीतरी सांगतेस आणि ती तेच खरं धरून काहीतरी बडबडत बसते. खबरदार जर तिला यापुढे असल्या कथा सांगशील तर!" श्यामानं दरडावलं. "अगं आई पण...!" कान्हूनं मध्यस्थी करण्याचा प्रयत्न केला. " भाकड कथा? श्यामा, लेकी काय बोलतीयास तू? अगं, ज्यानला तू आता भाकडकथा म्हनतीयास, त्याच कथा ही कान्हू पोटात असताना तुला गोड लागत व्हत्या! आनि आता त्या भाकडकथा झाल्या व्हय?" किसाबाईला श्यामाचं बोलणं खटकलं, तशी तिनं तीव्र स्वरात श्यामाला विचारलं. "किसाबाई, त्या वेळची गोष्ट वेगळी होती. त्या वेळी मला तसे डोहाळे लागले होते. डोहाळे संपले, ती आवडही संपली; पण आता माझ्या दृष्टीनं या सगळ्या भाकडकथाच आहेत आणि आमच्या व्यवसायाच्या दृष्टीनं तर त्या व्यर्थच आहेत, किसाबाई. कान्हूनं जोगतीण बनावं अशी माझी इच्छा नाहीये. ती

कलावंतीण आहे. तिला कलावंतीणच राहू दे!'' श्यामानं तीव्र स्वरात किसाबाईला सुनावलं. किसाबाई पुढे काही विचारणार, तोच दालनाचा दरवाजा वाजला. किसाबाईनं पुढे होऊन दार उघडलं. दारात हिरा दासी उभी होती. ''मैफलीत बलीवलंय, तो सांगावा सांगायला आलेय!'' असं म्हणत तिनं श्यामाला निरोप दिला आणि किसाबाईच्या नशिबानं असेल किंवा कान्हूच्या लाघवामुळे असेल; पण तो रागवारागवीचा विषय तिथंच थांबला.

दालनाबाहेर पडताना श्यामानं पुन्हा एकवार आयन्यात आपली छबी निरखली आणि तूही खूपच सुंदर दिसत आहेस, हे त्या दर्पणानं तिला सांगितलं. ती प्रसन्न हसली गालाला खळी पाडत. तोच माया घाईघाईनं आत शिरली. तिच्यासोबत शांता गुरवीण होती. श्यामा कान्हूचा हात धरून तिला घेऊन दालनाबाहेर पडणारच होती, तोच गुरवीण आणि माया आत आली. श्यामा आणि कान्हू अजून दालनातच आहेत, हे बघितल्यावर मायानं सुटकेचा निःश्वास टाकला. ''बरं झालं, तुम्ही दोघी आतच आहात ते! अगं श्यामा, तू आनी तुझी ही लेक इतक्या देखण्या दिसताय की कुणाचीतरी नजरच लागायची. ती लागायला नको म्हणून शांता गुरविणीला घेऊनच आले बघ. ती तुमची दोघींची नजर उतरवेल, दृष्ट काढेल, मगच बाहेर या दोघी! मी तवर पुढे जाते!'' म्हणत माया गेलीसुद्धा. शांता गुरविणीनं आपली पोतडी उघडली. त्यातून मीठ, मोहरी, पांढरी फुलं, गुलाल लावलेलं लिंबू, आणखी एक सुया टोचलेलं लिंबू, कोळसा, लाल मिरच्या असं बरचंसं सामान काढलं. त्या सगळ्या सामानाची नीट बैजवार मांडणी केली. श्यामाला त्या दालनातल्या एका आसनावर बसायला सांगितलं. कान्हूला मांडीवर घ्यायला सांगितलं आणि आपल्या जवळच्या वस्तू वेगवेगळ्या पद्धतींनी वापरून तिनं दोघींची दृष्ट काढली. कान्हू हा सगळा प्रकार लक्षपूर्वक बघत होती. दृष्ट काढून झाल्यावर त्या दोघींच्या डोळ्यांना हलकेच पाण्याची बोटं लावून गुरवीण तीन वेळा फुंकली. कान्हूच्या चेहऱ्यावर हळूहळू खट्याळपणाचं हास्य उमटत होतं. सगळं झाल्यावर शांता गुरवीण बाहेर गेली. श्यामानं कान्हूचा हात धरला आणि तिला घेऊन तीही दालनाबाहेर पडली. बाहेर जाता जाता कान्हूनं खिडकीतून बाहेर दिसणाऱ्या मंदिराकडे नजर टाकली. कृष्णविठ्ठलाची मूर्ती तिच्याकडेच पाहत होती. बाहेर पडताना तिनं मूर्तीकडे नजर टाकली. मूर्तीच्या चेहऱ्यावर जणू उदास भाव होते. शांता गुरविणीनं आता कान्हूची दृष्ट काढली होती खरं; पण भविष्यात काय वाढून ठेवलंय आणि कान्हूला कुणाकुणाची दृष्ट लागणार आहे, हे तो कृष्णविठ्ठलच जाणून होता. म्हणूनच तो उदास होता की काय?

# ८

कान्हूला हाताला धरून घेऊन श्यामा मैफलीच्या दालनात आली. मैफिलीचं ते दालन आजही संपूर्ण भरलं होतं. अनेक सरदार-दरकदार, धनश्रीमंत, गावचे पाटील, कुलकर्णी; अगदी वाणी, कुणबीसुद्धा हजर होते. माया सगळ्यांची जातीनं विचारपूस करत होती. उतारवयात असलेली माया आजही साजशृंगार करून लाडिकपणे सगळ्यांशी बोलून सगळ्यांचं आगतस्वागत करत होती; पण सगळ्यांच्या उत्सुक नजरा आतल्या दालनाच्या दरवाज्याकडे लागल्या होत्या. मैफलीच्या दालनाच्या उत्तर कोपऱ्यात एक चौरंग ठेवला होता. त्या चौरंगाला छान, देखणी आरास केली होती. चौरंगाभोवती सुंदर रांगोळी रेखाटली होती. फुलांच्या आणि मोत्यांच्या माळांनी चौरंग सजवला होता. त्यावर लाल रंगाचं मखमलीचं कापड अंथरलं होतं. त्या कापडाला सोनेरी किनार होती आणि त्या किनारीला मोत्यांच्या लडी सोडल्या होत्या. त्या लाल कापडावर चांदीच्या घुंगरांचा जोड गोलाकारात ठेवला होता. त्याभोवती पाचू आणि मोत्यांची महिरप केली होती. नटराजाची मूर्ती ठेवली होती. अर्धनारीनटेश्वराच्या रूपातली ती नटराजाची चांदीची मूर्ती हिरेमाणकांच्या दागिन्यांनी नुसती लखलखत होती आणि विशेष म्हणजे नटराजाच्या त्या मूर्तीतल्या नटेश्वराला पुरुषासारखं जरीकाठाचं धोतर नेसवलं होतं, तर नारीला जरतारी लुगडं. अर्धनारीनटेश्वराची ती मूर्ती जशी नृत्यकलेचं प्रतीक होती, तसंच कलावंतिणींचं ते दैवत होतं. नटराजपूजनाशिवाय ना त्यांच्या कलेला आरंभ होई, ना मैफलीला. आज तर घुंगरूपूजेदिवशी त्या मूर्तीचं महत्त्व अनन्यसाधारणच होतं. नटराजाच्या मूर्तीच्या तिथल्या अस्तित्वानं त्या मैफलीतही एक मांगल्य पसरलं होतं. उदाधूपाच्या दरवळणाऱ्या सुगंधानं त्या मंगल वातावरणात पावित्र्याची भरच घातली होती. गुरव त्या चौरंगाशेजारी कधीचा येऊन बसला होता. त्याच्याशेजारी दोन-तीन तबकांमध्ये पूजेचं साहित्य ठेवलं होतं. त्या दालनामध्ये घुंगरूपूजेची अवघी तयारी झाली होती. प्रतीक्षा होती ती श्यामाची आणि कान्हूची. कान्हूची तर आज घुंगरूपूजाच होती; पण जमलेल्या लोकांना आस लागली होती श्यामाचं नृत्य बघण्याची, श्यामाला बघण्याची; कारण गेली ६-७ वर्षं श्यामाचं नृत्य लोकांना पाहायला मिळालं नव्हतं

आणि मंगळवेढ्यामध्ये श्यामाचं नृत्य हा लोकांचा एक आकर्षणबिंदू होता. म्हणूनच आज श्यामा मैफलीत नृत्य सादर करणार हे समजल्यावर, ज्यांना आमंत्रण दिलं होतं, ते तर आलेच होते; पण ज्यांना आमंत्रण दिलं नव्हतं, तेही आमंत्रण लावून घेऊन आले होते.

श्यामाचा हात धरून कान्हूनं दालनात प्रवेश केला आणि क्षणभर लोकांचे श्वास रोखले गेले. कुणाला पाहावं आणि कुणाला पाहू नये, असं त्यांना झालं. आज ६-७ वर्षांनी लोक श्यामाला बघत होते. श्यामा पहिल्यापेक्षा अंगानं किंचित भरली होती. म्हणूनच की काय; पण अधिकच सुंदर, मोहक दिसत होती. पौर्णिमेच्या चंद्रासारखी दिसणारी श्यामा. तिच्यावरची नजर मोठ्या कष्टांनी वळवून लोकांनी तिच्याशेजारी उभ्या असलेल्या कान्होपात्रेकडे नजर टाकली आणि त्यांच्या काळजाचा ठोका चुकला. चिमुरडी, पाच वर्षांची कान्होपात्रा राधेचं साक्षात बालरूप दिसत होती. पौर्णिमेच्या पूर्ण चंद्रासारखी मोहक दिसणारी श्यामा आणि बिजेच्या कोरीसारखी सुंदर दिसणारी कान्होपात्रा. कुणाकडे बघावं, कुणावरनं नजर वळवावी, लोकांना समजेनाच. तोच श्यामानं सगळ्यांना वाकून मुजरा केला. शेजारी उभ्या असलेल्या किसाबाईच्या हातात कान्हूचा हात सोपवून, तिला नजरेनंच बाजूला आसनावर बसवायला सांगून श्यामानं बाजिंद्यांकडे नजर टाकली. श्यामाच्या नजरेच्या इशाऱ्यासरशी ते सरसावून बसले. कार्यक्रमाचा एकंदर क्रम असा होता. सुरुवातीला श्यामा आपल्या नृत्यातून नटराजाला अभिवादन करणार होती. त्यानंतर ती जमलेल्या लोकांसाठी नृत्य सादर करणार होती. त्यानंतर कान्हूच्या हातून घुंगरूपूजन होणार होतं. नंतर श्यामा कान्हूला नृत्यातलं पहिलं पाऊल शिकवणार होती. त्यानंतर कान्हूच्या त्या पहिल्या पावलावरून तिच्यातली नर्तिका ओळखून तिचा शिष्या म्हणून कोण स्वीकार करणार, हे ठरणार होतं. एकदा कान्हूचे नृत्यातले गुरू ठरले, की त्या गुरूंचा सत्कार केला जाणार होता. नंतर त्या गुरूंना घराण्याची मानवंदना म्हणून माया आणि श्यामा दोघी मिळून नृत्य करणार होत्या. त्यानंतर बहारदार भोजनाचा लाभ होता. पंचपक्वान्नं केलेली होती. भोजन समारंभानंतर कार्यक्रमाची सांगता होणार होती.

श्यामानं बाजिंद्यांना इशारा केला आणि तेही सरसावून बसले. श्यामानं पायांत घुंगरू बांधले. पायांत बांधण्यापूर्वी ते नटराजाच्या मूर्तीसमोर ठेवले. त्यावर मस्तक टेकलं. नंतर घुंगरू उचलून छातीशी धरून पुन्हा एकवार नटराजाला वंदन केलं. नंतर हातांतल्या घुंगरांवर मस्तक टेकवून घुंगरांना प्रणाम केला. त्यानंतर घुंगरू जमिनीवर ठेवून जमिनीला प्रणाम केला आणि मगच घुंगरू उचलून तिनं पायांत बांधले. घुंगरू पायांत बांधल्यावर तिनं पुन्हा पुढे जाऊन नटराजाला वंदन केलं. मनोमन गुरूंचं स्मरण करून त्यांना वंदन केलं आणि तिनं पहिली गिरकी घेतली.

तिनं गिरकी घेताक्षणी 'वाऽऽ!' असे उद्‌गार मैफलीत उमटले आणि लोकही सरसावून बसले. ६-७ वर्षांनी श्यामा पुन्हा नृत्याला उभी राहिली होती; पण आजही तिच्यात तीच सळसळणारी बिजली होती. तीच नजाकत होती. तीच अदा होती. तीच लयकारी होती. आता मजा येणार होती. डोळे आणि कान दोन्हींची तृप्ती होणार होती. लोकांच्या नजरा आसुसलेल्या होत्या. एका कटाक्षात श्यामाच्या ते लक्षात आलं आणि तिनं लगेचच तोडा घेतला.

**''हे नटनागर, जय नटनागर मोहे ले लो शरण में ।**
**तोरी दासी मैं, मन की प्यासी मैं मोहे रखलो चरण में ।।''**
**तथै तथै तत् तिरकिट धा धा ।**

आणि जसा तिचा पदन्यास सुरू झाला, त्या मैफलीतला अवघा माहोलच बदलून गेला. श्यामाचं लवचीक अंग विजेसारखं सळसळत होतं. तिच्या कमरेची नागमोडी लचक बघणाऱ्याच्या काळजाचा ठोका चुकवत होती. तिच्या ताला-ठेक्यात पडणाऱ्या प्रत्येक पदन्यासाबरोबर तिथं उपस्थित असलेल्या अनेकांची हृदयं तुडवली जात होती. तिच्या प्रत्येक अदेवर जीव कुर्बान करणाऱ्यांची संख्या तिथं जास्त होती. श्यामाची देहबोली, तिच्या भावमुद्रा, तिचे नेत्रकटाक्ष, तिचा पदन्यास, तिच्या अदा आणि या सगळ्यात असलेली दिलखेच नजाकत. तिथं जमलेल्या लोकांच्या डोळ्यांचं पारणं फिटलं. नटराजवंदना संपली. शेवटच्या पदन्यासात समेवर येऊन श्यामानं नटराज मूर्तीसमोर मस्तक टेकवलं आणि समोरच्या तबकात ठेवलेली फुलं त्याच्यावर उधळली. लोकांनी टाळ्यांचा कडकडाट केला. श्यामानं मागे वळून त्या रसिकांनाही मुजरा केला. लाल घागरा, गुलाबी चोळी आणि कोवळ्या पानाच्या अलवार हिरव्या रंगाची चुनरी ल्यालेली श्यामा एखाद्या गुलाबफुलासारखी दिसत होती. त्यातच नाचून तिचे गाल, चेहरा सगळंच लाल झालं होतं. तिचं ते देखणं रूप सगळे जण अनिमिष नेत्रांनी बघत होते. कान्हूचं लक्ष मात्र आईच्या नृत्यात गुंतलं होतं. 'आपली आई किती छान नाच करते! आपल्याला येईल का तिच्यासारखं नाचायला?' कान्हू स्वत:च्या मनालाच प्रश्न विचारत होती; पण तिला कुठे माहीत होतं, की तिची आई नाचत असताना तिचंही पाऊल तिच्या नकळत त्या ठेक्यावर ठेका देत होतं ते. श्यामाचं नृत्य संपलं, नटराजाला मानवंदना देऊन झाली. आता इथं जमलेल्या, तिच्यासाठी जमलेल्या लोकांना मानवंदना द्यायची होती. त्यांच्या डोळ्यांचं पारणं फेडायचं होतं. त्यांच्या रसिकतेविषयी कृतज्ञता व्यक्त करायची होती. त्यांचं अगत्यानं आदरातिथ्य करायचं होतं. आपल्या चुनरीनं कपाळावर, चेहऱ्यावर आलेला घाम टिपत, लचकत, ठुमकत श्यामा मैफलीच्या मध्यभागी आली. लोकांच्याकडे एक आव्हानाचा

कटाक्ष टाकून तिनं मैफलीला मुजरा केला. बाजिंद्यांना पुन्हा इशारा केला. ते सरसावून तयारच होते. श्यामानं बघितलं. तबलजींच्या शेजारी माया बसली होती आणि बाजिंद्यांच्या पाठीमागं असलेल्या उंच आसनावर कान्हू बसली होती. शेजारी किसाबाई उभी होती. श्यामानं पाहिलं, कान्हूच्या डोळ्यांत आईबद्दलचं कौतुक ओसंडून वाहत होतं. ते बघून श्यामाला आणखीन भरतं आलं, जोश आला. घागरा नजाकतीनं दोन्ही हातांनी किंचित उचलून तिनं ठेका दिला, 'तिक धा' आणि तबलजीनं तो ठेका उचलला, पुढच्याच ठेक्याला मायानं गायला सुरुवात केली. मायाच्या आवाजात किंचित कंप होता; पण त्यामुळेच की काय ती गात असलेली ठुमरी आणखी परिणाम करत होती. मायानं घेतली होती राधेची विनवणी. राधा कृष्णाची विनवणी करते आहे, अशी ठुमरी. मायाच्या आवाजातला कंप त्या ठुमरीला आणखीनच गहिऱ्या विनवणीचं गहिरं रूप देत होता. त्या ठुमरीतली अजिजी आणखी परिणामकारकतेनं अधोरेखित करत होता. माया गात होती...

**''मोहे संग ना खेलो होली मोरे शाम ।**
**भिगी चुनरी, रंगदी चोली करे लोग बदनाम ।।**
**काहे सताए, बन्सी बजाए, बिसराए सब काम ।**
**कछूँ न जावै, कछूँ न सुनावै कहै राधा का नाम ।।**
**मोहे संग ना खेलो होली मोरे श्याम ।।''**

माया अगदी आळवून गात होती आणि श्यामा आपल्या देहबोलीतून, पदन्यासातून, भावमुद्रेतून, नेत्रकटाक्षांतून, हातांच्या हालचालींतून आणि मुद्राभिनयातून लटकी तक्रार करणारी, कृष्णाची अजिजी करणारी, लाडिक आर्जवं करणारी राधा हुबेहूब साकार करत होती. खरी राधा लोकांनी पाहिली नव्हतीच; पण ती असलीच तर अशीच श्यामासारखीच असणार, याची ग्वाहीच त्यांना श्यामाच्या पदन्यासातून पुनःपुन्हा मिळत होती. श्यामाच्या थिरकणाऱ्या त्या पावलांवर लोकांची नजर ठरत नव्हतीच; पण नवल असं की राधेच्या मनातला प्रत्येक भाव श्यामाच्या देहबोलीतून स्पष्टपणे अभिव्यक्त होत होता. मायाचा कंप पावणारा, अनुनासिक; पण भावनोत्कटतेनं भरलेला आवाज, त्या आवाजातून उमटणारा प्रत्येक शब्दाचा अभिभाव आणि त्या अभिभावाला व्यक्त करणारा श्यामाचा पदन्यास. खरंतर त्या दालनात श्यामा एकटीच नाचत होती; पण तिथं जमलेल्या लोकांना मात्र तिथं साक्षात गोकूळ अवतरल्याचा आभास होत होता आणि याच आभासात दंग झाली होती कान्हू, कान्होपात्रा. आपली आजी चांगली गाते, हे ती जाणून होती. आपली आई छान नृत्य करते, हेही तिनं श्यामा रोज नृत्याचा सराव करायची तेव्हा बघितलं होतं; पण आजपर्यंत ना तिनं कधी आजीच्या तोंडून असं कृष्णाचं गाणं ऐकलं होतं किंवा ना

कधी आपल्या आईला कृष्णाची विनवणी करत असं नाचताना पाहिलं होतं. हे दोन्ही बघितलं आणि कान्हूनं मनोमन निश्चय केला की, आपणपण आजीसारखं गायचं आणि आईसारखं नाचायचं आणि तेही आपल्या कृष्णविठ्ठलासमोर. म्हणजे मग तोही आपल्याला शाबासकी देईल. त्यालाही आपला नाच आणि गाणं आवडेल आणि आपण गायला आणि नाचायला लागलो की, आपला कृष्णविठ्ठल बासरीपण वाजवेल आणि छुमछुम नाचेलपण. कान्हूचा हे सगळं करण्याचा विचार एवढा पक्का झाला की, आपल्या या नादात किती वेळ गेला हेदेखील तिला कळलं नाही. कळलं तेव्हा तिच्या आईचा- श्यामाचा नाच संपला होता आणि लोक टाळ्या वाजवत होते, शिट्या वाजवत होते, शेमले उडवत होते आणि नाणीपण. कान्हूला समजेना लोक नाणी का उडवताहेत? तीसुद्धा सोन्या-रुप्याची? तिनं हळूच हा प्रश्न किसाबाईला विचारला, तेव्हा उत्तर देण्याऐवजी किसाबाईनं तिला गप्प राहण्यास सांगितलं. कान्हूला खरंतर फारच राग आला होता; पण तो राग दाखवण्याची ही जागा नव्हे, एवढं तिला नक्की कळत होतं. तरीपण एकदा किसाबाईकडे फणकाऱ्यानं बघून आपलं नाक उडवून तिनं निषेध व्यक्त केलाच केला, तेव्हा कान्हूला बरं वाटलं. श्यामाचं नृत्य संपलं. लोकांची अवस्था बेहोशीच्या पलीकडची होती. नृत्य संपलं, जमलेल्या रसिकांना अत्यंत अदबीनं मुजरा करून श्यामा क्षणभर विसावली. मध्येच लोकांसाठी सुरया भरल्या गेल्या. अनेक प्रकारांची, अनेक रंगांची, अनेक स्वादांची सरबतं, मदिरा सर्वांना प्यायला दिली गेली. त्या रंगीबेरंगी मदिरेमुळे माहोल आणखीन धुंद बनला आणि लोकांच्या रसिकतेला आणखीन जाग आली. श्यामाचं नृत्य संपलं. माया आणि श्यामा मैफलीच्या मध्यभागी आल्या. त्यांनी सर्वांना अदबीनं मुजरा केला आणि 'आता यानंतर नटराज पूजनाचा आणि घुंगरू पूजनाचा कार्यक्रम होणार आहे, त्यासाठी तुम्हा सर्वांच्या शुभेच्छा हव्या आहेत,' अशी विनंती केली आणि नटराज पूजनाचा कार्यक्रम सुरू झाला.

श्यामा लचकत, मुरडत कान्हू बसली होती, तिथं आली. त्या आसनावरून तिनं कान्हूला खाली उतरवलं आणि नटराजाच्या मूर्तीसमोर घेऊन आली. खरंतर कान्हू बसली होती, तिथपासून ते मूर्तीपर्यंतचं अवघ्या ८/१० पावलांचं अंतर; पण पायातल्या पैंजणांचा छुमछुम आवाज करत मोठ्या तोऱ्यात चालत कान्हू त्या पूजास्थानाजवळ आली. तिच्या त्या दहा पावलं चालण्यातसुद्धा हरणाची चंचलता होती, मयूराचा डौल होता आणि लयकारीची, ताल-ठेक्याची ग्वाही होती. श्यामाचा हात धरून कान्हू पूजास्थानाजवळ आली. गुरव तिथे बसला होता. तिथे दोन पाट मांडले होते. एका पाटावर श्यामा तर दुसऱ्या पाटावर कान्हू बसली. श्यामानं हात जोडले. कान्हूनंही तिचं अनुकरण केलं. गुरवानं नटराज पूजनाला सुरुवात केली.

श्यामा जेव्हा कान्हूला घेऊन नटराजाच्या मूर्तीसमोर गेली, तेव्हा नटराजाच्या त्या मूर्तीकडे कान्हू डोळे विस्फारून बघतच राहिली. दोन हात उंचीची नटराजाची ती चांदीची मूर्ती खालून रुंद आणि वर अरुंद होत गेलेल्या एका कमळाकाराच्या चबुतऱ्यावर उभी होती. त्या मूर्तीला चार हात होते. उजव्या बाजूच्या वर उचललेल्या हातात डमरू होतं, जे संगीताच्या निर्मितीचं प्रतीक होतं. उजव्याच बाजूच्या खालच्या हाताची अभय देणारी, आशीर्वाद देणारी मुद्रा होती. त्याच हातावर दंडाला विळखा घालून मनगटावर विराजमान असलेला नागराज फणा काढून मिरवत होता. डाव्या बाजूला असलेल्या वरच्या हातात अग्नी होता, जो विनाशाचं प्रतीक होता. त्या नटराजाचा डावा पाय उजव्या मांडीवरून पुढे तिरपा जाऊन थांबला होता, तर डाव्या बाजूचा खालचा हात त्या तिरप्या टाकलेल्या पायावर अधोमुद्रित अवस्थेत सोडलेला होता. कमरबंद असलेला दुसरा नाग जो कुंडलिनीचं प्रतीक होता, तो नृत्य न्यासामुळे एका बाजूला लहरत होता. नटराजाच्या माथ्याभोवती असलेलं प्रभामंडळ पृथ्वीतलावरील जन्म-मृत्यूचं शाश्वत चक्र दर्शवत होतं, तर त्या प्रभामंडळातून निघणारं अग्निशलाकांचं वलय जीवसृष्टीच्या दुःख आणि वेदनांचं आभासात्मक प्रतीक होतं. माथ्यावर विराजमान असलेली मानवी कवटी नटराज मृत्युंजय असण्याची ग्वाही देत होती, तर जटेतून वाहणारी गंगा पावित्र्याच्या सामर्थ्याची साक्ष सांगत होती. भालप्रदेशावर विराजमान असलेला तिसरा नेत्र मानवी जीवनाकडे पाहण्याची नवी दृष्टी, आशेची नवी ऊर्मी आणि चैतन्याचे स्रोत दर्शवत होता. नटराजाची ती मूर्ती कमळात उभी होती आणि लक्ष पाकळ्या असलेलं ते कमळ विश्वाच्या उत्पत्तीचं प्रतीक होतं. त्या कमळाखाली आणखी एका पालथ्या कमळाच्या आकाराचा चबुतरा होता. ते उलटं कमळ म्हणजे भवतालातली दैवी आणि दानवी ऊर्जा आणि अंतर्गत चैतन्यदायी आत्मिक शक्ती यांचा साधलेला समन्वय दाखवणारी प्रतिकृती होती.

आपल्या दोन्ही हातांत उमललेलं कमळ धरून ते नटराजाच्या पायांवर वाहण्यासाठी त्या मूर्तीच्या जवळ बसलेली कान्हू त्या मूर्तीकडे डोळे विस्फारून बघत होती. त्या मूर्तीवर असलेल्या प्रतीकचिन्हांचा अर्थ तिला माहीत नव्हता. त्या चिन्हांचं तिथं असण्याचं कारण आणि त्यामागचे अर्थ यांचं आकलन तिला होत नव्हतं; पण तरीही त्या मूर्तीकडे ती एकटक पाहत होती. बघता बघता तिची नजर त्या मूर्तीच्या चेहऱ्याकडे गेली. खरंतर नटराजाच्या त्या मूर्तीच्या चेहऱ्यावर तटस्थ भाव होते; पण कान्हूच्या नजरेला नजर मिळताच त्या मूर्तीच्या नजरेत एक खट्याळ भाव उमटला आणि तो फक्त कान्हूलाच जाणवला. ते बघून कान्हूच्या चेहऱ्यावर गोड हास्य उमटलं. त्या हास्यात ओळख होती आणि ती ओळख होती जन्मोजन्मीची; कारण नटराजाच्या डोळ्यांत उमटलेले खट्याळ भाव गोपालकृष्णाच्या चेहऱ्यावरचे

होते. कान्हूला बघून तिच्या कृष्णविठ्ठलाच्या चेहऱ्यावर उमटतात तसे. ते खोडकर हसू बघितलं आणि कान्हूला ओळख पटली. 'तू आहेस होय? आणि इथं कधी आलास? लब्बाडा... मग मघाशीच माझ्याबरोबर का आला नाहीस?' कान्हूनं नजरेनंच त्याला जणू जाब विचारला आणि 'मी म्हटलं होतं ना तुला थांब म्हणून? तू थांबली नाहीस. मी तुझी ओढणी पण धरली; पण तू थांबली नाहीस. म्हणून मी रुसलो होतो. म्हणून तुझ्याबरोबर आलो नाही; पण म्हटलं, तू इथं छान छान नाच करणार आहेस, तर तो बघायला यावं. म्हणून आलो गुपचुप!' असं त्या कृष्णविठ्ठलानं कान्हूला उत्तरदेखील दिलं आणि कान्हू खुद्‌कन हसली. श्यामाला कळेना. मूर्तीच्या पायावर वाहायला दिलेलं कमळ तसंच हातात ठेवून त्या नटराजाच्या मूर्तीकडे बघून हिला असं हसायला काय झालं? पण, इतक्या लोकांसमोर तिला रागावणं योग्य नव्हतं. श्यामानं नुसत्या नजरेनच तिला दटावलं आणि मग मात्र कान्हूनं आपला चेहरा गंभीर केला. एक कटाक्ष पुन्हा मूर्तीकडे टाकला तर मूर्तीचा चेहराही गंभीर झाला होता. तो गंभीर चेहरा बघून कान्हूच्या चेहऱ्यावर परत स्मितहास्य उमटलं; पण तिनं ते आवरलं. नाहीतर आई पुन्हा रागावली असती. श्यामानं पुन्हा तिला नजरेनच दटावलं आणि मग मात्र कान्हूनं पूजेत लक्ष घातलं. गुरव सांगेल तशी नटराजाची पूजा केली; पण मगाशी नटराजाच्या मूर्तीसमोर बसलेली कान्हू आणि आताची पूजा करणारी कान्हू यांत खूप फरक होता. मघाचची कान्हू नटराजाकडे डोळे विस्फारून बघणारी आणि नंतर त्याच्याकडे बघून खुदूखुदू हसणारी, अल्लड कान्हू; तर आताची पूजा करणारी, प्रसन्नचित्त, गंभीरता धारण करून सहजभावानं पूजा करणारी होती. तिच्यातला हा फरक श्यामाच्याही लक्षात आला; पण असेल काहीतरी तिचा बालिशपणा असं म्हणत तिनं सोडून दिलं आणि कान्हू करत असलेल्या पूजेत लक्ष घातलं. नंतर तिच्या असं लक्षात आलं, की आता कान्हू त्या पूजेत मग्न झाली होती. नटराजाची पूजा अगदी मन लावून करते आहे आणि पूजा करता करता स्वतःशीच खुद्‌कन हसते आहे आणि हसता हसता नटराजाकडेही एक हसरा कटाक्ष टाकते आहे; पण कान्हूकडून पूजा करून घेताना तो नटराज, नटनागर बनून तिला नाना तऱ्हेच्या लीला दाखवतोय, हे श्यामाला कुठं माहीत होतं.

नटराज पूजन झालं. आता घुंगरू पूजा करायची होती. नटराजाच्या मूर्तीसमोरून उठून आता दोघी चौरंगाजवळ बसल्या. सजवलेल्या त्या चौरंगावर ठेवलेला चांदीच्या घुंगरांचा जोड उचलून गुरवानं कान्हूच्या हातांत दिला. तिच्या नाजूक, लहानशा, गोजिरवाण्या पावलांसाठी घुंगरांचा तो जोड तसाच लहानसा आणि नाजूक बनवला होता. त्याला घुंगरूही लहान लहान मण्यांसारखे लावले होते. कान्हूनं गुरवाच्या हातून तो जोड घेतला. तो जोड हातात घेताना कान्हूचा हात

किंचित हलला आणि त्यातले घुंगरू किणकिणले. त्यांचा तो नाद ऐकून कान्हूच्या चेहऱ्यावर पुन्हा खुद्‌कन हसू उमटलं आणि तिनं पुन्हा ते घुंगरू हलवले आणि नंतर कितीतरी वेळ तो नाद तसाच निनादत राहिला. गुरवानं कान्हूसमोर चांदीचं खोलगट तबक ठेवलं. त्यात तिला तो घुंगरू जोड ठेवायला सांगितला. नंतर तिच्या हातात एक चांदीची झारी देऊन त्यातून त्या घुंगरांवर दूध घालायला लावलं. चांदीचा तो घुंगरू जोड त्या दुधाच्या अभिषेकानं आणखीनच पांढरा दिसायला लागला. कान्हूला त्याचीही गंमत वाटली. गुरवानं ते घुंगरू दुधातून उचलले. रेशमी वस्त्रानं ते पुसले आणि पुन्हा त्या सजवलेल्या चौरंगावर ठेवले. श्यामानं प्रथम त्या घुंगरांची पूजा केली. कान्हूचं तिच्या हालचालींवर बारीक लक्ष होतं. श्यामानं घुंगरांची पूजा केली, हात जोडले, क्षणभर डोळे मिटले. नमस्कार केला. नंतर श्यामानं कान्हूला सांगितलं, "कान्हू, आता घुंगरांची पूजा तू करायचीस हं! मी जसं केलं, तसंच तूही कर हं!" कान्हूनं लाघवीपणे मान डोलावली आणि मगाशी श्यामानं जसं जसं, जे जे काही केलं, त्याबरहुकूम कान्हूनं घुंगरांची पूजा केली. हळद, कुंकू, अत्तर, फुलं हे सगळं वाहून त्या घुंगरांना नमस्कार केला. नमस्कार केलेले कान्हूचे दोन्ही हात धरून श्यामानं ते त्या घुंगरांवर टेकवले. तिच्या त्या स्पर्शानं ते घुंगरू किंचित थरारले आणि त्यांच्या थरारण्यानं त्या घुंगरातही एक प्रकारचा नाद उमटला. छन्! छन्! छन्! छन्! आणि तो नाद कान्हूच्या शरीराच्या स्पर्शासोबत तिच्या अंतरंगापर्यंत पोहोचला आणि त्यानंतर ते घुंगरू किणकिणत राहिले... किणकिणतच राहिले. घुंगरांना स्पर्श करून हात जोडलेल्या अवस्थेत कान्हू कितीतरी वेळ त्या घुंगरांकडे एकटक पाहत राहिली. त्यांचा किणकिण नाद ऐकत राहिली.

नटराज पूजन झाले, घुंगरू पूजनही झाले. आता ते घुंगरू कान्हूच्या इवल्या पायांत बांधायचे होते. श्यामानं कान्हूला ते चौरंगावरचे घुंगरू उचलून घ्यायला सांगितले. तिनं दोन्ही हातांत घुंगरू उचलून घेतल्यावर श्यामा तिला घेऊन पुन्हा नटराजाच्या मूर्तीसमोर आली आणि तिनं कान्हूला ते घुंगरू नटराजाच्या मूर्तीसमोर ठेवून त्या मूर्तीच्या समोर मस्तक टेकवून आशीर्वाद घ्यायला सांगितला. कान्हू ते घुंगरू घेऊन नटराजासमोर गेली. त्याच्या एका टेकलेल्या पावलाजवळ तिनं ते घुंगरू ठेवले. हात जोडून वर मूर्तीच्या चेहऱ्याकडे नजर टाकली आणि कान्हूला नवल वाटलं. तिला वाटलं होतं, आता पुन्हा तिला त्या मूर्तीचा चेहरा प्रसन्न दिसेल, कृष्णासारखा दिसेल; पण नाही. कान्हूला आता नटराजाचा चेहरा उदास दिसला. दुःखी दिसला. एवढंच नव्हे, तर त्याच्या नजरेतून तिला त्याला काहीतरी वाईट वाटत असल्यासारखं वाटलं. तिनं नजरेनंच त्याला विचारलं, 'काय रे? काय झालं? असा दुःखी का दिसतोयस?' कान्हूच्या या प्रश्नावर नटराजानं तिच्या

कानात हळूच जे उत्तर दिलं, त्याचा अर्थ जरी तिला कळला नाही, तरी त्याच्या उदास दिसण्याचं ते कारण आहे, एवढं तिला कळलं. नटराज तिच्या कानात हळूच कुजबुजला होता, 'कान्हू, नृत्याची आराधना करण्यासाठी तू हे सारं केलंस खरं; पण तुझा जन्म नर्तिका होण्यासाठी झाला नाहीये! कान्हू, तू नर्तनापेक्षा कीर्तनामुळे जास्त स्मरणात राहशील. अगदी इतिहासाच्यासुद्धा!' आता कान्हूला याचा अर्थ समजला नाही. हा कार्यक्रम संपल्यानंतर तो किसाईला विचारायचा, असं तिनं मनाशी नक्की केलं. तोच श्यामानं तिला खांद्याला धरून 'माथा टेक' म्हणून सांगितलं. कान्हूनं माथा टेकला; पण तिच्या कानात नटराजाचे शब्दच गुंजत होते. श्यामानं पुन्हा कान्हूला खांद्याला धरून उठवलं आणि ते घुंगरूही तिला उचलायला लावले. कान्हूनं घुंगरू उचलून हातात घेतले आणि पुन्हा ते घुंगरू किणकिणले. त्यांच्या मंजूळ आवाजानं पुन्हा कान्हूच्या चेहऱ्यावर स्मितहास्य उमटलं आणि श्यामाचा हात धरून ती तिच्यासोबत निघाली. श्यामानं हाताला धरून तिला तिच्या आसनापर्यंत आणलं. जिथं किसाबाई आणि कान्हू आधी बसल्या होत्या, तिथं आणून श्यामानं कान्हूला त्या आसनावर बसवलं आणि आपण स्वत: खाली बसून तिनं पहिल्यांदा कान्हूच्या उजव्या पायात घुंगरू बांधले. नंतर डाव्या पायात. घुंगरांच्या खाली असलेली ती किनखापाची नाजूक गादी कान्हूच्या पायांवर अलगद बसली आणि घुंगरू बांधून कान्हू तयार झाली.

कान्हू तयार झाली नृत्य शिकायला. कान्हू तयार झाली पदन्यास करायला. कान्हू तयार झाली नर्तन्यास करायला. कान्हू तयार झाली आजीच्या आणि आईच्या तालाठेक्यांवर पडणाऱ्या पावलांवर पाऊल टाकून चालायला. कान्हू तयार झाली विभ्रम करायला. कान्हू तयार झाली नर्तिका होण्याची पहिली पायरी चढायला. श्यामानं तिचा हात धरून तिला मैफलीच्या मध्यभागी आणलं. पाच वर्षांची कान्हू तिथं येऊन उभी राहिली आणि सगळ्यांच्या नजरा तिच्याकडे एकवटल्या. त्या सगळ्या नजरा झेलताना एखादी लहान पोर संकोचली असती, भ्यायली असती; पण आईचा हात धरून कान्हू निर्भयपणे उभी होती. आपल्या भोकरडोळ्यांत कुतूहल भरून इकडेतिकडे बघत होती. मैफलीच्या मध्यभागी आल्यावर श्यामानं सगळ्यांना वाकून मुजरा केला आणि कान्हूलाही करायला लावला. आईचं अनुकरण करत कान्हूनंही वाकून मुजरा केला. तिच्या मुजरा करण्यातही एक प्रकारचा डौल होता. माया पुढे आली. तिनं कान्हूच्या कानात काहीतरी सांगितलं. कान्हूनं एकवार मायाकडे पाहिलं. हलकेच मान डोलावली. मायानं कान्हूला हाताला धरून श्यामाच्या पुढ्यात उभी केलं. आईकडे एक नजर टाकून कान्हू तिच्यासमोर उभी राहिली. नंतर गुडघ्यावर बसली आणि आईच्या पायांवर डोकं टेकवून तिनं आईला वंदन केलं. काही क्षण आईच्या पावलांवर मस्तक टेकवून ती तशीच बसली. काही क्षण

गेल्यानंतर श्यामानं तिला खांद्याला धरून उभी केली. खाली वाकून तिच्या कपाळावर ओठ टेकवले. तिला दीर्घायुष्य चिंतलं. तिच्या चेहऱ्यावरून हात फिरवून तिची अलाबला घेतली आणि तिला पोटाशी धरलं. चिमुरडी कान्हू आईच्या मिठीत विसावली. क्षणभर श्यामाच्या नजरेत विषाद उमटला. आपल्या या नक्षत्रासारख्या लेकीच्या नशिबी आपल्यासारखाच, समाजात पतप्रतिष्ठा नसलेलाच व्यवसाय आला आहे, याची तीव्र खंत क्षणभर तिच्या डोळ्यांत उमटली. दुसऱ्या क्षणाला तिच्या नजरेत कौतुक उमटलं. 'आई हा पहिला गुरू' या संकेताची ही पूजा होती. या परंपरेची ही पाळणूक होती, या रिवाजाचा हा आविष्कार होता. आईबद्दलच्या गुरुपणाच्या पूज्य भावनेची ही रीतिरिवाजानुसार अभिव्यक्ती होती.

श्यामानं कान्हूची अलाबला घेतली आणि म्हणाली, "कान्हू, आता मी तुला नृत्याचे काही पदन्यास शिकवते; तू त्याप्रमाणे कर. छान कर हं! मग तुझा नाच बघून इथं आलेल्या नृत्याच्या गुरूंपैकी कोणीतरी तुला पुढे रोज शिकवायला येतील. इथे बघ, पंडित नागनाथ शास्त्री, पंडित बटुकनाथ शास्त्री, पंडित केदारनाथ शास्त्री असे नृत्यातले महापंडित आले आहेत. तू छान नाच केलास, की ज्यांना तुझा नाच आवडेल, ते तुला शिकवतील. तेव्हा छान नाच करायचा हं बाळा! मी जसं सांगेन, तसंच करायचं! मी जसं शिकवीन, तसंच करायचं! मी जसे हातवारे करीन, तसंच करायचं हं!" श्यामानं कान्हूला जवळ घेऊन समजावून सांगितलं. कान्हूच्या चेहऱ्यावरून आनंद नुसता ओसंडून वाहत होता. आता आई आपल्याला नाच शिकवणार, आपण आता नाच करणार, या गोष्टीचा तिला अपार आनंद झाला होता. तिनं आपले भोकरडोळे मोऽठे करून मोऽठा होकार भरला. श्यामानं समाधानानं मान डोलावली आणि दोन्ही हात खांद्याला स्पर्श करून ते नमस्कारासारखे जोडून गुडघ्यांत किंचित अंतर ठेवून गुडघ्यावर उभं वाकून तिनं नमस्कार केला आणि कान्हूला तसं करायला सांगितलं. कान्हूनंही आईचं अनुकरण करत तसाच नमस्कार केला. मग श्यामानं पहिला तोडा सांगितला –

**"तत् तत् तुन् तुन् तिक धा धिक धी तत्**
**तत् तत् तुन् तुन् तिक धा धिक धी तत्**
**तत् तत् तुन् तुन् तिक धा धिक धी तत्"**

आणि पायाचा ठेका आणि हातांची हालचाल करत या तोड्याच्या शेवटच्या प्रत्येक तत्‌ला श्यामानं गिरकी घेतली. तिच्या हातांच्या आणि पायांच्या हालचालींकडे कान्हू लक्षपूर्वक बघत होती. श्यामानं तीन गिरक्या घेतल्या आणि ती थांबली. कान्हूनं एक नजर तिच्याकडे टाकली. तिच्या हालचाली आपल्या भोकरडोळ्यांत भरून घेतल्या आणि ती सज्ज झाली. कान्हूच्या हालचालींकडे आता सगळ्यांचे

डोळे लागले होते. कान्हूनं एकदा आजीकडे पाहिलं. नंतर आईकडे बघून हलकेच मान झुकवली आणि श्यामानं टाळी वाजवल्याबरोबर कान्हूनं पदन्यासाला सुरुवात केली. आता श्यामा तळहातावर दुसरा हात मारून ठेका देत होती, तर माया तोडा म्हणत होती. आपले दोन्ही हात दोन्हीकडे एकदा करून पुन्हा छातीजवळ आणून कान्हूनं तोडा पूर्ण केला आणि 'तिक् धा धिग धिग थै' या बोलावर तिनं गिरकी घेतली. पहिली, दुसरी आणि तिसरीसुद्धा. जमलेली सगळी मंडळीच काय; पण माया आणि श्यामाही डोळे विस्फारून नवलानं बघत राहिल्या. कान्हूनं ताल-ठेक्यावर पदन्यास आणि हातांच्या हालचाली तर अप्रतिम केल्याच होत्या; पण तिनं शेवटी जी गिरकी घेतली होती... लाजवाब! गिरकी घेतानाची कान्हूची चपळाई लखलखत्या बिजलीसारखी होती. तिची गती इतकी तीव्र होती, की गिरकी घेताना तिच्यावर नजर ठरत नव्हती. तिनं लागोपाठ तीन गिरक्या घेतल्या; पण दुसऱ्या गिरकीला कान्हू दिसलीच नाही. दिसला तो फक्त गडद निळ्या रंगाचा तिचा घागरा. ती घेत असलेल्या गिरकीनं त्या घागऱ्याचं जणू गगनमंडळ बनलं आणि त्या गगनमंडळानं अवघ्या गगनाला व्यापलंय, असा आभास कान्हूच्या गिरकीनं निर्माण केला. त्या गडद निळ्या घागऱ्यासोबतच हवेत गिरक्या घेत होती तिची चुनरी आणि लोकांना आकाशात स्वैर फिरणाऱ्या ढगांचा भास होऊ लागला. तिक् धा धिग, धिग थै तिक धा धिग धिग थै – कान्हू गिरक्या घेतच होती. शेवटी मायाला दम लागला. ती श्वास घेण्यासाठी क्षणभर थांबली आणि कान्हूच्या गिरक्या थांबल्या; पण नवल असं की गिरक्या थांबल्यावरही तिचा तोल किंचितही ढळला नव्हता. ती कुठेही न धडपडता तिच्या पायांवर ठामपणे, व्यवस्थित उभी होती आणि अवघं आयुष्य नृत्य करण्यात गेलेल्या मायाला आणि तिच्यापेक्षाही नृत्यात पारंगत असलेल्या श्यामाला हा आश्चर्याचा धक्काच होता. नृत्य करण्यातही पोर आपल्याही पुढे चार पावलं आहे, याची ग्वाहीच या प्रसंगानं त्यांना मिळाली होती. कान्हूचे नृत्यातले हावभाव, तिच्या हातांच्या हालचाली, तिचा पदन्यास, त्या लयीत डोलणारं शरीर, तिच्या हालचालींतली नजाकत, त्यातला जिवंतपणा, एकदाही न अडखळता ठामपणे, तालाठेक्यांवर पडणारी तिची पावलं. माया, श्यामाच नव्हे, तर तिथं असलेला प्रत्येक जण दिपून गेला होता. पहिला तोडा संपला. लोकांनी भानावर येऊन टाळ्या वाजवल्या. कान्हूनं हा तोडा श्यामानं दाखवल्याबरहुकूम नव्हे, तिच्यापेक्षा काही अंशी सरसच केला होता. लेकीची बुद्धिमत्ता आणि सांगितलेलं लगेच आत्मसात करण्याची तिची क्षमता बघून श्यामानं पुढचा एक किंचित अवघड तोडा घेतला. त्याचे बोल असे होते –

**'धात्रक तुंगा, धागे धिगेधा । धाधिंता धित्ता किटधा ।**
**तत्तातुंगा किटतक धा । किटतक गदिगन ताथैतत् थै ।**
**आ थै तत् थै । तत् थै थै तत् धा ।'**

या तोड्यावर श्यामानं अप्रतिम अदाकारी दाखवत हाता-पायांच्या काही हालचाली व कमरेतली लचक कान्हूला करून दाखवली. या वेळी बोल नुसते दाखवण्याऐवजी श्यामानं त्या बोलांसमवेत तबलजीला तबल्याचा ठेकाही द्यायला लावला. श्यामा तोडा म्हणत होती आणि तिचं शरीरही त्याबरहुकूम लवलवत होतं. याकडे कान्होपात्राचं बारीक लक्ष होतं. तिच्या चेहऱ्यावरून लक्षात येत होतं की, ती बोलही ऐकते आहे आणि आईच्या नृत्याच्या हालचालीही पाहते आहे आणि त्याचबरोबर या ऐकण्या-पाहण्यातून ते सारं सारं आत्मसातही करते आहे. तिचे टवकारलेले कान, एकाग्रता दर्शवणारे डोळे तिच्या आकलनशक्तीची क्षमता दर्शवत होते. तोडा दाखवून श्यामा थांबली आणि कान्हूला म्हणाली, "कान्हू बाळा, हा थोडासा अवघड तोडा आहे. तुला आला तर कर किंवा जेवढा येईल तेवढा कर हं! आणि नाहीच आला तर करूही नकोस. तुला कुणी काही म्हणणार नाही हं!" श्यामानं कान्हूची समजूत काढण्यासाठी सांगितलं; पण कान्हूच्या चेहऱ्यावर निश्चय दिसत तर होताच. ती सहजपणे श्यामाला म्हणाली, "आई, हे तर खूप सोप्पं आहे. मी करीन ना! आणि बाकी कुणी काही म्हणालं नाही, तरी तो मला चिडवेल ना! हसेल ना!" असं म्हणत आपले दोन्ही हात कोपरात मुडपून समांतर रेषेत छातीशी धरून कान्हू तयार झाली. तिच्या ठामपणाचं कौतुक वाटतानाच 'हा तो कोण?' असा प्रश्न श्यामाच्या मनात आला; पण 'असेल हिचा काहीतरी बालिशपणा' म्हणत श्यामानं तिला काही विचारलं नाही. आपल्या आईकडे आणि तबलजींकडे एक कटाक्ष टाकून तिनं इशारा केला आणि टाळी वाजवली. त्या क्षणी मायानं बोल म्हणायला सुरुवात केली. तबलजीनं ठेका धरला. श्यामानं हातावर ताल धरला आणि कान्हूनं पदन्यासाला सुरुवात केली. आताचा तोडा मगाचच्या तोड्यापेक्षा किंचित अवघड होता. माया तोडा म्हणत होती; पण तिच्या मनात शंका होती. श्यामानं ताल धरला होता; पण तिलाही मनातून खात्री नव्हती. कारण, तोडा तसा कठीण होता. कोणाही नवख्या मुलीला येणारा नव्हता आणि कान्हू तर आताच नृत्याला उभी राहिली होती. शंकित नजरेनं माया आणि श्यामा कान्हूकडे बघत होत्या; पण कान्हू शांत होती आणि अत्यंत एकाग्रचित्तानं आई म्हणत असलेल्या तोड्यावर तिनं दाखवल्याप्रमाणे पदन्यास करत होती. हातांच्या हालचाली करत होती. कमरेतली लचक दाखवत होती.

**''किटतक गदिगन ता थै तत् थै ।**
**आ थ तत् थै । तत् थै थै तत् तत् धा ।''**

माया पुन:पुन्हा तोडा म्हणत होती आणि तिच्या प्रत्येक बोलाला श्यामापेक्षाही सरस आणि सुबक हालचाली आणि पदन्यास करून कान्हू नाचत होती आणि ती अवघी मैफल पुतळ्यासारखी स्तब्ध होती. बघणाऱ्या प्रत्येकाच्या नजरेत कान्हूच्या हालचाली ठरत नव्हत्या आणि कौतुक मावत नव्हतं. मायानं तोडा थांबवला. तबलजीनं समेवर येऊन तबला थांबवला; पण कान्हू नाचतच होती आणि विशेष म्हणजे माया म्हणत असलेले आणि तबल्यातून निघत असलेले त्या तोड्याचे बोल आता कान्हूच्या पायांतील घुंगरातून अगदी हुबेहूब निघत होते. घुंगरांतून निघणाऱ्या बोलाची सहा आवर्तनं केल्यावर कान्हू थांबली आणि तिथं जमलेले सगळे उठून उभे राहून टाळ्या वाजवायला लागले. कित्येक सरदार-दरकदारांनी, सरदारपुत्रांनी, धनिकांनी आपल्या गळ्यातील सोनसाखळ्या, मनगटातील कडी, हातांतल्या अंगठ्या काढून कान्हूवर त्यांचा वर्षाव केला. लोकांच्यात एक वेगळंच चैतन्य पसरलं होतं. आज त्यांच्या डोळ्यांचं पारणं फिटलं होतं.

माया-श्यामा आनंदानं मैफलीतून गिरक्या घेत फिरत होत्या; पण कान्हूचं या सगळ्याकडे लक्षच नव्हतं. आपल्या नृत्यानं या मैफलीत काय आणि किती आनंद पसरवलाय, या सगळ्यापासून अनभिज्ञ असलेल्या कान्हूची नजर इथे तिथे भिरभिरत होती. कोणालातरी शोधत असल्यासारखी आणि नजर फिरवताना तिचं लक्ष किसाबाई बसली होती तिकडे गेलं आणि तिला तो दिसला. तोच तो. तिचा कृष्णविठ्ठल. किसाबाईच्या मागे लपला होता. तो दिसल्याबरोबर कान्हू खुद्कन हसली आणि तिनं त्याच्याकडे बघून हात हलवला. किसाबाईला वाटलं, ती तिलाच खुणावते आहे. तिनंही हात हलवला; पण कान्हूचं लक्ष जाताच आणि तिच्याशी नजरानजर होताच तो मात्र तिथून नाहीसा झाला! पण, तो तिथं येऊन बसला होता आणि त्यानं आपला नाच बघितला, याचा आनंद कान्हूच्या चेहराभर पसरला, डोळ्यांत लकाकला, गालांवर उतरला, ओठांवर थांबला आणि खुद्कन हास्यातून ओघळला.

जमलेली मैफल टाळ्या वाजवून थकली होती; पण अजूनही तिचं समाधान होत नव्हतं. तोच एक घनगंभीर आवाज उमटला. ''लोक हो, थांबा!'' त्या आवाजासरशी मैफलीत शांतता पसरली. लोकांनी पाहिलं. पंडित बटुकनाथ शास्त्रीजी उभे राहिले होते आणि त्यांच्या त्या घनगंभीर आवाजातल्या 'थांबा'नं आणि त्यांच्या हात वर करण्यानं मैफल एकदम स्तब्ध झाली होती. आता पंडितजी काय बोलतात, याकडे लोकांचं लक्ष लागलं. पंडितजींनी एक वेळ आपलं उपरणं

सावरलं आणि बोलायला सुरुवात केली. "लोक हो, आता इथं या कान्होपात्रेची नटराजपूजा आणि घुंगरूपूजा झाली आणि तिच्या आईनं म्हणजे श्यामाबाईनं तिला गुरू म्हणून नृत्याचा पहिला धडा दिला. या मुलीमध्ये बिजलीचं चापल्य आहे. हिच्यात साक्षात राधेचं रूप आहे. हिच्या नृत्यात एक गहिरेपणा आहे. तिनं आता जी झलक दाखवली, त्यात तिचे हे सगळे गुण दिसून आले. कुणाची काही हरकत नसेल, तर मी पंडित बटुकनाथ शास्त्री तिला नृत्य शिकवायला तयार आहे. हे मान्य असेल, तर मी तिचा शिष्या म्हणून स्वीकार करतो!" पंडित बटुकनाथ शास्त्रींनी आपला मनसुबा जाहीर केला. लोकांनी टाळ्यांचा कडकडाट केला, तर माया आणि श्यामाचे डोळे पाण्यानं भरून आले.

पंडित बटुकनाथ शास्त्रींचं नाव पंचक्रोशीत एक महागुरू म्हणून घेतलं जायचं. त्यांच्या हातांखाली तयार झालेल्या कित्येक नर्तिका ठिकठिकाणी राजदरबारच्या नर्तिका म्हणून राहत होत्या. आपल्या लेकीचं नशीब थोर म्हणून अशा गुरूंकडे तिला शिकायला मिळतंय, या भावनेनं श्यामा पुढे झाली. खांद्यावरचा पदर मस्तकावर घेऊन तिनं लांबूनच जमिनीवर मस्तक टेकवून पंडितजींना वंदन केलं. मायानंही तसंच केलं. ते बघून धिटुकल्या कान्हूनंही त्यांना तसंच वंदन केलं. मायानं पंडितजींचा आदरसत्कार केला आणि श्यामा निश्चिंत झाली. आता ना कान्हूची काळजी होती ना तिच्या नृत्याची ना तिच्या भविष्याची. किसाबाई मात्र दालनात गेल्यावर कान्हूची कशाकशानं दृष्ट काढावी, याचा विचार करत होती.

# १

कान्हूला बटुकनाथ शास्त्रींनी शिष्या म्हणून स्वीकारलं आणि कान्हूचे नृत्यगुरू कोण, यावर शिक्कामोर्तब झालं. श्यामानं पंडित बटुकनाथ शास्त्रीजींचा आदरसत्कार केला. त्यांना सोन्या-चांदीच्या मुद्रांनी भरलेलं तबक, रेशमी जरीकाठी पोशाख देऊन त्यांचा सन्मान केला. त्यांना सालाना दहा हजार सुवर्णमुद्रा असं मानधन ठरवलं. त्यांना राहण्यासाठी श्यामा महलमधल्या तीन दालनांचा एक वेगळा विभाग होता, तो देण्यात आला. आणखी चार दिवसांनी पंडितजी आपल्या गावी जाऊन आपलं गरजेचं सामान घेऊन आल्यानंतर कान्हूच्या नृत्यशिक्षणाला रीतसर सुरुवात होईल, असं ठरलं. मैफल संपत आली. पंडित बटुकनाथजींनी कान्हूला रीतसर गंडा बांधला. कान्हूनं त्यांच्या चरणांवर मस्तक टेकवून त्यांना वंदन केलं. त्यानंतर गुरू म्हणून पंडितजींची पूजा झाली; बहारदार आणि स्वादिष्ट जेवणाचा आस्वाद घेऊन मंडळी घरी परतली. परतताना प्रत्येकाच्या मनात आणि बोलण्यात श्यामाचं लावण्य, तिचं नृत्य याचबरोबर कान्हूची हुशारी, तिची नृत्याची जाण आणि पंडितजींचं गुणगान हाच विषय होता. तर श्यामा महालातही यापेक्षा वेगळा विषय नव्हता. फक्त त्यात कान्हूचं कौतुक जास्त होतं आणि म्हणूनच किसाबाई कान्हूची सर्व प्रकारे दृष्ट काढण्याच्या तयारीला लागली होती- आणि कान्हू?

आईनं शिकवलेले तोडे आठवून ते पुन:पुन्हा करून बघण्यात दंग होती. त्यातच त्या तोड्याबरहुकूम घुंगरू वाजत होते, त्याचं तिला नवलही वाटत होतं आणि कौतुकही. तिचं ते सारखं सारखं तोडे करून बघणं बघितल्यावर श्यामानं– तिच्या आईनं तिला विचारलंदेखील. ''कान्हू बाळा, अगं दोन दिवसांनी पंडितजी येणारच आहेत सगळं शिकवायला आणि ते घेणारच आहेत तुझा सराव करून. मग आतापासूनच सराव करून काय करणार आहेस? दमशील उगीच! जा, आत जा आणि किसाबाईला सांगून केशर घातलेलं दूध पी ना. पुरे आता सराव करणं!'' आईचं बोलणं ऐकून कान्हू म्हणाली, ''आई, मला खूप खूप सराव करायचा आहे आणि मी किती छान नाच करते, ते त्याला दाखवून त्याच्याकडून शाबासकी घ्यायची आहे!'' कान्हू काय बोलते आहे, ते श्यामाला समजेना. त्याला दाखवायचं

आहे? त्याला म्हणजे कुणाला? श्यामाला कळेना. तिनं विचारलंच, "अगं, त्याला म्हणजे कुणाला? कुणाला दाखवायचंय?" आईनं असं विचारल्यावर कान्हू खुदूखुदू हसायला लागली. आईला एवढंपण माहीत नाही? तिच्या हसण्यानं श्यामाला राग आला. "अगं, हसतेस काय अशी? सांग, कोणाला दाखवणार आहेस नाच करून?" श्यामानं थोडासा आवाज चढवून विचारलं. मग मात्र कान्हूनं हसणं आवरलं आणि म्हणाली, "अगं आई, मला माझा नाच माझ्या कृष्णविठ्ठलाला दाखवायचा आहे गं! मघाशी तो तिथं आला होता; पण माझा नाच सुरू होण्याआधीच गेला. मग मी आज काय शिकले, ते त्याला दाखवायला नको? आता थोड्या वेळानं मी आणि किसाबाई जाणार आहोत ना मंदिरात, तेव्हा मी त्याला नाच करून दाखवणार आहे!" कान्हूचं बोलणं ऐकून "काहीतरी वेडेपणा आहे झालं," असं म्हणत श्यामा उठून आपल्या दालनात गेली. किसाबाईनं हरप्रकारे कान्हूची दृष्ट काढली आणि कान्हूला म्हणाली, "चला ताई, आपून आता कपडे बदलू या न्हवं?" पण, किसाबाईच्या या प्रश्नाला कान्हूनं चक्क नकार दिला. म्हणाली, "नाही किसाई, आपण आधी मंदिरात जाऊ. मी कृष्णविठ्ठलाला याच पोशाखात नाच करून दाखवणार आहे. त्यानं नाच बघितला आणि मला शाबासकी दिली, की मगच आपण पोशाख बदलू. चल आता माझ्यासोबत मंदिरात!" असं म्हणून कान्हूनं किसाबाईचा हात धरला आणि तिला खेचतच ती मंदिरात घेऊन गेली.

मंदिरात आज पणत्यांची आणि फुलांची आरास केली होती. किसाबाईला सोबत घेऊन कान्हू मंदिरात आली. मंदिरात तो होताच. कान्हू त्याच्याकडे बघून गोड हसली आणि त्याच्यासारखंच कमरेवर हात ठेवून उभी राहून म्हणाली, "थांबला का नाहीस रे माझा नाच बघायला? आला होतास ना मैफलीत? मी बघितलं तुला. किसाईच्या मागेच उभा होतास; पण नंतर कुठं दिसलाच नाहीस. मला वाटलं होतं, थांबशील, माझा नाच बघशील. पण... असू दे! आता मी इथं आले आहे तुला नाच करून दाखवायला. आता बघ हं! आणि मला सांग, मी कशी नाच करते ते! आणि त्याआधी मला सांग, या नवीन पोशाखात मी कशी दिसते? ते पंडितजी आहेत ना, ते म्हणाले की, ही मुलगी म्हणजे राधेचं बालरूप आहे. तुला कळलं का? ते मला राधा म्हणाले. आता मला सांग, या नवीन कपड्यांत मी कशी दिसते? छान ना? मग मी आता तुला नाच करून दाखवते," असं त्या मूर्तीशी बोलून कान्हू किसाबाईकडे वळली आणि म्हणाली, "किसाई, आई ते कुठलं गाणं म्हणते गं... कृष्णाचं आणि राधेचं? तुला येतं का? तू म्हण ते गाणं. मी त्यावर नाच करते." असं म्हणत किसाबाईला गाणं म्हणण्याचा आग्रह करून कान्हू नाचाला सिद्ध झाली. श्यामा रोजच्या सरावात ते गाणं गायची. त्यामुळे किसाबाईलाही ते गाणं पाठ झालं होतं. किसाबाईनं तिथल्या झांजा उचलल्या आणि

गाणं म्हणायला सुरुवात केली –

> **''मोरे शाम पधारो, रास रचाओ ऽऽ !**
> **क्वारी क्वारी फुलवारी, रंगोसे है भरी**
> **झूला झूलाओऽऽऽ !''**

किसाबाईनं गाणं सुरू केलं, झांजांचा ठेका धरला आणि कान्हूची पावलं त्या तालावर पडायला लागली. तिनं तो ठेका तर बरोबर पकडलाच होता; पण ताल, लय आणि पदन्यास यांचा सुरेख संगम तिच्या नृत्यात होता. तन्मय होऊन, तल्लीन होऊन कान्हू नाचत होती. अवघं गोकूळ जणू तिच्याभोवती उभं राहिलं होतं. कान्हू एकटीच नाचत होती; पण अवघं गोकूळ, त्यातल्या गोपस्त्रिया एकत्र नाचताहेत असा भास तिच्या नृत्यातून तिनं उभा केला होता. ते मंदिर, तो गाभारा, तो सभामंडप, मंदिराभोवतालचा तो बगिचा, तो परिसर सारं सारं कान्हूच्या नृत्यानं जणू भरून आणि भारून गेलं होतं आणि या वातावरणात भारलेली किसाबाईसुद्धा आळवून आळवून ते गाणं म्हणत होती. गाणं संपलं. कान्हूनं नाच थांबवला. नाचून नाचून तिला दम लागला होता. तिचा गोरा गोरा चेहरा, गोबरे गाल लाल झाले होते; पण डोळे एका आगळ्या आनंदात चमकत होते. मनातली इच्छा पूर्ण झाल्याचा आनंद चेहऱ्यावरून ठिबकत होता घामाच्या रूपात. दिवस कलला होता. श्यामाची एक हाक ऐकायला आली, तशी किसाबाईनं कान्हूच्या हाताला धरलं आणि तिला महालात घेऊन निघाली. किसाबाईसोबत जाता जाता कान्हूनं तिच्या 'कृष्णविठ्ठलाला' विचारलंच, ''आवडला का रे तुला माझा नाच? आवडला ना? मग सांगितलं नाहीस तसं? जा! आता मी बोलणारच नाही तुझ्याशी!'' असं फणकाऱ्यानं म्हणत, मान वेळावत, त्याला कट्टीचं बोट दाखवत कान्हू किसाबाईसोबत निघाली.

मंदिराचं पटांगण पार करून दोघी महालाच्या दाराजवळ पोहोचल्या, तोच... तोच बासरीचे मंजूळ स्वर ऐकायला आले. किसाबाईच्या हाताला हिसडा मारून कान्हू पुन्हा मागे पळत मंदिरात आली. तिनं पाहिलं, कृष्णविठ्ठल तसाच कमरेवर हात ठेवून उभा होता आणि त्याच्या कमरेवर ठेवलेल्या उजव्या हातात बासरी धरलेली तशीच होती. ती ओठांवर नव्हतीच मुळी. मग बासरी कोण वाजवत होतं? कान्हूनं इकडेतिकडे पाहिलं; पण कुणीच नव्हतं आणि बासरीचे स्वर मात्र दुरून ऐकायला येत होते आणि चक्क ते किसाबाईलाही ऐकायला आले. तीही धावत मूर्तीसमोर आली; पण मूर्तीच्या हातातली बासरी कमरेवर ठेवलेल्या हातातच धरलेली होती. क्षणभर किसाबाई गोंधळली. तोच पुन्हा श्यामाची हाक ऐकू आली. मग मात्र इतर कसलाही विचार न करता कान्हूला उचलून घेऊन किसाबाई महालात आली. श्यामा त्या दोघींची वाटच बघत होती. ''हे काय किसाबाई, किती वेळ

गेलात दोघी मंदिरात! कान्हू एक लहान आहे; पण तुला कळतं की नाही? आणि झालं का मंदिरात नाचून? आणि काय गं, बासरी कोण वाजवत होतं?'' श्यामानं प्रश्नांची सरबत्ती केली. तिच्या शेवटच्या प्रश्नानं किसाबाई चमकली, ''म्हणजे बासरी खरंच वाजत होती? म्हणजे तो भास नव्हता?'' किसाबाईच्या मनाचा गोंधळ उडाला; पण कान्हू निश्चिंत होती, ''आई, मी कित्ती छान नाच केला! आणि माझ्या कृष्णविठ्ठलाला तो आवडलापण! म्हणूनच त्यानं बासरी वाजवून मला सांगितलं! तूपण ऐकलीस ना? किसाईनंपण ऐकली! हो ना किसाई?'' कान्हूनं किसाबाईची साक्ष काढली. किसाबाईला सुचेना, काय सांगावं. नाही म्हणावं, तर श्यामा बाईसाहेबांनीही बासरीचे स्वर ऐकले होते. होय म्हणावं, तर बासरी कोण वाजवत होतं असं विचारलं, तर आपल्याला ते माहीत नाही! किसाबाई गप्प बसली; पण गप्प बसेल ती कान्हू कसली! ''अगं आई, कोण काय विचारते आहेस? बासरी कृष्णविठ्ठलच वाजवत होता.'' कान्हूच्या या बोलण्यावर कोणी काहीच बोललं नाही. ''किसाबाई, जा, आत जाऊन कान्हूचे कपडे बदल जा!'' श्यामानं सांगितलं. किसाबाई कान्हूला घेऊन आत दालनात गेली. श्यामाही तिच्या पाठोपाठ गेली; पण अजूनही बासरीचे स्वर त्यांच्या पाठोपाठ रेंगाळत दालनातही आले होते. किसाबाई कान्हूला घेऊन तिचे कपडे बदलण्यासाठी आत गेली; पण बासरीचे स्वर कुठून आले, हा श्यामाच्या मनातला प्रश्न अनुत्तरितच राहिला.

त्यानंतर ६-७ दिवसांनी पंडित बटुकनाथ शास्त्री आपल्या लवाजम्यासह आले. त्यांच्यासोबत त्यांनी त्यांचा खानसामा महाराज, त्यांचा एक नोकर शिवा आणि लहान लहान कामांसाठी म्हणून आणलेली ८-१० वर्षांची शिवाची मुलगी हंसा अशी माणसं होती. त्यांच्या जेवणखाणाची व्यवस्था त्यांचा महाराजच बघणार होता. तर दालनाची स्वच्छता, कपडे धुणं, भांड्यांची स्वच्छता इत्यादी कामं शिवा आणि हंसा करणार होते. आल्यावर २/३ दिवसांतच पंडितजींनी आपला जम बसवला आणि तिसऱ्या दिवशीच त्यांनी श्यामाला बोलावून घेतलं. तिला कान्हूच्या नृत्यशिक्षणाबद्दल काही सूचना दिल्या. कोणत्या वेळी ते नृत्य शिकवणार, याबरोबरच कान्हूनं काय खाल्लं पाहिजे, काय प्यायलं पाहिजे, हेही त्यांनी सांगितलं आणि त्यांनी दिलेल्या सूचनांचं तंतोतंत पालन झालं पाहिजे, अशीही इशारावजा ताकीद दिली. त्यांच्या दिनचर्येप्रमाणे कान्हूची नृत्याची शिकवणी सकाळी ८ ते १२ वाजेपर्यंत असणार होती आणि संध्याकाळी ५ ते ६ या वेळेत सकाळी काय शिकवलं, याची उजळणी असणार होती. मधल्या वेळेत दुपारी २ ते ३ या वेळेत कान्हूनं विश्रांती घेणं गरजेचं होतं. संध्याकाळी ६ नंतर तिला तिच्या आवडीचं काहीही करता येणार होतं. पंडितजींनी सांगितलेली ही दिनचर्या ऐकल्यावर श्यामा जरा विचारातच पडली. कान्हू म्हणजे वाहता वारा होती. या वाऱ्याला अशा

वेळेच्या बंधनात अडकवायचं म्हणजे मोठं दिव्य होतं; पण ते करावंच लागणार होतं. मायानं सांगितलं, की कान्हूला जरा जोरजबरदस्ती करूनच सांग; पण श्यामाला ते मान्य नव्हतं. कान्हू जशी चंचल होती, तशीच ती समजूतदारही होती. थोडंसं तिच्या कलानं घेऊन तिला समजावून सांगितलं तर ती ऐकेल, व्यवस्थित ऐकेल, याबद्दल तिला खात्री होती. या कामी तिनं किसाबाईची मदत घ्यायचं ठरवलं; कारण तिला विश्वास होता की, कान्हूला तिच्याइतकीच किसाबाई समजून घेऊ शकत होती आणि तसंच झालं. श्यामानं जेव्हा कान्हूला पंडितजींनी सांगितलेली दिनचर्या सांगितली, तेव्हा पहिल्यांदा ती थोडीशी नाराज झाली; पण किसाबाईनं तिला समजावलं. म्हणाली, ''ताईबाई, आपल्याला खूप छान नाच करायचा हाय ना? आणि आपला नाच आपल्या कृष्णाला आवडतो का न्हाय? मग त्याला दाखवायला पाहिजे ना? त्याला दाखवायचा म्हनजी आपल्याला छान नाच आला पायजेल. मग छान नाच यायला पायजे असंल, तर छान नाच शिकायला पायजेल आणि छान नाच शिकायचा असंल, तर पंडितजींचं ऐकाय पायजेल का न्हाय? आणि तुम्ही दिसभर शिकल्याला नाच आपण सांजच्याला मंदिरात जाऊन कृष्णाला करून दाखवायचा. म्हंजी मग त्यालाही बरं वाटंल. मग ऐकणार ना पंडितजींचं?'' श्यामाची आर्जवं आणि किसाबाईचं अशा पद्धतीचं समजूत घालणं याचा परिणाम असा झाला, की कान्हू पंडितजींनी सांगितलेली दिनचर्या पाळायला लगेच तयार झाली आणि त्यानंतर तीनच दिवसांनी कान्हूची पंडित बटुकनाथ शास्त्री यांच्याकडे नृत्याची रीतसर शिकवणी सुरू झाली.

लेकीचं कोडकौतुक करणारा कान्हूचा बाप सदाशिव मालगुजर या घुंगरू पूजनाच्या कार्यक्रमाला हजर नव्हता. अर्थात त्याचं तिथं असणं किंवा नसणं फारसं महत्त्वाचं नव्हतंच; कारण कलावंतिणींना फक्त आई असते, बाप कधी कधी नावालासुद्धा नसतो, हे परंपरेनं स्वीकारलेलं सत्य होतं. सदाशिव मालगुजर नगरशेठ होता. बादशहाचा वसुली अधिकारी होता. श्यामाच्या तारुण्यानं पागल होऊन, तिच्या सौंदर्यानं घायाळ होऊन आणि याशिवाय आपला बडेजाव दाखवण्यासाठी त्यानं लिलावात सर्वांत जास्त बोली लावून श्यामाला जिंकली होती. तिच्या सहवासात राहून त्यानं तारुण्याचं सुख उपभोगलं होतं. कान्होपात्रेच्या जन्मानंतर आपल्या रक्तामांसाची लेक म्हणून तिचं कोडकौतुकही त्यानं केलं होतं; पण श्यामाला मुलगी झाली या भावनेनं तो अंतर्यामी कुठंतरी सुखावलाही होता. मुलगी झाली म्हणजे तिची मोठी जबाबदारी त्याच्यावर असणार नव्हती. ती तिच्या आईचा व्यवसायच पुढे चालवणार होती. कदाचित मुलगा झाला असता, तर तो मोठा झाल्यावर सदाशिवचं नाव लावावं म्हणून हक्क मागायला आला असता; पण सदाशिवचं नशीब जोरावर होतं. श्यामाला मुलगी झाली होती. सुरुवातीला श्यामाच्या

तारुण्याचं आकर्षण असलेल्या सदाशिवनं श्यामाची सगळी हौस पुरवली होती, अगदी तिच्या गरोदरपणातसुद्धा; पण जसजशी कान्हू मोठी व्हायला लागली, तसं तसं सदाशिवचं श्यामा महालातलं येणं-जाणं कमी झालं. अलीकडे तर तो क्वचितच श्यामा महालात येत असे. त्यातच बादशहानं त्याच्याकडे परमुलखातली वसुली सोपवली होती. त्यामुळे तो सदैव बाहेरच्या मुलखातच असे. तशातच आईच्या आग्रहास्तव त्यानं आता विवाहही केला होता; कारण शौकबाजीला नायकीण आणि संसाराला घरधनीण हा समाजाचा रिवाजच होता. या सगळ्या कारणांमुळे सदाशिव अलीकडे श्यामा महालात फार कमी यायचा. त्यातच या ना त्या कारणानं श्यामानं सदाशिवकडून बरीच संपत्ती पदरात पाडून घेतली होती आणि आताही कान्हूच्या नृत्याच्या शिकवणीसाठीचं पंडितजींचं मानधन सदाशिवकडून घेण्यासाठी तिनं सदाशिवला तसा सांगावाही धाडला होता.

इकडे पंडित बटुकनाथ शास्त्रींच्याकडे कान्हूचं नृत्याचं शास्त्रशुद्ध शिक्षण सुरू झालं. या नृत्यशिक्षणासोबतच कान्हूला आणखी एक विरंगुळ्याचं साधन मिळालं, ते म्हणजे पंडितजींच्यासोबत आलेली शिवाची मुलगी हंसा. ८-१० वर्षांची ती गोड पोर पंडितजींच्या कामकाजासोबतच कान्हूची सखी बनली, मैत्रीण बनली आणि किसाबाईशिवाय आपल्या कृष्णविठ्ठलाबद्दल बोलायला, सांगायला कान्हूला आणखी एक ठिकाण मिळालं. किसाबाई भोळीभाबडी होती, विठ्ठलाची भक्त होती, वारकरी होती; पण प्रौढ होती. हंसा मात्र जवळपास कान्हूच्याच वयाची; पण कर्नाटकातली असल्यामुळे विठ्ठलाला मानणारी. या साधर्म्यामुळेच की काय; पण हंसा कान्हूची जिवलग सखी बनली आणि तिच्यासोबत कान्हूचं नृत्यशिक्षणही सुखावह बनू लागलं. पंडितजी तोडे शिकवत असत. कान्हू एकाग्र चित्तानं ते आत्मसात करी. पंडितजी पदन्यास करून दाखवत. एकपाठी असलेली कान्हू लगेचच ते पदन्यास उचलत असे आणि करून दाखवत असे. पंडितजी कान्हूला शाबासकी देत असत. तर हंसाच्या नजरेतलं कौतुक कान्हूला प्रेरणा देत असे. कान्हूच्या एकपाठीपणाचं, लगेचच आत्मसात करण्याचं पंडितजींना फार कौतुक वाटे; तर कान्हूच्या सहज पदलालित्याचं, नृत्यातल्या तिच्या डौलदारपणाचं, तिच्या आकर्षक पदन्यासाचं हंसाला कौतुक वाटे. पंडितजींच्यासोबत राहून राहून हंसा अगदी संपूर्ण नृत्यकला शिकली नसली, तरी नृत्यातले अनेक बारकावे तिला अवगत होते. त्यामुळे हाता-पायांच्या हालचालींतला डौल, कमरेतली लचक, मानेच्या हालचालींतला ऐटबाजपणा या गोष्टी ती दोघीच असताना हळूच कान्हूला सांगत असे. मुळातच विजेसारखं लवलवणारं अंग, मोहक हावभाव, हालचालींतलं चापल्य, पदन्यासातलं सातत्य आणि विविधतासुद्धा आणि या सगळ्यांच्या जोडीला असलेलं अभिजात देखणेपण. कान्हूला नृत्य करताना पाहणं, हा एक डोळ्यांचं

पारणं फेडणारा आनंद असायचा, हेच खरं!

कान्हू जसजशी मोठी व्हायला लागली, तसतसं तिचं नृत्यकौशल्य तर वाढलंच; पण त्यासोबत कृष्णविठ्ठलावरची तिची भक्ती वाढली. त्याच्यावरचं प्रेम वाढलं. त्याच्यावरचा विश्वास वाढला आणि त्याच्याशी सलगीसुद्धा वाढली. सकाळी पंडितजींकडे नृत्याचं शिक्षण, संध्याकाळी त्या शिक्षणाचा रियाज आणि त्यानंतर हंसाला सोबत घेऊन कृष्णविठ्ठलाशी साधलेला संवाद, दिवसभरातल्या घडामोडी त्याला सांगण्याची आतुरता, आत्मसात केलेल्या नृत्याचे तोडे त्याला करून दाखवण्यातली उत्सुकता... कान्हूचे दिवस कसे पाखरासारखे उडून जात होते. त्यातच तिला आता हंसासारखी सखी मिळाली होती. त्यामुळे कान्हूचं नृत्याचं शिक्षण अगदी दृष्ट लागण्यासारखं सुरू होतं. ना त्यात कसला अडथळा होता, ना कसली अडचण. बघता बघता १० वर्षं कशी उलटून गेली, ते कळलंच नाही. कान्हूचं आता एका अबोध कळीत रूपांतर झालं होतं. कान्हूवर तर निसर्गानं आपलं अवघं लावण्य भरभरून ओतलं होतं. कान्हू आता मोठी झाली १५-१६ वर्षांची. आता तिला कान्हू म्हणून हाक मारलेली आवडत नसे. मग तिच्या हट्टापायी श्यामानं सगळ्यांना ताकीद दिली, की तिला आता कुणी कान्हू म्हणायचं नाही. कान्होपात्रा म्हणायचं. खरंतर कान्हू हे नावही तिला आवडायचं; पण एकदा गंमत झाली. नेहमीप्रमाणे पंडितजींकडचा रियाज झाल्यावर कान्हू मंदिरात कृष्णविठ्ठलाला नृत्य दाखवायला गेली. त्या वेळी नृत्य संपल्यावर कृष्णविठ्ठलानं शाबासकी देताना तिला सांगितलं, "कान्होपात्रा, तू किती सुंदर नाचतेस गं?" त्या वेळी त्याच्या तोंडून 'कान्होपात्रा' अशी हाक ऐकल्यावर कान्हूला अपरिमित आनंद झाला आणि तेव्हापासून तिनं ठरवलं, की आता आपल्याला कान्हू म्हणून कुणी हाक मारायची नाही, तर आपल्याला आता सगळ्यांनी कान्होपात्राच म्हणायचं आणि मग दालनात आल्यावर तिनं श्यामाकरवी फर्मानच सोडलं. कृष्णविठ्ठलावर अपार भक्ती असलेल्या कान्होपात्रेच्या भक्तीचं ध्यासात रूपांतर व्हायला लागलं होतं. कान्होपात्रेचे केस रेशमासारखे मऊ, किंचित राखाडी छटा असलेले लांबसडक होते. पार अगदी गुडघ्यापर्यंत तिची वेणी यायची. स्वत: श्यामा लेकीच्या केसांची काळजी घ्यायची. माका, ब्राह्मी, कापूर, वेखंड या सगळ्यांचा अर्क काढून तो खोबऱ्याच्या तेलात उकळून ती कान्हूच्या केसांना चोळून चोळून लावायची. केस धुतल्यानंतर कान्हूचे केस मोराच्या पिसाऱ्यासारखे सुंदर फुलत; पण अजूनही कान्हूला लांब केसांमुळे स्वत:चे केस स्वत: विंचरायला येत नसत. किसाबाई आता थकली होती. त्यामुळे कधी श्यामा तर कधी हंसा – कारण तीही आता मोठी झाली होती– कान्हूची वेणी घालायच्या. कधी दुपेडी, कधी तिपेडी, कधी पाचपेडी; पण कशीही वेणी घातलीतरी कान्हूच्या सौंदर्यात भरच पडत असे. बघणाऱ्याला प्रश्न पडे, की इतकी छान वेणी

गुंफल्यामुळे कान्हू सुंदर दिसते आहे, की कान्हूच्या देखणेपणामुळे वेणी सुंदर दिसते आहे. प्रश्नाचे उत्तर काहीही असले, तरी कान्हू सुंदर दिसायची हे त्रिवार सत्य होतं.

दहा वर्षांत पंडित बटुकनाथ शास्त्रींच्या मार्गदर्शनाखाली कान्होपात्रा नृत्यात पारंगत झाली. त्याचबरोबर आपली आजी माया आणि आई श्यामा यांच्यासारखाच किंबहुना त्यांच्यापेक्षाही तिचा आवाज गोड होता. तिच्या आवाजात फिरत तर होतीच; पण नृत्य शिकल्यामुळे तालासुराचं ज्ञानही तिला आपोआपच मिळालं होतं. त्यातच हंसासारखी सखी आणि कृष्णविठ्ठलासारखा श्रोता या दोन्हीमुळे कान्होपात्राच्या नृत्यासोबतच तिची गायनकलाही समृद्ध झाली. इतकी की तिचं सौंदर्य, तिचं नृत्य यांसोबत तिच्या गायनाचाही पंचक्रोशीत बोलबाला व्हायला लागला; पण या सगळ्यापासून अनभिज्ञ असलेली, स्वत:च्या सौंदर्याबद्दल, नृत्य आणि गायनाच्या निपुणतेबद्दल अजाण असलेली कान्होपात्रा आपल्या रोजच्या सरावात, हंसासोबतच्या मैत्रीत आणि कृष्णविठ्ठलाच्या भक्तीत दंग होती. तारुण्याच्या नव्हाळीत आतातर तिला कृष्णविठ्ठलाचं जणू वेडच लागलं. कृष्णविठ्ठलाची ती देखणी मूर्ती रात्रंदिवस तिच्या डोळ्यांसमोर असे. एके दिवशी अशी गंमत झाली. कान्होपात्रा आणि हंसा दोघी जणी मंदिराच्या आवारात फुलांच्या माळा करत बसल्या होत्या. दोघींची काहीतरी चेष्टामस्करी चालली होती. बोलता बोलता हंसानं विचारलं, ''कान्होपात्रा, तू स्वत: इतकी सुंदर आहेस. मग तू लग्न केलंस, तर तुला नवरा कसा पाहिजे गं? श्रीमंत, सरदारपुत्र की राजाच?'' हंसाचा प्रश्न ऐकून कान्होपात्रा लाजली. तिचे गाल लाल झाले. ती काहीच बोलली नाही. तरीही हंसानं तिला पुन्हा छेडलंच. ''सांग ना कान्हू, तुला कसा नवरा पाहिजे?'' हंसानं पुन्हा छेडलं म्हटल्यावर कान्हूनं काहीसं लाजत उत्तर दिलं, ''हंसा, मी खरंतर या गोष्टीचा विचारच केला नाही. या गोष्टीचा विचार मी करणं योग्य आहे की नाही मला माहीत नाही; पण आता तू विचारते आहेस म्हणून सांगते. मला श्रीमंत, पैसेवाला किंवा सरदार पुत्र पाहिजे असं नाही; पण मला लग्न करायला मिळालं तर मात्र मी लग्न करीन ते माझ्यापेक्षा सुंदर व्यक्तीशी. माझा नवरा माझ्यापेक्षा सुंदरच असला पाहिजे.'' कान्होपात्रानं लाजत उत्तर दिलं. तिचं ते उत्तर ऐकून हंसा मनमुराद हसली आणि मग म्हणाली, ''असं असेल तर कान्होपात्रा तुला त्या विठ्ठलाशीच लग्न करावं लागेल. कारण, विठ्ठलाइतकं सुंदर जगात कुणीच नाही. तोच विठ्ठल जो कृष्णही आहे. विष्णूही आहे. सगळ्या विश्वात तोच सुंदर आहे आणि कान्हू तो तर तुला आवडतोच ना? मग तू असं कर. तू त्याच्याशीच लग्न कर. तोच तुझा पती म्हणून तुला शोभून दिसेल.'' हंसानं असं सांगितलंन आणि ती पुन्हा हसायला लागली; पण या वेळी मात्र कान्होपात्रा हसली नाही. उलट तिचा चेहरा लाजेनं आणखी लाल

झाला. टपोरे डोळे स्वप्नाळू बनले. ओठांवर हलकेच हास्य उमटलं आणि मंदिरात उभ्या असलेल्या कृष्णविठ्ठलाच्या मूर्तीकडे स्वप्नाळू डोळ्यांनी बघत थोडं स्वत:ला, थोडं हंसाला आणि थोडं विठ्ठलाला उद्देशून ती म्हणाली, ''खरंच! खरंच! इतके दिवस हे माझ्या लक्षातच आलं नव्हतं. खरोखरच माझ्यापेक्षा सुंदर आहे हा कृष्णविठ्ठल. अवघ्या विश्वात सुंदर आहे. मी त्याच्याशीच लग्न करणार. तोच माझा पती असणार. आता माझं ठरलं. मी माझ्या कृष्णविठ्ठलाशी लग्न करणार.'' असं म्हणत कान्होपात्रा उठली आणि तो फुलांचा गुंफलेला सुंदर हार तिनं जाऊन मूर्तीच्या गळ्यात घातला. त्याच्या गळ्यात घातलेला आधीचा हार काढून आपल्या गळ्यात घालून घेतला आणि मागं वळून हंसाला म्हणाली, ''हंसा, बघ मी करून टाकलं लग्न माझ्या कृष्णविठ्ठलाशी. त्यानं मला हार घातला. मी त्याला घातला. आता तो माझा पती आणि मी त्याची पत्नी. बघ हंसा, मला मिळाला की नाही माझ्यापेक्षा सुंदर नवरा?'' असं हंसाला विचारून कान्हू खुद्‌कन हसली. मग दोघी जणी हातात हात घालून खो-खो हसत सुटल्या.

त्यानंतर का कोण जाणे; पण कान्होपात्रेच्या स्वभावात, तिच्या रोजच्या दिनक्रमात बदल झाला. नृत्याचा सराव आणि हंसाशी गुजगोष्टी याव्यतिरिक्त तिचा सगळा वेळ मंदिरात जायला लागला. मंदिरात गेल्यावर तिथली सगळी कामं तीच करायची, अगदी आवडीनं. गुरवाला काही कामच उरेना. मंदिराची झाडलोट करण्यापासून, मूर्तीला स्नान घालण्यापासून मूर्तीवर देखणी पूजा बांधण्यापर्यंतचं सगळं कान्होपात्राच करायला लागली आणि हे करत असताना तिच्या गोड आवाजात विठ्ठलाचे अभंगही ती गायची. यामुळेही असेल; पण कान्हू मंदिरात आली की तिथलं सगळं काम आटपून ती तिथून जाईपर्यंत मंदिरातलं वातावरण अगदी भक्तिमय असायचं. मंगलमय, पवित्र असायचं. प्रेमानं, श्रद्धेनं भारलेलं आणि भरलेलं असायचं. मंदिराची साफसफाई आणि मूर्तीची पूजा बांधताना कान्होपात्रा इतकी तल्लीन व्हायची, की आपण हे काम करत असताना एका पाठोपाठ एक अभंग गातो आहोत, याचंही तिला भान नसायचं. ती अभंग गात असताना तिच्या गाण्याला बासरीचे सूर साथ देत. हे आता अगदी रोजचंच झालं होतं. ते बासरीचे सूर कान्होपात्रेला तर ऐकू यायचेच; पण अधेमधे तिथे आलेल्या किसाबाईला, कान्होपात्रेसोबत तिथं येणाऱ्या हंसाला आणि कान्होपात्रेला हाक मारायला आलेल्या श्यामाला ऐकू यायचे आणि सुरुवातीला ही बासरी कोण वाजवतंय, याचा उलगडा व्हायचा नाही; पण एकदा कान्हूनं सगळ्यांना अत्यंत आत्मविश्वासानं सांगितलं, की ही बासरी माझा कृष्णच वाजवतोय आणि तिच्या स्वरांतला विश्वास आणि सत्यता, प्रांजळपणा बघून सगळ्यांना ते पटलंसुद्धा आणि त्यानंतर मात्र जेव्हा जेव्हा प्रत्येक वेळा बासरी वाजायची, तेव्हा तेव्हा ती कृष्णच वाजवतो, याबद्दल सगळ्यांची

खात्री पटायला लागली. त्यातच कान्हू जेव्हा जेव्हा मंदिरात असायची, तेव्हा तेव्हाच बासरी वाजायची. यामुळे सगळ्यांच्या मनातल्या या विश्वासाला दुजोरा मिळत असे. कान्हू मात्र मूर्तीची देखणी पूजा बांधून झाली की देवासमोर नृत्य करायची. अगदी बेभान होऊन नाचायची ती आणि तिच्या घुंगरांच्या तालाठेक्याला साथ मिळायची बासरीच्या सुरावटीची आणि हीच ग्वाही होती तिच्या कृष्णविठ्ठलाच्या भक्तीची आणि हीच मिरास होती तिच्या आणि कृष्णविठ्ठलाच्या प्रेमाची. हाच संकेत होता कान्हूच्या भविष्याचा.

वयाच्या १५-१६व्या वर्षी कान्होपात्रा अशी कृष्णमय होऊन गेली. विठ्ठलमय होऊन गेली. हंसाच्या साक्षीनं का होईना; पण त्या कृष्णविठ्ठलाशी विवाह केल्यावर तर तिला त्याची जास्तच ओढ वाटायला लागली. त्याला पती मानल्यावर त्याला बघावं, भेटावं अशी एक स्त्रीसुलभ ओढ तिला वाटायला लागली. त्याच्याविषयी बोलावं, त्याच्याबद्दल ऐकावं अशी ओढ तिच्या मनाला लागून राहिली आणि अशातच एका प्रसंगानं कान्होपात्रेची ही इच्छाही पूर्ण झाली.

एक दिवस कान्होपात्रा आणि हंसा दोघी जणी नेहमीप्रमाणे मंदिरात बसल्या होत्या. विषय होता तोच नेहमीचा कृष्णाचा आणि विठ्ठलाचा. हंसानं विचारलं, "कान्हू, तू त्या कृष्णाशी विवाह केलास; पण तो तुला कसा आणि कुठं भेटणार?" हंसाच्या या प्रश्नावर कान्हू काहीच बोलली नाही. ती कसलातरी विचार करत असावी. तोच हंसा पुढे म्हणाली, "कान्हू, तुला माहीत आहे का? गरती बायका पतीलाच परमेश्वर मानतात; पण तू उलटच केलं आहेस. तू परमेश्वरालाच आपला पती मानला आहेस. त्यामुळे गरती बायकांसारखं तुला दोन दोन परमेश्वर मानण्याची आणि पूजण्याची गरज नाही. परमेश्वर हाच तुझा पती असल्यामुळे हे काम सोपं झालं!" हंसा अशी मस्करी करत होती; पण चेहऱ्यावर उसनं हसू आणून कान्हू फक्त तिला दाद देत होती. पण, बोलत मात्र काहीच नव्हती. काही वेळानं हंसाच्या ते लक्षात आलं आणि तिनं कान्हूला त्या बाबतीत छेडलंच. हंसानं खूप वेळा विचारल्यानंतर कान्हू बोलायला लागली आणि आपल्या मनातलं हंसाला सांगू लागली. म्हणाली, "हंसा, काय सांगू तुला? माझ्यापेक्षा देखण्या पुरुषाशी लग्न करायचं म्हणून मी कृष्णविठ्ठलाशी विवाह केला खरं! पण, मला आता त्याला भेटायचं आहे. त्याला बघायचं आहे. त्याच्याशी बोलायचं आहे. त्याला काही सांगायचं-विचारायचं आहे. त्याला बघण्या-भेटण्याची माझ्या मनाला ओढ लागली आहे गं! आणि तो कुठं, कसा आणि कधी भेटेल, हे मला माहीत नाही. त्याला भेटण्याचा मार्ग मला माहीत नाही. त्याला भेटण्याची युक्ती मला माहीत नाही किंवा त्याची भेट घडवून आणणारा कुणी मध्यस्थ मला माहीत नाही. दिवस-रात्र मला त्याची आठवण येते. दिवस-रात्र मला डोळ्यांसमोर तो दिसतो. आता माझ्या

डोळ्यांसमोरही तो आहेच; पण या मंदिरातल्या मूर्तीच्या रूपात. पण, मला त्याला प्रत्यक्ष भेटायचं आहे. त्याच्याकडे जायचं आहे. त्याच्या भेटीशिवाय मला दुसरं काही सुचत नाहीय. मी काय करू गं?'' कान्हू बोलत होती. हंसाजवळ आपलं मन मोकळं करत होती. तिच्या शब्दाशब्दांतून विठ्ठलाला भेटण्याची आस प्रतीत होत होती. त्याची लागलेली ओढ, त्याला बघण्याची इच्छा शब्दाशब्दांतून उमटली होती. ती बोलत असताना हंसा तिला न्याहाळत होती.

कान्होपात्रेचा चेहरा खरंच मलूलला होता. तिचे डोळे, तिचा चेहरा, तिची देहबोली त्याला भेटण्यासाठी आतुर होती, हे स्पष्ट जाणवत होतं. कान्होपात्रेची अशीच अवस्था राहिली, तर ती पारिजातकाच्या फुलासारखी कोमेजणार होती. काहीतरी करायला हवं होतं. नक्कीच काहीतरी करायला हवं होतं आणि ते हंसालाच करावं लागणार होतं; कारण यात भाग घेऊनसुद्धा किसाबाई काही करू शकणार नव्हती. श्यामाला किंवा मायाला सांगावं, तर त्यांनी उलटच प्रतिक्रिया दिली असती. एवढंच नव्हे, तर कान्होपात्राचं हे वागणं म्हणजे तिला लागलेलं वेड आहे आणि तिला त्यापासून परावृत्त केलं पाहिजे, असा अट्टाहास त्यांनी केला असता. कारण, कान्होपात्राच्या जिवाला लागलेली ही आस त्यांच्या मनाला पटलीही नसती आणि परवडली त्याहून नसती. त्यामुळे जे काही करायचं, ते हंसालाच एकटीला करावं लागणारं होतं किंवा किसाबाईला मदतीला घेऊन करावं लागणार होतं आणि म्हणूनच ज्या क्षणी कान्होपात्रेनं आपलं मन हंसाजवळ मोकळं केलं, त्या क्षणापासून हंसा कान्हूची आणि विठ्ठलाची भेट होण्यासाठी काय करावं लागेल, याचा विचार करत होती आणि त्याचबरोबर 'आपल्याला काहीतरी मार्ग दाखव' असं विठ्ठलालाच विनवत होती आणि तिला विश्वास होता की, कान्होपात्रेची भेट घेण्यासाठी विठ्ठलही तितकाच आतुर असेल आणि तोच नक्की यातून काहीतरी मार्ग काढेल. तिला विश्वास होता.

आणि तिचा हा विश्वास विठ्ठलानं खोटा ठरवला नाही. ज्येष्ठ महिना संपत आला आणि झिम्म पावसाला सुरुवात झाली. पाऊस रात्रंदिवस वेड्यासारखा कोसळायला लागला. अशा पावसातच आषाढ लागला आणि पावसानं झिम्मड धरली. आता जोराचा पाऊस जाऊन दिवसभर रिपरिप पाऊस पडायला लागला. तीन तीन दिवस पाऊस सतत पडत राहायचा. थांबायचा म्हणून नाही. अशा पावसातही कान्होपात्रेचा नृत्याचा सराव आणि शिक्षण चालूच होतं; पण तिच्या हालचालींतून स्पष्टपणे जाणवत होतं, की तिचं मन त्यात नाहीये. तिच्या प्रत्येक हालचालीला उदासीनतेची एक झालर होती. तरीपण नृत्य करताना एखादा कृष्णाला आळवणारा तोडा असेल, तर मात्र त्यावर नृत्य करताना मात्र कान्हू तल्लीन होऊन जायची. आपल्या आवाजातून, पदन्यासातून, हावभावांतून, नेत्रकटाक्षांतून त्याची

आर्जवं करायची. वाटायचं, हिच्या सर्वांगातून शब्द उमटत आहेत; पण ते कृष्णाची विनवणी करणारं नृत्य संपलं की कान्हू पुन्हा उदास व्हायची. त्यातच बाहेर पावसाची रिपरिप. हा सतत पडणारा पाऊस तिच्या उदासीनतेत आणखी भर घालायचा आणि कान्हू आणखीनच उदास व्हायची. याचा परिणाम असा झाला, की कान्हूची तहान-भूक हरपली. तिला जेवण गोड लागेना. अन्न जाईना. बरं, श्यामा, माया दोघी जणी कान्हूची हरतऱ्हेनं काळजी घ्यायच्या. कान्हू जेवत नाही. खात-पीत नाही, मलूल राहते म्हणून दोघींना काळजी वाटायची. मग त्या हंसाला विचारायच्या; पण तिच्या न जेवण्याचं कारण त्या दोघींना सांगणं शक्य नव्हतं. कारण, त्यांना ते पटलंही नसतं, रुचलंही नसतं आणि परवडलंही नसतं. त्यामुळे त्यांना काय उत्तर द्यावं, हे हंसाला कळायचं नाही. मग ती कानकोंडी व्हायची. काहीच उत्तर न देता तिथून निघून जायची. कधी कधी तर हंसा किसाबाईची मदत घ्यायची. जेवणाचं ताट तयार करून दोघी कान्हूला शोधत शोधत मंदिरात यायच्या. कान्हू तिथं सापडायची. विठ्ठलाच्या मूर्तीकडे एकटक बघत बसलेली असायची. मग किसाबाई तिला घास भरवायची. घास भरवताना नामदेव-जनाबाईचे अभंग गायची. ते अभंग ऐकताना तल्लीन होऊन त्या नादात कान्हू चार घास खायची. असं चाललं होतं. पावसाची झिम्मड तर चालूच होती. या पावसानं कान्होपात्रेची उदासीनता आणखी वाढली. तिच्या मनाची ही कोंडी कशी फुटावी, यातून कसा मार्ग काढावा, हे किसाबाईला आणि हंसाला कळेना. बरं, त्याविषयी श्यामाला आणि मायाला काही सांगणंही शक्य नव्हतं. एकतर त्यांना ते पटलं नसतं. त्यातच आता त्यांच्या कान्हूकडून मोठ्या अपेक्षा होत्या. तिच्या सुरेल आवाजाची आणि विशेषत: देखण्या रूपाची कीर्ती सर्वदूर पसरावी, अशा तऱ्हेनं त्यांचे प्रयत्न चालू होते. माया तर आपल्या लेकीनं म्हणजे श्यामानं नगरशेठ पटकावला, कान्हूचं रूप आणि लावण्य तिच्याहूनही सरस आहे, त्याच्या जोरावर ती एखादा सरदारपुत्रच मिळवणार, अशी भाकितं वारंवार करत होती. त्यामुळे कान्हूचं हे आताचं वागणं, देवासाठी वेडं होणं, खाण-पिणं सोडून देणं हे त्यांना पटणारच नव्हतं. हे सगळं तिनं बंद करावं, सोडून द्यावं म्हणून त्या दोघी कान्हूवर रागावल्या असत्या. कदाचित तिला मारहाणही केली असती. यामुळेच कान्हूची ही अवस्था होण्याचं कारण माया आणि श्यामाला कळू न देणं यातच शहाणपणा होता आणि तोच किसाबाई आणि हंसानं केला. पण, तरीही त्यांच्या लाडक्या कान्हूला असं कोमेजलेलं बघणं त्या दोघींना अवघड जात होतं आणि कृष्णविठ्ठलाला त्याही विनवणी करत होत्या, ''काहीतरी कर देवाऽ काहीतरी कर!''

कान्हूची केविलवाणी अवस्था, तिच्या मनाची होणारी घालमेल, कृष्णविठ्ठलाला भेटण्याची तिची आस, त्यासाठी आक्रंदन करणारं तिचं मन, तळमळणारं शरीर,

तिनं घेतलेला देवाचा ध्यास, तो ध्यास पूर्ण करण्यासाठी तडफडणारं तिचं अवघं भावविश्व आणि कृष्णविठ्ठलाच्या मूर्तीसमोर तिनं मांडलेलं ठाण हे सगळं सगळं जसं किसाबाईनं आणि हंसानं पाहिलं, तसंच त्या कृष्णविठ्ठलानंही पाहिलं. हंसानं आणि किसाबाईनं केलेला धावाही त्यानं ऐकला आणि तो खरंच धावून आला. घडलं असं, एकादशीला पंढरपूरला जाणाऱ्यांची पावसातही रीघ लागली होती. विठुनामाचा गजर करत, खांद्यावर भगवी पताका घेऊन टाळ-चिपळ्यांच्या गजरात भजन म्हणत ते वारकरी जात होते. दोन-तीन वेळा श्यामा महलच्या दारासमोरून जाणाऱ्या वारकऱ्यांचं किसाबाईनं धावत जाऊन दर्शनही घेतलं आणि कडोसरीचा एक पैसा विठ्ठलाला अबीर-गुलाल वाहण्याकरता त्यांच्याजवळ दिलाही. एकादशी झाली आणि वारी परतायला लागली. आज पावसानं अगदी तालच धरला होता. थांबायचं मुळी तो नावच घेत नव्हता. कान्हू उदास मनानं गवाक्षासमोर उभी होती. तिथून तिला तिचा कृष्णविठ्ठलही दिसत होता आणि बाहेर कोसळणारा पाऊस. या पावसासारखं आपलं दुःखही कोसळतंय आणि आपलं मन आभाळासारखं अश्रूही ढाळतंय, असं उगीचच कान्हूला वाटायला लागलं. तोच दुरून तिला टाळ-मृदंगाचा, टाळ-चिपळ्यांचा नाद ऐकू आला. कान्हूला क्षणभर वाटलं, की आपल्याला भास होतोय; पण तो नाद पुनःपुन्हा कानांवर यायला लागला. पावसाच्या गळणाऱ्या पावळणींच्या आवाजाला छेदत तो नाद कान्हूच्या कानांपर्यंत पोहोचू लागला. मग मात्र ती कान देऊन ऐकायला लागली. आतातर टाळ-मृदंगासोबत चिपळ्यांचाही नाद स्पष्ट ऐकू येऊ लागला. कान्हूनं कान टवकारले आणि त्या टाळ-चिपळ्यांसोबत तिला ऐकू आला विठूचा गजर. आतातर तो अगदी सुस्पष्ट ऐकायला येऊ लागला. विठ्ठल विठ्ठल पांडुरंग, विठ्ठल विठ्ठल पांडुरंग. विठ्ठलाचा तो गजर स्पष्टपणे कान्हूच्या कानांवर पडला आणि ती चमकली. धावतच ती मोठ्या गवाक्षाकडे गेली. पाऊस पडतच होता. तशा पावसात कान्हू त्या मोठ्या गच्चीत उभी होती. पडणाऱ्या पावसाची पर्वा न करता कपाळावर हाताचा आडोसा करून तिनं समोर पाहिलं. तीस-चाळीस लोकांचा जथा टाळ-चिपळ्या वाजवत तिथून चालला होता. त्यांच्या खांद्यावर भगवी पताका दिसत होती. हातात टाळ-चिपळ्या होत्या आणि मुखात विठुनामाचा गजर. कान्हू हे सगळं भान हरपून बघत होती. भर पावसात उभी राहून कान्हू काय पाहते आहे, हे पाहण्याकरता आणि तिला पावसातून आत बोलावण्याकरता तिथे धावत आलेल्या हंसाला तो वारकऱ्यांचा जथा दिसला. ते करत असलेला विठुनामाचा गजरही ऐकायला आला. कान्हू ते सगळं अनिमिष नेत्रांनी बघत होती आणि कान टवकारून ऐकत होती. हे हंसानं बघितलं आणि तिच्या मनात एक विचार आला. तत्क्षणी तो अमलात आणायला हवा होता. कान्हूला खांद्याला धरून तिला त्या समाधीतून जागं करत हंसानं आपल्या मनात

आलेला विचार कान्हूला सांगितला. ते ऐकताच कान्हूचे डोळे चमकले. तिच्या मलूल चेहऱ्यावर चमक आली. ओठांवर हास्य उमटलं आणि तिनं आनंदानं हंसाला मिठी मारली, क्षणभरच! आणि दोघी एकमेकींचा हात धरून खाली धावत सुटल्या. एका वेगळ्या आवेशात, एका वेगळ्या आनंदात.

# १०

**दो**घी खाली धावल्या ते तडक श्यामाच्या दालनात आल्या. आता त्यांना किसाबाई हवी होती आणि ती इथंच सापडणार, हा त्यांचा कयास होता. तो खरा ठरला. किसाबाई श्यामाच्या दालनातली शमादानं पुसत होती. कान्हूनं किसाबाईच्या हाताला धरलं आणि तिला ओढत त्या दालनाच्या बाहेर घेऊन आली. दिवाणखान्याजवळच्या गवाक्षाजवळ तिला घेऊन जाऊन कान्हूनं तिला तो वारकऱ्यांचा जथा दाखवला. ते बघून खरंतर किसाबाईला काही कळेचना. "व्हय व्हय! वारकरी हायेत ते! ठाव हाय मला. वारी परतली जणू! पर मी मोप वारकरी बगितलेत. मला कशापायी वारकरी दाखवताय!" किसाबाईनं न कळून विचारलं. कान्हूनं कपाळावर हात मारला. म्हणाली, "किसाईऽऽ! अगं, वारकरी आहेत ते! पंढरपूरला जाऊन परत आले आहेत!" कान्हूनं मुद्दा मांडण्याचा प्रयत्न केला; पण किसाबाईच्या डोक्यात काही प्रकाश पडेना. "व्हय की! वारकरीच हायेत ते! पंढरपूरला जाऊनच परत आले हायेत. ते ठाव हाय मला!" किसाबाईनं पुन्हा गोंधळून उत्तर दिलं. अजूनही तिला काही समजलेलं दिसत नव्हतं. शेवटी या संवादात हंसानं भाग घेतला. म्हणाली, "किसाई, अहो त्या वारकऱ्यांना बोलावून घ्या. बघा तरी मोठा पाऊस आलाय. झाडाखाली कसे भिजत थांबले आहेत, त्यांना बोलावून घ्या. त्यांना सांगा, कान्होपात्रा बाईसाहेबांनी बोलावलंय म्हणून! त्यांना इथं मुक्कामाला राहण्याची विनंती करा. किसाई, ते वारकरी वारीहून परतत आहेत. आपण त्यांना इथं बोलावू आणि त्यांचा आदरसत्कार करू. त्यांच्या जेवणाखाण्याची व्यवस्था करू. त्यांना थोडी विश्रांती घेऊ देत आणि मग आपण त्यांना पंढरपुराबद्दल माहिती विचारू. पंढरपुरात राहणाऱ्या त्या विठ्ठलाबद्दल माहिती विचारू. किसाई, हे सगळं ऐकण्यासाठी तर कान्हूचा जीव आसुसला आहे. मला वाटतं, देवानंच त्यांना आपल्या घरासमोर आडोशाला थांबण्याची बुद्धी दिलीये आणि तीही याचसाठी. तेव्हा त्यांना हाक मारा आणि थांबायला सांगा! बरोबर आहे ना कान्हू?"

आपल्या म्हणण्याला हंसानं कान्हूची साक्ष काढली. मुळात हंसाची ही कल्पना कान्हूला फार म्हणजे फारच आवडली होती आणि आता समोर प्रत्यक्ष वारकरी

होते, जे नुकतेच पंढरपूरहून आणि विठ्ठलाला भेटून परतत होते. म्हणजे त्यांच्याजवळची माहिती ताजी असणार. कान्हूला क्षणभर काय बोलावं सुचेना. तोच हंसा पुन्हा म्हणाली, ''सांग ना कान्हू! आपण त्यांच्याकडून त्या पवित्र अशा पंढरपुराची आणि विठ्ठलाची सगळी माहिती घेऊ. चालेल?'' हंसानं सांगितलेली ही कल्पना कान्हूला एकदम पसंत पडली. तिनं तिथूनच नोकराला हाक मारली आणि त्याला त्या वारकऱ्यांना बोलावून घेण्याबद्दल सांगितलं. ते टाळ-चिपळ्यांचे स्वर आणि विठ्ठलाचा नामघोष किसाबाईलाही ऐकायला आला होताच. परतणाऱ्या वारीतल्या त्या वारकऱ्यांना भेटावं, पंढरपूरला जाऊन विठ्ठलाचं दर्शन घेऊन आलेल्या त्या वारकऱ्यांच्या चरणांवर डोकं टेकवून आपणही वारीला गेल्याचं समाधान घ्यावं, असा विचार तिच्याही मनात आला होताच. त्या वारकऱ्यांना तिथं जाऊन भेटता नाही आलं, तरी निदान दारातून तरी त्यांचं दर्शन घ्यावं, त्यांना लांबून नमस्कार करावा, या विचारानं ती दाराजवळ आली होतीच. कान्हूनं ओरडून तिला जे सांगितलं, त्याचा किसाबाईला खूप आनंद झाला. कान्हूनं सांगितलेला आदेश शिरसावंद्य मानून ती ताबडतोब दाराबाहेर धावली. त्या वारकऱ्यांना तिनं थांबवलं. त्यांच्या चरणांवर डोकं टेकवून त्यांना नमस्कार केला आणि त्या हवेलीत राहणाऱ्या कान्होपात्राबाईसाहेबांनी तुम्हाला बोलावलंय, असा निरोप दिला. तो वारकऱ्यांचा जथा थांबला. त्यातले काही वारकरी ज्यांना घरी परतायची घाई होती, शेतीची कामं होती; ते पुढे गेले. दोन-चार वृद्ध वारकरी थांबले. या हवेलीत कोण राहतं, याची त्यांना कल्पना होती; पण याच हवेलीत विठ्ठलाचं एक सुंदर मंदिर आहे, हेही त्यांना माहीत होतं. त्या चौघांनी हवेलीत येण्याचं कबूल केलं. किसाबाईला अपरिमित आनंद झाला. त्या वारकऱ्यांना घेऊन ती श्यामा महलमध्ये आली. ते वारकरी किसाबाईसोबत येत आहेत, हे कान्होपात्रानं पुन्हा वरून गवाक्षातून पाहिलं आणि ती धावतच खाली आली. तिच्या पाठोपाठ हंसापण. दोघी आल्या, तोवर ते वारकरी महालाच्या दाराजवळ आले होते. किसाबाई त्यांच्या सोबतच होती. त्या वारकऱ्यांना बघून कान्होपात्रा आणि हंसा दोघींनी किसाबाईचं अनुकरण केलं. त्या वारकऱ्यांच्या पायांवर डोकं ठेवलं. फरक एवढाच होता, की कान्हूनं लांबून जमिनीवर डोकं टेकवलं. 'कोण जाणे त्या वृद्ध वारकऱ्यांना आपला स्पर्श चालला असता की नाही?' कान्हूच्या मनात विचार आला आणि त्यांच्या पावलांपासून थोडंसं लांब जमिनीवर तिनं डोकं टेकवलं. तिच्या मनातला हा विचार कळून किसाबाईला आणि हंसाला तिचं कौतुक वाटलं.

आपल्या लुगड्याचा पदर डोक्यावरून घेऊन खाली मान घालून कान्हूनं मर्यादेनं किसाबाईला विचारलं, ''किसाई, ते मंदिरात मुक्कामाला राहतात का ते विचार! आणि हो म्हणाले, तर मंदिरात त्यांची उत्तम व्यवस्था कर!'' कान्होपात्रानं असं सुचवल्यावर किसाबाईनं त्या वारकऱ्यांना तसं विचारलं. मंदिरात मुक्काम

करायला त्यांची कोणतीच हरकत दिसली नाही. मग मात्र किसाबाई त्यांना मंदिरात घेऊन गेली. ते स्वच्छ, देखणं, सुबक मंदिर; गर्भागारात उभी असलेली ती मुख्य रूपातली विठ्ठलाची देखणी मूर्ती, तिची बांधलेली विलक्षण देखणी पूजा हे सगळं बघून ते वारकरी प्रसन्न झाले. त्यात नारायणबुवा म्हणून एक वृद्ध वारकरी होते. कृष्ण रूपातली ती विठ्ठलाची मूर्ती बघून ते म्हणाले, "बाई, ही मूर्ती लयीच सुंदर आहे. विष्णूची दोन रूपं एकाच मूर्तीत प्रकटलेली हायेत. बघून मनाला लयीच आनंद होतोय. लयी बरं वाटतंय हितं!" त्यांच्या या उद्गारानं किसाबाई, हंसा आणि मुख्यत्वे करून कान्होपात्रा फारच सुखावल्या. सर्व वारकरीही ते प्रसन्न मंदिर बघून तिथे विसावले. कान्होपात्रानं किसाबाईकरवी त्यांचं उत्तम आदरातिथ्यं केलं. त्यांना दूध, मिठाई, फळं यासोबतच गोडाधोडाचं जेवणंही दिलं. इतके दिवसांचा पायी केलेला प्रवास; पण कान्होपात्रानं केलेलं आदरातिथ्य बघून त्यांचा क्षीण कुठल्याकुठे पळाला. जेवणं झाली. त्यांची थोडी विश्रांती झाली आणि कान्होपात्रा हंसाला सोबत घेऊन तिथं आली. नारायणबुवा आणि त्यांच्यासोबत असलेले त्यांचे सहकारी मंदिराच्या सभामंडपात भजन करत बसले होते. त्यांचे टाळ एका लयीत, एका ठेक्यात वाजत होते. भजन संपलं की पुन्हा दुसरं सुरू करेपर्यंत ते मध्येच 'रामकृष्ण हरी'चा जप करत. हंसासोबत तिथं आलेली कान्होपात्रा त्यात अगदी रंगून गेली. भजन संपलं आणि मध्येच पान-सुपारी खाण्यासाठी ते थांबले. ताल-ठेका थांबला आणि कान्हू भानावर आली. काही क्षण थांबून तिनं नारायणबुवांना नमस्कार केला आणि म्हणाली, "महाराज, मला तुम्हाला काही विचारायचं आहे. चालेल का?" तिच्या आवाजात मार्दव असं होतं, की नारायणबुवा लगेचच म्हणाले, "इच्यार पोरी! तुला काय इच्यारायचं हाये, ते इच्चार! मला सांगता यील, तेवढं मी समदं तुला नक्की सांगन. इच्चार!" त्यांच्याकडून असं अभय मिळताच कान्होपात्रा पुढे सरसावली आणि म्हणाली, "महाराज, मला विचारायचं आहे की पंढरपूर कसं आहे? आणि तिथं राहणारा तो विठ्ठल कसा आहे?" कान्होपात्रेचे प्रश्न ऐकून नारायणबुवा प्रसन्न हसले.

नारायणबुवा त्यांच्या गावात भजन-कीर्तन करत. कान्होपात्रेचा तो प्रश्न ऐकून त्यांना कौतुकही वाटलं आणि आनंदही झाला. कौतुक अशासाठी की कान्होपात्रा कोण होती, कोणत्या कलेशी संबंधित होती, ही गोष्ट ते जाणून होते. कलावंतिणीच्या घरात जन्मलेली ही नक्षत्रासारखी देखणी पोर धनिकांची आणि श्रीमंतांची माहिती विचारायची सोडून पंढरपूर कसं आहे आणि विठ्ठल कसा आहे, हे विचारत होती. केकताडाच्या जंगलात हे केतकीचं रोपटं कुठून उगवलं? आणि नुसतंच उगवलं नाही, तर आपल्या केवड्याच्या गंधानं आसमंत दरवळत असतानाच आपण मात्र विष्णूच्या पायाशी बसावं, अशी आस राखून होतं. नारायणबुवांना कौतुक वाटलं

ते यासाठी आणि आनंद अशासाठी झाला की, एकतर विठ्ठल आणि पंढरपूर हे त्यांचे आवडते विषय आणि याबद्दलची माहिती एका कलावंतिणीची पोर विचारते आहे, हीच मुळी अप्रुपाची बाब होती. त्यामुळेच कान्होपात्रानं प्रश्न विचारताच नारायणबुवा अगदी आनंदानं उत्तर द्यायला सरसावले. ''पोरी, अगं पंढरपूर कसं आहे म्हणून काय इच्यारतीस? अगं, ते साक्षात वैकुंठपूर हाये. वैकुंठाचा राणा तो विठ्ठल तिथं ऱ्हातोय. तिथं समदं भक्तीचं राज्य हाये आणि तो विठ्ठल त्या राज्याचा राजा, स्वामी! अगं पोरी, नामदेवांनी सांगितलंय,

**'अनंत तीर्थांचे माहेर । अनंत रूपांचे हे सार ।**
**अनंता अनंत अपार । तो हा कटी कर ठेवूनि उभा ।।'**
असं हाय पंढरपूर; पोरी, तुला सांगतो,
**'आधी रचिली पंढरी । मग वैकुंठ नगरी ।**
**जेव्हा नव्हते चराचर । तेव्हा होते पंढरपूर ।।'**

एवढा पंढरपूरचा महिमा अगाध हाये पोरी. अगं, पंढरपूरच्या हवेत, मातीत, चंद्रभागेच्या पाण्यात; इतकी शक्ती हाये, इतकं सामर्थ्य हाये की,

**'धरता पंढरीची वाट । पापे पळाली कपार ।**
**कळस देखता नयनी । होय पातकांची धुणी ।**
**घेता विठोबाची भेटी । दोष जाती उठाउठी ।**
**करिता चंद्रभागे स्नान । सर्व दोषां पडे खाण ।'**

असं प्रत्यक्ष नामदेवांनीच लिहून ठेवलंय पोरी. मी, माझ्या इतक्या वर्षांचा अनुभव सांगतो लेकी, पंढरपूर म्हणजे पुण्यक्षेत्र हाये. सुखाचं निधान हाये. पुण्याईचं साधन हाये. माणसाच्या जन्मा यावं आणि एकदातरी पंढरपूरला जावं बघ. अगं पोरी, चोखामेळा महार; पण तोसुद्धा पंढरपूरला गेला आणि संत चोखामेळा झाला. त्याला समाजानं जवळ केला न्हायी. म्हाराचा पोर म्हणून लाथाडला. पन् त्याला पंढरपुरानं जवळ केला. म्हणून तर तोबी म्हणतो, *'पंढरीचे सुख नाही त्रिभुवनी । प्रत्यक्ष चक्रपाणी उभा असे ।'* एवढंच नव्हे लेकी, आपल्या ज्ञानेश्वर माउलीनंसुद्धा पंढरपूरला वैकुंठीचा मार्ग म्हटलंय. अगं, माउली म्हणजे सगळ्या संतांची आई, भक्तिमार्गातला बापमाणूस; पण माउलीसुद्धा म्हणते, *'पंढरीचे वाटे अनंत घडली याग । वैकुंठीचे मार्ग तेणे संगे ।।'*

आता सांग. असं हाये पंढरपूर. कळलं का? आता फुडं तू काय इच्यारलंस, विठोबा कसा हाये? आता तुला माउलीच्या शब्दांतच सांगतो. माउली म्हणते,

**'रूप पाहता लोचनी । सुख जाले हो साजणी ।**
**तो हा विठ्ठल बरवा । तो हा माधव बरवा ।।**
**बहुत सुकृतांची जोडी । म्हणूनी विठ्ठली आवडी ।**
**सर्व सुखांचे आगरु । बाप रखुमादेवी वरु ।।'**

आता आमचा नामया काय म्हणतोय ऐक,

**'कस्तुरी कुंकूम रेखे लाल टिळा । केशराची उटी सर्वांगासि ।**
**हार शोभे गळा मंजरीचा तुरा । कर्ण रत्नफळा झळाळित ।**
**चंद्रासी चकोर मेघासी मयूर । वाटे तैसा भर आनंदाचा ।**
**नामा म्हणे पाप आणि ताप दुःख । गेले, जाले सुख बोलवेना ।।'**

अन् नामया म्हणजी विठ्ठलाचा सखा. आता आणखी ऐक. जनाबाई, तीपण जातीनं शूद्र होती. विठ्ठलाच्या पायी आली आणि संतांच्या ओळीत जाऊन बसली. ती तर अनाथ व्हती. विठ्ठल तिचा आई-बाप, भाऊ होता. ती काय म्हणती बघ,

**'पाय जोडून विटेवरी । कर ठेवूनि कटेवरी**
**रूप सावळे सुंदर । कानी कुंडले मकराकार**
**गळा वैजयंती माळा । तो हा मदनाचा पुतळा**
**गरुड सन्मुख उभा । जनी म्हणे धन्य शोभा ।।'**

अगं, अडाणी घरात, हलक्या जातीत जन्मलेली ही जनाबाई तिचा विठ्ठलावर अधिकार एवढा मोठा होता, की ती काम करायला लागली की, विठ्ठल तिला मदत करायचा.

**'झाडलोट करी जनी । केर भरी चक्रपाणि ।**
**पाटी घेऊनिया डोईवरी । नेऊनिया टाकी दूरी ।।'**

अगं, चोखा महार, जनाबाई, सेवा न्हावी अशी समदी समाजानं टाकलेली मानसं. विठ्ठलानं त्यांना जवळ केलं. असा हाये तो विठ्ठल आणि रूप तर असं देखणं, की मदनानं भुलावं आणि रतीनं लाजावं.''

नारायणबुवा वेगवेगळ्या संतांचे दाखले देऊन कान्हूला पंढरपूर आणि विठ्ठलाबद्दल सांगत होते आणि डोळे विस्फारून, कानांत प्राण एकवटून कान्हू ते ऐकत होती. आपण ज्याला पती मानला, ज्याच्याशी विवाह केला; तो जगातला सर्वांत सुंदर पुरुष विठ्ठलच आहे, याची तिला आता खात्री पटली होती आणि त्याच्याबद्दल ऐकताना, संतांनी त्याचं केलेलं वर्णन ऐकताना ती अगदी मंत्रमुग्ध झाली होती. हंसालाही ते सगळं पुन:पुन्हा ऐकावंसं वाटत होतं. नारायणबुवा बोलायचे थांबले. कान्होपात्रेच्या डोळ्यांतून घळाघळा पाणी वाहत होतं; पण त्याचं तिला भान नव्हतं.

तिची जणू भावसमाधी लागली होती. या सगळ्या घटनेची साक्षीदार असलेली किसाबाई मात्र भानावर होती. नारायणबुवा थांबले, तसं तिनं कान्होपात्रेकडे पाहिलं. तिचे डोळे मिटलेले होते आणि त्यातून पाणी तिच्या गालांवर ओघळत होतं. किसाबाईनं तिच्या खांद्याला धरून तिला जागं केलं, तेव्हा कुठं कान्हू भानावर आली. सावध झाली. एका अनामिक भावभक्तीनं तिनं नारायणबुवांच्या पायांवर डोकं टेकवून त्यांना नमस्कार केला. त्यांच्या पायांवर डोकं टेकवताना आता कान्हू क्षणभरही कचरली नाही, संकोचली नाही आणि नारायणबुवांनीही आपली पावलं मागं घेतली नाहीत. त्यांना माहीत होतं, की ही कलावंतीण आहे; पण तिच्या चेहऱ्यावरचे शालीन भाव, तिचा लाघवी स्वर, तिचं प्रांजळ असणं आणि तिच्या डोळ्यांत असणारे पवित्र भाव यांनी तिच्या कलावंतीण असण्याला मागं टाकलं होतं. *''जो जे वांछिल तो ते लाहो!''* असा माउलीच्या पसायदानातला आशीर्वाद देऊन नारायणबुवा प्रसन्न हसले. कान्हूचाही चेह७रा प्रसन्न होता; पण काही क्षणच; काही क्षणांनी तो काळवंडला. तिच्या चेहऱ्यावर पुन्हा शंकांचं, प्रश्नांचं मोहोळ उठलं. नारायणबुवांनी ते जाणलं. प्रेमळ स्वरात ते म्हणाले, ''काय झालं पोरी, तू पुन्हा अशी उदास का झालीस? तुझ्या मनात अजून काही शंका, काही प्रश्न हायेत का? मग विचार की!'' नारायणबुवांनी आपला चेहरा वाचला आणि प्रश्न विचारण्याची परवानगी दिली, यामुळे कान्हूला आनंद झाला. बसल्या जागेवरून थोडीशी पुढे सरकत कान्हू म्हणाली, ''महाराज, मलापण पंढरपूरला जायचं आहे. मला विठ्ठलाला भेटायचं, बघायचं आहे. त्यानं मला पायाशी घ्यावं, माझा उद्धार करावा म्हणून त्याला विनवणी करायची आहे. महाराज, मी पंढरपुराला गेले तर चालेल? मला विठ्ठलाला बघता, भेटता येईल? मला तशी परवानगी मिळेल? महाराज, मला त्याला शरण जायचं आहे, पण मी... मी पडले कलावंतिणीची मुलगी. मला माझा पारंपरिक व्यवसाय करायचा नाहीये. मला विठ्ठल फार आवडतो. मला कृष्णही फार आवडतो. मला देवाची भक्ती करायची आहे. त्यासाठी मला पंढरपूरला जायचं आहे. त्या पांडुरंगाला डोळे भरून बघायचं आहे. पण... पण मला पंढरपूरला जाता येईल? मला त्या पवित्र गावात प्रवेश मिळेल? मला विठ्ठलाला बघता येईल? मी कलावंतीण असल्यानं मला तिथं येऊ देणार नाहीत, विठ्ठलाला बघू देणार नाहीत, अशी मला भीती वाटते.''

कान्हूनं मनात उमटलेलं प्रश्नांचं, शंकांचं वादळ नारायणबुवांसमोर उघडं केलं. तिनं विचारलेले प्रश्न, त्यांची उत्तरं मिळवण्याची तिच्या स्वरातली आतुरता, आपल्या प्रश्नाला उत्तरं मिळतील ही अपेक्षा, प्रश्न विचारण्यातला तिचा प्रांजळपणा, पंढरपूरला जाण्याची तिची आंतरिक इच्छा, विठ्ठलाला बघण्याचा तिला लागलेला ध्यास, आपल्याला त्या पवित्र गावात जाता येणार नाही ही आशंका; गेलोच तर

काही विपरीत घडेल ही भीती; पण जाण्याची लागलेली आस हे सगळं सगळं तिच्या बोलण्यातून प्रतीत होत होतं. कान्हूच्या प्रांजळ आणि पवित्र मनाचीच ती साक्ष होती. तिचा तो शंका उत्पन्न करणारा, कापणारा स्वर ऐकून नारायणबुवांना गहिवरून आलं. स्वतःला सावरत ते म्हणाले, ''पोरी, अगं, असली शंका मनातसुद्धा आणू नगं! अगं, त्यो विठ्ठल हाये. भक्तांचा पाठीराखा हाये त्यो! त्यो भावाचा भुकेला आणि भक्तीचा तहानेला हाय! त्याला ह्ये जातपात, धर्म, पंथ, श्रीमंत-गरीब, पत-प्रतिष्ठा या सगळ्याचं काई न्हाई. त्यो ह्ये काई बघतच न्हाई. त्यो बघतो फकस्त भक्ती. त्याच्या भक्ताची त्याच्यावर असलेली श्रद्धा, विश्वास, भक्ताच्या मनातला प्रेमभाव आणि त्याला त्येवढंच लागतंय. दुसरं कायबी न्हायी. अगं, मी मगाशी सांगितलं न्हवं तुला; चोखा महार, जनी ही समाजानं लाथाडलेली मानसं. पन विठ्ठलाच्या पायाशी आली आणि विठ्ठलानं त्यांचा उद्धार केला बघ. अगं पोरी, अजामेळ तर पापी होता; पण त्यानं लेकाचं नाव नारायण ठेवलं. सारखं लेकाला 'नारायण, नारायण' म्हणून हाका मारायचा आणि त्या नाम घेण्यानंच तो मेल्यावर वैकुंठाला गेला. पोरी, जात-धर्म, श्रीमंत-गरीब, पाप-पुण्य यांतला कोणताच व्यवहार तिथं चालत न्हायी. तिथं फक्त भक्तीचाच व्यवहार चालतो बघ. हे बघ पोरी, तुझी विठ्ठलावर भक्ती हाय ना? तुला त्याला बघण्याची आस लागली हाय ना? मग तू खुशाल पंढरपूरला जा. तुला तिथं कुणीबी अडवणार न्हायी. अगं, भागवत धर्माची ही केशरी पताका म्हणजे सर्वांसाठी मंदिरात जाण्याचा परवाना हाय परवाना! भागवत धर्माची ही केशरी पताका खांद्यावर तोच घेतो, जो विठ्ठलाचा भक्त असतो. विठ्ठल मंदिरात जायचा हा परवाना मी तुला देतो पोरी. ही पताका घेऊन तू पंढरपूरला जा. तुला कुणी कुणी आडवनार न्हायी. पंढरपूरला जा. संत नामदेव, संत जनाबाई जिथं वावरल्या; त्या जागा, नामदेवांचा वाडा, चोखोबांनी नदीपल्याड बांधलेल्या त्या दीपमाळा बघ, चंद्रभागेत आंघुळ कर आणि त्या विठोबाचं दर्शन घे. पोरी, पंढरपूरच्या मातीलासुदिक भक्तीचा सुगंध हाय. चंद्रभागेच्या पाण्यालासुदिक श्रद्धेचा सुगंध हाय आणि चंद्रभागेच्या वाळवंटावर उमटलेल्या हायेत संतांच्या पाऊलखुणा. हे समदं बघ, अनुभव घे म्हणजे तुला तो विठ्ठल समजंल, उमजंल.''

नारायणबुवा आणखी बरंच काही सांगत होते आणि कान्होपात्रा भान हरपून ते ऐकत बसली होती– अगदी सर्वांगाचे कान करून आणि तिच्यासोबत होत्या हंसा आणि किसाबाई. नारायणबुवा बोलत होते. त्यांनाही कान्होपात्रेसारखा आसुसून ऐकणारा श्रोता मिळाला होता. त्यामुळे त्यांनाही किती सांगू आणि किती नको, असं झालं होतं. तर कान्होपात्रेलाही अशी अभ्यासपूर्ण माहिती देणारा, विठ्ठलाबद्दल भरभरून बोलणारा कुणीतरी प्रथमच भेटत होता. त्यामुळे तिलाही किती ऐकू आणि

किती नको, असं झालं होतं. सांगणारा आणि ऐकणारा, वक्ता आणि श्रोता असे एकमेकांना पूरक ठरत होते आणि विषय होता विठ्ठल. मग तिथं शब्दब्रह्माची आवर्तनं एकामागोमाग एक उमटत होती, यात नवल ते काय! हे सगळं बोलताना आणि ऐकताना दिवस कधी मावळला, कुणालाच कळलं नाही. बरं हे सगळं ऐकायला साक्षीदारही होता कृष्णविठ्ठल; कारण त्याच्या समोरच, त्याच्याच मंदिरात बसून हे सगळं चाललं होतं. दिवस मावळला. गुरव मंदिरात सांजवात लावायला आला, तेव्हा सगळी भानावर आली. कान्हूचं श्रवणभक्तीचं समाधान झालं होतं. विठ्ठलाबद्दल ऐकण्याची इच्छा पूर्ण झाली होती. त्याचं समाधान तिच्या चेहऱ्यावरून ओसंडून वाहत होतं; पण त्याचबरोबर त्याला पाहण्याची, त्याच्या दर्शनाची अपार ओढ लागली होती. ती तिच्या डोळ्यांत स्पष्ट दिसत होती; पण आतातरी, आतापुरतं तरी मनाचं समाधान झालं होतं. त्याच समाधानात कान्हूच्या लक्षात आलं, की आपल्याला खूप भूक लागली आहे आणि त्याचबरोबर हेही लक्षात आलं, की नारायणबुवा आणि त्यांच्यासोबत असलेल्या मंडळींनाही भूक लागली असेल. तिनं ती गोष्ट हंसाच्या कानात सांगितली. हंसानं होकारार्थी मान डोलावली आणि किसाबाईला सोबत यायला सांगून तिला घेऊन आत गेली. काही मिनिटांतच दोघी बाहेर आल्या. त्यांच्या पाठोपाठ वारकरी मंडळींसाठी वाढून आणलेली ताटं होती. ताटं त्यांच्यासमोर ठेवून पाण्याची एक कळशी आणि गडवे तिथं ठेवून नोकर आत गेला. कान्होपात्रानं त्या सर्वांना नमस्कार करून सांगितलं, "महाराज, जेवण करून घ्यावं. तुमच्या रसाळ वर्णनानं माझे कान अगदी तृप्त झाले आहेत. आता पंढरपूरला जाण्याचा माझा विचार पक्का झाला आहे. आम्ही आता जातो. आपण जेवण करून विश्रांती घ्यावी." असं नम्रपणानं त्या सर्वांना सांगून कान्हू तिथनं उठली. तिघी जणी आत आल्या, तेव्हा तिघींच्या चेहऱ्यावर एक अपूर्व समाधान दिसत होतं.

दुसऱ्या दिवशी सकाळी नारायणबुवा आणि त्यांच्यासोबत असलेले इतर तिघे वारकरी आपल्या मार्गाला लागले. जाताना कान्होपात्रानं त्यांचा आदरसत्कार केला. पाऊस थोडासा उघडला होता. तेवढ्यात ते मार्गाला लागले. वारकरी निघून गेले; पण जाताना कान्होपात्रेला एक अपूर्व समाधान देऊन गेले. पंढरपूर आणि विठ्ठल यांबद्दलच्या मिळालेल्या माहितीमुळे कान्होपात्रेची उदासीनता कुठल्याकुठे पळाली. तिच्या मनातल्या सगळ्या शंका-कुशंका फिटल्या होत्या. मनात उठलेली आशंकांची वादळं आता निमाली होती. विठ्ठलाबद्दल सगळं ऐकायचं होतंच; पण महत्त्वाचा प्रश्न होता तो आपण पंढरपूरला गेल्यावर तिथं आपल्याला प्रवेश मिळेल का? आणि त्या प्रश्नापाठोपाठ भीती होती, की आपण तसंच गेलो, तर आपल्याला तिथून हाकलून देणार तर नाहीत ना? दुसरी काळीज पोखरणारी शंका होती, की

पंढरपूरला आपण गेल्यावर आपल्याला विठ्ठलाचं दर्शन घेता येईल ना? कारण, ते जर घेता आलं नसतं, तर आपल्या जगण्याला काही अर्थच उरणार नव्हता. मग आपण काय करणार होतो? आजी, आईसारखंच आपल्या नशिबी कोण येतंय, हे बघत याच व्यवसायात राहून आयुष्य घालवणार होतो. नाहीतरी आपण दुसरं काय करू शकणार होतो? कान्होपात्रा विचारांच्या वादळात हरवून गेली. आपल्याला आपला पारंपरिक व्यवसाय करायचा आहे, नव्हे तोच करावा लागणार आहे, या विचारानंच तिच्या अंगावर काटा उभा राहिला. ''ते काही नाही! आपण पंढरपूरला जायचंच आणि त्या विठ्ठलालाच विचारायचं की आपण काय करावं. तोच आपल्याला यातून मार्ग दाखवेल. त्यासाठी आपण पंढरपूरलाच जायचं!'' कान्होपात्रानं मनाशी ठरवलं. नक्की केलं, एक ठाम निर्णय घेतला आणि तिला बरं वाटलं. तोच वाढलेलं ताट घेऊन हंसा आली आणि आपण घेतलेला निर्णय जेवण झाल्यावर हंसाला सांगायचा, असं ठरवून कान्हूनं जेवायला सुरुवात केली.

नारायणबुवाचं तिथं येणं, कान्होपात्रेशी मन भरून बोलणं, पंढरपुराबद्दल आणि विठ्ठलाबद्दल तिला सांगणं, तिच्या मनात असलेल्या शंकांचं निरसन करणं आणि विठ्ठलाच्या दर्शनासाठी, त्याला भेटण्यासाठी पंढरपूरला जाण्याचं कान्होपात्रानं निश्चित करणं हे सगळं कान्होपात्रेला, हंसाला आणि किसाबाईला पुढे कित्येक दिवस पुरलं. कान्होपात्रा तर पुन:पुन्हा तेच बोलत राहायची. विठ्ठलाबद्दल नारायणबुवांकडून सगळं ऐकल्यावर तर तिला त्याला बघायची अधिकच ओढ लागली. त्यातच नारायणबुवांनी तिला भगवी पताका दिली होती. विठ्ठल मंदिरात शिरण्याचा तो परवाना आहे, असं त्यांनी सांगितलं होतं. कान्होपात्रानं ती भगवी पताका कृष्णविठ्ठलाच्या मंदिरातच मूर्तीच्या शेजारी उभी करून ठेवली होती. आता ती पताका घेऊनच कान्हू पंढरपूरला जाणार होती. विठ्ठलाला भेटणार होती. त्याला डोळे भरून बघणार होती. त्यातच नारायणबुवांनी तिला कृष्ण हाच विठ्ठल आहे आणि ही दोन्ही श्रीविष्णूची रूपं आहेत, असं सांगितलं होतं. तिला त्यांनी दशावताराची गोष्टही सांगितली होती. त्या विष्णूच्या दहाही अवतारांमध्ये विठ्ठलाचा प्रतिरूप अवतार हा समाजातल्या उपेक्षित लोकांसाठीच झाला आहे, अशी वारकऱ्यांची धारणा असल्याचंही त्यांनी तिला सांगितलं होतं आणि ज्ञानोबा माउलीच्या कृपेनं भगवी पताका खांद्यावर घेणारा वारकरी मग तो कुठल्याही धर्माचा, जातीचा, पंथाचा असो; समाजातल्या कुठल्याही स्तरातला असो, त्याला विठ्ठलाचं दर्शन घेता येत होतं. नारायणबुवांनी असं सगळं समजावून सांगितल्यावर कान्होपात्रेच्या मनानं नक्की केलं, की आता पंढरपूरला जायचं. नारायणबुवा गेल्यावर चार-आठ दिवस तसे बरे गेले. कान्हू आनंदात होती. जेवत-खात-पीत होती. नृत्याचं शिक्षण आणि सराव मन लावून करत होती. हसत-बोलत होती. हंसासोबत गप्पा मारत होती; पण विषय एकच होता पंढरपूर आणि विठ्ठल.

कान्हूचं हे इकडे असं चाललं होतं, तर माया आणि श्यामा दुसऱ्याच विवंचनेत होत्या. कान्हूला आता १६वं वर्ष लागणार होतं. मायाचं म्हणणं होतं, की आपल्या परंपरेप्रमाणे तिची १६व्या वर्षीच नथ उतरवायची; पण श्यामा या गोष्टीला तयार नव्हती. तिचं म्हणणं होतं की कान्हू अजून लहान आहे, निरागस आहे, अल्लड आहे. तिचं नृत्य-गायनाचं शिक्षण अद्याप सुरू आहे. ते एकदा पूर्ण होऊ दे, मगच आपण तिची बोली लावण्याचा कार्यक्रम करू. दोघींची मतं वेगवेगळी होती आणि दोघीही या बाबतीत आपापल्या मतांवर ठाम होत्या. कोणीच कोणाचं ऐकत नव्हतं आणि या सगळ्यापासून अनभिज्ञ असलेली कान्होपात्रा मात्र विठ्ठलाच्या भेटीची स्वप्नं पाहण्यात गुंग होती. नारायणबुवांना परत जाऊन साधारण एक आठवडा झाला; तोच पुन्हा कान्हू उदास राहायला लागली. त्यातच आषाढाचा झिम्माड पाऊस कान्हूच्या उदासीनतेत भर घालायला लागला. कान्हूला पंढरपूरला जायची, त्या विठ्ठलाला बघायची, आपलं मनातलं त्याला सांगायची ओढ लागली; पण हा पाऊस? अशा पावसात जाणारतरी कसं? आणि तिला जाऊ कोण देणार? पंढरपूर होतं अवघ्या १२ कोसांवर; पण तिथं जायचं म्हटलं तरी मायाची आणि श्यामाची म्हणजे आजीची आणि आईची अनुमती घ्यावी लागणार होती. त्यांना तिथं जाण्याचं कारण सांगावं लागणार होतं. नुसतं सांगून चालणार नव्हतं, तर ते पटवून द्यावं लागणार होतं आणि त्यांना ते पटलं, तरच जायची अनुमती मिळणार होती. एवढं सगळं सव्यापसव्य करावं तर हा पाऊस आडवा येत होता. त्यामुळे पंढरपूरला जाणं, त्या विठ्ठलाला भेटणं, त्याला डोळे भरून बघणं, त्याच्याशी मनातल्या गोष्टी बोलणं; हे सगळं सध्यातरी शक्य नव्हतं. त्यासाठी थोडे दिवसतरी थांबावं लागणार होतं. वाट बघावी लागणार होती आणि हा पाऊस? हा पाऊसही थोडा कमी व्हायला हवा होता. या सगळ्या विचारामुळे कान्हूच्या मनातलं उदासीनतेचं मळभ आणखी वाढलं. अधिकच गहिरं झालं आणि कान्हू पुन्हा उदास राहायला लागली. आपल्या दालनात ती कधी कधी एकटीच बसून राहायची; तर कधी मंदिरात कृष्णविठ्ठलाच्या मूर्तीसमोर त्याच्याकडे एकटक पाहत बसायची; तर कधी त्याच्याशी एकटीच बोलत बसायची. कधी मनात आलं, तर उठून नृत्य करायची. बटुकनाथ शास्त्रीजींच्या नृत्य शिकवणीच्या वेळी हंसा तिला ओढून न्यायची. सरावलेल्या हाता-पायांनी कान्हू नृत्य करायची खरं; पण तिच्या हालचालींतून स्पष्टपणे जाणवायचं की, तिचं मन त्यात नाहीच. मग पंडितजींना सोबत करणारी कान्होपात्रेची सखी मुद्दामच कृष्णाची किंवा राधेची तोडी सुरू करायची. मग मात्र कान्हूची उदासीनता कुठल्याकुठे पळायची आणि कान्हू त्यावर बेभान होऊन नाचायची; पण हा आनंद तेवढ्यापुरता असायचा. नृत्य संपलं की कान्हू पुन्हा उदास व्हायची.

असेच दिवस चालले होते. विठ्ठलाच्या दर्शनाची कान्हूच्या मनातली आस काही कमी होत नव्हती. त्यातच एक दिवस असं झालं, की श्यामानं कान्हूच्या या उदास राहण्याबद्दल हंसाला छेडलं. तेव्हा अनवधानानं हंसा बोलून गेली की, कान्होपात्रानं विठ्ठलाला पती मानलं आहे आणि तिला त्याच्या दर्शनाची आस आहे, म्हणून ती उदास आहे. हे ऐकल्यावर श्यामाला धक्काच बसला. 'ही आपली देखणी पोर उमलायच्या वयात अशी सुकायला लागली, तर कसं व्हायचं? कोण धनिक पुत्र हिला आधार देणार? हिचं आणि पर्यायानं आपलं पुढचं आयुष्य कसं जाणार? आता कुठं हिचे कमावण्याचे; पैसाअडका, दागदागिने, जमीनजुमला मिळवण्याचे दिवस येणार आहेत. त्याबद्दल विचार करायचा सोडून ही कोण तो विठ्ठल, त्याचा कसला विचार करते आहे? आता खरंतर हिचे नटण्यामुरडण्याचे दिवस, छान छान सजण्याचे, उमलण्याचे, फुलण्याचे दिवस. आपल्या रूप-लावण्यानं धनिक पुत्रांना, सरदारपुत्रांना भुरळ घालण्याचे दिवस. त्यांच्याकडून किमती, मौल्यवान भेटवस्तू मिळवण्याचे दिवस. आपल्या रूप-लावण्याच्या, तारुण्याच्या मोहमायेनं धनिकांना फसविण्याचे, गुंतवण्याचे दिवस. रूप तर असं देखणं आहे, की एखादा धनिकच काय; पण एखादा राजा, राजपुत्र अगदी नाही तर एखादा सरदार तर नक्की भुलेल. तिला सोन्या-माणकांनी मढवेल. तिची आणि तिच्यासोबत आपलीसुद्धा जन्माची ददात मिटेल. हे सगळं करायच्या या वयात असं काहीतरी चांगलं करायचं सोडून ही पोर त्या विठ्ठलाच्या नादी लागली आहे. त्याला भेटायची आस बाळगून झुरते आहे आणि ती हंसा काय म्हणाली? तिनं विठ्ठलाला नवरा मानलाय? आपण काय जोगतिणी आहोत देवाशी लग्न करायला? आपण कलावंत आहोत. देवाशी लग्न करणं नव्हे, तर देवालाही भुलवणं आपलं काम आहे आणि ही वेडी पोर देवाला नवरा म्हणते आहे. ते काही नाही. आपलंच चुकलं. आपल्याला लागलेले डोहाळे या पोरीची हीच लक्षणं दाखवणारे होते. तेव्हा ही गोष्ट आपल्या लक्षात आली नाही आणि हिचे हे असले लाड आपणही पोटात असल्यापासून पुरवत गेलो. तिथंच आपलं चुकलं. त्याच वेळी गर्भावर आपण आपल्या परंपरेचेच संस्कार करायला पाहिजे होते. म्हणजे मग असं १६व्या वर्षी या पोरीला हे असले वेध लागले नसते. ते काही नाही. आई म्हणते तेच बरोबर आहे. हिच्या बोलीची तयारी करायला पाहिजे. एकदा का कुण्या पुरुषाची मिठी अंगाभोवती पडली, की हे विठ्ठल विठ्ठल सगळं विसरून जाईल. असंच करावं. आता लवकरात लवकर हिची नथ उतरवायचा कार्यक्रम करावा. म्हणजे सगळं ठीक होईल.'

श्यामाच्या मनात विचारांचं वादळ उठलं होतं. हंसानं अनवधानानं सांगितलेल्या बातमीचा तिला धक्काच बसला होता. मग मात्र तिनं हंसाकडून सगळी बातमी सविस्तर विचारून घेतली, मोठ्या खुबीनं. तिनं हंसाला असं जरासुद्धा दर्शवलं नाही

की, कान्होपात्रेच्या या वागण्याला तिचा विरोध आहे. हंसा जे काही सांगत होती, ते अगदी कौतुकाचा भाव चेहऱ्यावर आणून श्यामा ऐकत होती. तिच्या या अभिनयाला भुलून हंसानंही तिला सगळं सविस्तर सांगितलंन आणि ते सगळं ऐकून श्यामानं तातडीनं हा निर्णय घेतला. तो निर्णय घेतल्यावर तिनं तो ताबडतोब आईला म्हणजे मायाला सांगितला. आता मात्र या विषयावर दोघींचं एकमत झालं आणि आता लवकरात लवकर कान्होपात्रेची नथ उतरवण्याचा कार्यक्रम करायचा, असं दोघींनी ठरवलं.

कार्यक्रम करायचा असं नक्की झालं; पण तो कार्यक्रम करण्याआधी कान्होपात्रेच्या रूपाची, लावण्याची, नृत्यगायनाची कीर्ती सर्वदूर पोहोचणं आवश्यक होतं. तिच्या अप्सरेसारख्या रूपाची भलावण करणं, अनेक राजे-महाराजे, सरदार, दरकदार, धनिक यांच्या कानांपर्यंत तिच्या रूपाची कीर्ती पोहोचायला हवी होती. त्यासाठी आणि त्या दृष्टीनं काहीतरी करणं गरजेचं होतं. काय करावं, हा या दोघींपुढे पेच होता आणि त्यांच्यापुढचा हा पेच कान्होपात्रानंच अवचित सोडवला. नव्हे, कान्होपात्रेच्या रूप-लावण्याची कीर्ती सर्वदूर पोहोचण्यासाठी काय करावं लागेल, या प्रश्नाचं उत्तरच कान्होपात्रानं आपसूक दिलं. झालं असं, की कान्हूची उदासीनता घेऊनच आषाढ सरला, श्रावण आला आणि पावसानं अधनंमधनं माघार घ्यायला सुरुवात केली अन् पावसाचा खेळ सुरू झला. धरणीचं रूप पालटलं. हिरवंगार लावण्य सोनेरी उन्हात झळाळून निघायला लागलं. सृष्टीतल्या या बदलामुळेही असेल; पण कान्होपात्रेची उदासी किंचित कमी झाली. निदान नृत्याचा सराव करतानातरी ती आनंदी दिसायला लागली. तिची नृत्याची शिकवणी आता जवळ जवळ पूर्ण झाली होती. नृत्याचा अभ्यास जवळपास संपत आला होता. आता पंडितजी आठवड्यातून दोनच दिवस तिला नृत्य शिकवायचे. श्रावण आला आणि कान्हूच्या उल्हसित मनाला अष्टमीचे वेध लागले. कृष्णजन्माचे वेध लागले. 'आपण कृष्णजन्माचा सोहळा करू या का?' असं कान्हूनं श्यामाला विचारलं आणि आपल्या मनातल्या प्रश्नाचं उत्तरच जणू श्यामाला सापडलं. कान्हूच्या रूप-लावण्याचा बोलबोला करण्यासाठी कृष्णजन्माष्टमीचा सोहळा ही अपूर्व संधी होती. मायानं आणि श्यामानं मोठ्या आनंदानं परवानगी दिली; पण कुणाकुणाला बोलवायचं, ते आम्ही ठरवतो. तू फक्त सोहळ्याची तयारी कर, असं तिला मुत्सद्दीपणानं सांगितलं आणि निरागस कान्हू, हंसा आणि किसाबाईला सोबत घेऊन सोहळ्याच्या तयारीला लागली.

गोकुळअष्टमीचा दिवस उजाडला. कृष्णजन्माचा सोहळा मध्यरात्री करायचा होता. कृष्णविठ्ठलाचं ते मंदिर पणत्यांच्या आणि दिव्यांच्या रोषणाईनं नुसतं झगमगत होतं. फुलांच्या बांधलेल्या माळांमधून दरवळणारा सुगंध त्या रोषणाईला आणखीनच सुंदरता बहाल करता होता. आज मूर्तीची सजावट स्वत: कान्हूनं केली होती. एक

ते कटीवर ठेवलेले हात सोडले, तर त्या मूर्तीत आज संपूर्णपणे कृष्णच अवतरला होता. हिरेमाणकांचे ते लखलखते दागिने मूर्तीच्या देखणेपणात भर घालत होते. मंदिराचा अवघा परिसर पणत्यांनी आणि फुलांच्या माळांनी सुशोभित केला होता. माया आणि श्यामानं मंगळवेढा आणि त्याभोवतीच्या परिसरातल्या खास खास माणसांना आमंत्रित केलं होतं. ती सगळी धनिक माणसं तर होतीच; पण सरदार, दरकदारांच्या मर्जीतली. त्यांच्या रोजच्या बैठकीतलीही होती. त्यांच्याकडून कान्हूच्या देखणेपणाची, रूपलावण्याची कीर्ती सरदारांपर्यंत पोहोचणार होती. माया आणि श्यामानं तशी व्यवस्थाच केली होती. मंदिराचा अवघा देखणा दिसणारा तो परिसर ही खाशे मंडळी न्याहाळत असतानाच राधेचा पोशाख करून कान्हू तिथं आली आणि कान्हूचं ते रूपलावण्य बघून जमलेल्या सगळ्या लोकांच्या काळजाचा ठोका चुकला. स्वर्गातल्या अप्सरेसारखी कान्होपात्रा सुंदर दिसत होती. स्वर्गातली अप्सरा प्रत्यक्षात कुणीच बघितली नव्हती; पण ती कितीही सुंदर असली, तरी कान्होपात्रेचं आरसपानी लावण्य तिला मात देऊन गेलं असतं, हे नक्की. या सौंदर्याचं वर्णन करायला शब्द अपुरे ठरतील, असंच प्रत्येकाला वाटत होतं. तिथं जमलेली सगळी अनिमिष नेत्रांनी कान्हूकडे बघत होती. असं सौंदर्य, असं लावण्य त्यांनी कुठंच बघितलं नव्हतं. त्यांच्या मनातले हे भाव त्यांच्या नजरेतही उमटलेले होते आणि एका कटाक्षात पुरुषांच्या नजरेतले भाव ओळखणाऱ्या माया आणि श्यामाला ते भाव बघून आपली योजना सफल झाल्याचा आनंद झाला. आता कान्हूच्या सौंदर्याचा गवगवा पंचक्रोशीतच काय;पण सर्वदूर होणार होता. सजवलेलं ते देखणं मंदिर, लखलखणारी ती कृष्णमूर्ती आणि रूपलावण्याचा मापदंड ठरणारी कान्होपात्रा – कुणाला पाहायचं, किती पाहायचं आणि कितीदा पाहायचं, असं लोकांना झालं. लखलखणारी, तेजस्वी कृष्णमूर्ती आणि सौंदर्याची साक्षात मूर्ती असणारी राधेच्या रूपातली कान्होपात्रा. लोकांना आपण साक्षात वृंदावनात असल्याचा भास व्हायला लागला, तर लोकांचे चेहरे बघून आपण कान्हूला गोकुळअष्टमी साजरी करण्यासाठी अनुमती देण्याचा निर्णय किती अचूक होता, याची माया आणि श्यामाला खात्री पटली. आपण कृष्णजन्माच्या सोहळ्यासाठी इथं आलो आणि असे राधा-कृष्ण बघून आपल्या नयनांचं सार्थक झालं, अशी लोकांची भावना झाली; पण ही सार्थकता इथंच संपायची नव्हती. मध्यरात्र झाली. जन्माष्टमीचा सोहळा झाला आणि मंदिराचा सभामंडप रिकामा केला गेला. लोकांची बसण्याची व्यवस्था सभामंडपाबाहेर केली होती. सभामंडप रिकामा झाला. शमादानं वाती वर काढून आणखी उजळली. सभामंडपात तबला आणि पेटी घेऊन बाजिंदे येऊन बसले आणि लोकांच्या लक्षात आलं. डोळ्यांची सार्थकता संपली नव्हती. आता नृत्य-गायनाचीही मेजवानी होती तर. लोक आता सावरून बसले, सरसावून बसले. फक्त आता नृत्य कोण करणार,

याची उत्सुकता होती. श्यामा की कान्होपात्रा? की दोघीही? पण, राधेच्या पोशाखातली, देखणी, स्वर्गातल्या अप्सरेहूनही सुंदर दिसणारी कान्होपात्रा सभामंडपाच्या मध्यभागी येऊन उभी राहिली. ज्या बाजूला पंडितजी बसले होते, तिकडे पाहून तिनं त्यांना वंदन केलं. माया-श्यामा बसल्या होत्या. त्यांना नमस्कार केला. जमलेल्या लोकांना मुजरा केला. आव्हानानं भरलेला एक कटाक्ष कृष्णाच्या मूर्तीकडे टाकला आणि तिनं तान छेडली...

**''रंगा येई वोऽऽऽ रंगा येई वोऽऽऽ**
**विठाई विठाई माझे कृष्णाई, कान्हाई**
**विठाई विठाई माझे कृष्णाई, कान्हाई**
**रंगा येई वोऽऽ, रंगा येई वोऽऽऽ''**

ज्ञानदेवांच्या आधीच आर्ततेनं भरलेल्या शब्दांत आपल्या स्वरांची, सुरांची आणि मनातल्या भावनांची आणखी आर्तता ओतत कान्हू गात आणि नाचत होती.

**''कटी कर विराजीत, मुकुट रत्नजडित**
**पितांबर कासेला तैसा येई धावत**
**रंगा येई वोऽऽऽ, रंगा येई वोऽऽऽ**
**विश्वरूप विश्वंभरी, कमल नयने कमलापरी**
**तुझे ध्यान राहो, बाप रखुमा देवीवरी**
**रंगा येई वोऽऽऽ, रंगा येई वोऽऽऽ**
**वैकुंठवासिनी, विठाई जगतजननी**
**तुझा वेगू माझे मनी, रंगा येई वो ये**
**विठाई विठाई माझे कृष्णाई, कान्हाईऽऽ''**

कान्हूच्या आवाजातली आर्तता, पदन्यासातली अधीरता, मनातली आतुरता, कृष्णभेटीची उत्सुकता सारं सारं त्या स्वरांतून, सुरांतून आणि पदन्यासातून उमटत होतं. त्यातली आर्तता इतकी विलक्षण होती, की त्या आर्ततेचा ध्वनी वाऱ्याच्या प्रवाहासोबत पंढरपूरला पोहोचला आणि कर कटेवर ठेवून विटेवर उभ्या असलेल्या विठ्ठलाला त्या ध्वनिलहरींनी एक निरोप जाऊन सांगितला – 'कोणीतरी इथे तुझ्या दर्शनाची, तुला बघण्याची आस लावून बसलंय. आर्त स्वरात तुझी आळवणी करतंय. विनवणी करतंय. तुझ्या भेटीसाठी तळमळतंय. काहीतरी कर! तुझी भक्तवत्सलता खरेपणाच्या कसोटीवर आहे. काहीतरी कर!'

आणि या निरोपाबरोबरच कान्हूचा आर्त स्वर मंदिराच्या भिंतींना छेदत गर्भागारात जाऊन पोहोचला – 'रंगा येई वोऽऽऽ'

# ११

कृष्ण जन्माष्टमीचा तो सोहळा खऱ्या अर्थानं अप्रुपाचं अप्रूप ठरला. कान्हूच्या नृत्य-गायनाची, तिला विठ्ठलाला भेटण्याची ओढ लागली होती त्या तिच्या आर्ततेची, कान्हूच्या मनात अंतर्बाह्य उमटणाऱ्या भक्तीची, तिनं शिक्षण घेतलेल्या नृत्यकलेची, गायनकलेची एकाच वेळी ती कसोटीही होती आणि ग्वाहीसुद्धा. जमलेल्या लोकांच्या दृष्टीनं ती पर्वणीच होती. तर माया आणि श्यामाच्या दृष्टीनं ती गुंतवणूक होती त्यांच्या वृद्धपणाच्या आरामासाठीची. आणि कृष्णविठ्ठल... तो तर कान्हूच्या नृत्य-गायनानं आणि तिच्या मनातल्या आर्त आमंत्रणानं जणू भारावला गेला. तिनं घातलेली 'रंगा येई वोऽऽऽ'ची साद त्याच्याही हृदयाला कुठेतरी हलवून गेली. जणू त्यालाही तिच्या भेटीची ओढ लागली आणि कान्हू? या सगळ्याचं निमित्त असलेली, या सगळ्याचं कारण ठरलेली, या सगळ्यात उत्सवमूर्ती असलेली कान्हू मात्र विठ्ठलाला भेटण्यासाठी तळमळत होती. एकच इच्छा, एकच आस मनाशी धरून बसली होती आणि तिचं मन फक्त हंसाला कळत होतं. तिची आस फक्त तीच जाणत होती आणि त्याला कारणही तसं होतं. हंसा ही पंडित बटुकनाथ शास्त्रींचा सहायक शिवाची मुलगी. शिवा हा वारकरी होताच, शिवाय त्याच्या घरात पूर्वापार विठ्ठलभक्तीही होतीच. विठ्ठलमूर्ती कर्नाटकातून जेव्हा पंढरपूरला नेण्यात आली, तेव्हा त्या मूर्तीसोबत मूर्तीच्या रक्षणासाठी असलेल्या सैनिकांत शिवाचे पूर्वज होते असं म्हणतात. तेव्हापासून शिवाच्या घरात विठ्ठलाची पूजा, भक्ती आणि वारी सातत्यानं, परंपरेनं सुरू झाली. वारकऱ्यांची विठ्ठलभक्ती, त्यांची दर्शनाची आस आणि त्यासाठीची तळमळ हे सगळं सगळं हंसाला माहीत होतं. नव्हे; तिनं ते पाहिलं होतं, अनुभवलं होतं. एवढंच नव्हे, तर त्या सावळ्या विठ्ठलाला बघणारा आणि न बघणारा दोघेही त्याच्या दर्शनासाठी कसे तळमळतात, हेही ती जाणून होती आणि म्हणूनच कान्हूचं तळमळणं, तडफडणं, विठ्ठलाच्या दर्शनाचा ध्यास घेणं, त्याच्या दर्शनसाठी आतुर होणं हे सगळं तिला पूर्ण उमगत होतं आणि त्यातच हंसाचं थोडंफार शालेय शिक्षणही झालं होतं. त्यामुळेच या सगळ्यातली सत्यता ती जाणून होती. त्यातली तीव्रता तिला माहीत होती. त्या

तळमळण्यातली गहिरता ती ओळखून होती आणि म्हणूनच विठ्ठलाच्या दर्शनासाठी आस लावून बसलेल्या कान्होपात्रासाठी काहीतरी केलं पाहिजे, ही भावना तिच्या मनात जोर धरू लागली.

उदास होऊन बसलेल्या कान्होपात्रेला ती धीर देत असे. काहीतरी गोष्टी सांगून तिला रिझवण्याचा, खुलवण्याचा प्रयत्न करत असे. अर्थात त्या सगळ्या गोष्टी ज्ञानेश्वरादी संतपरिवाराच्या तरी असत किंवा विठ्ठलाच्या तरी असत. मग त्या गोष्टींत महार असलेला चोखामेळा संतश्रेष्ठ कसा ठरला, याचबरोबर तो उत्कट अशी अभंगरचना कशी करायला लागला, याचंही वर्णन असे. तर कधी जनाबाईसारखी क्षुद्र समाजातली स्त्री, आपल्या उत्कट विठ्ठलभक्तीनं आणि भावोत्कट अभंगरचनेमुळे विठ्ठलाच्या आणि संतांच्या गळ्यातली ताईत कशी बनली, याचीही गोष्ट असे. या सगळ्या गोष्टी ऐकून कान्होपात्रा आनंदित होत असे; कधी कधी मात्र ती उदास होत असे. तिला असं वाटे, की आपल्याला तो विठ्ठल भक्त म्हणून स्वीकारेल का, तो आपल्यावर प्रसन्न होईल का, आपली दया त्याला येईल का; या आणि अशा अनेक शंकांनी ती अस्वस्थ होत असे. मग तिला जेवण गोड लागत नसे. रात्रभर झोप येत नसे. मग अशी तहानभूक हरपलेली कान्होपात्रा त्या कृष्णविठ्ठलाच्या मंदिरात येऊन बसत असे. त्या दिवशीही असंच झालं. तहान-भूक हरपलेली, विठ्ठलाच्या दर्शनाची आस लागून राहिलेली कान्होपात्रा मंदिरात जाऊन बसली होती. कृष्णविठ्ठलाच्या त्या मूर्तीकडे एकटक बघत होती. डोळ्यांत असंख्य भावना होत्या. अगणित प्रश्न होते. अनंत शंका होत्या आणि त्यातल्या एकाचंही उत्तर तिच्याकडे नव्हतं, हेही तिच्या डोळ्यांत तरळणाऱ्या उदास अश्रूंतून स्पष्टपणे दिसत होतं. डोक्यात अनेक प्रश्नांचं काहूर उठलं होतं आणि हृदयात काहीतरी दाटून येत होतं. काहीतरी... काहीतरी असं, जे बाहेर येऊ पाहत होतं. बाहेर यायला धडपडत होतं. असं काहीतरी जे हृदयाचा आवाज, अंतर्मनाच्या आतला आवाज व्यक्त करू पाहत होतं. असं काहीतरी जे मनात दाटून आलेल्या, कोंडमारा होणाऱ्या भावनांना वाट करून देणारं होतं. विठ्ठलाच्या दर्शनाची लागलेली आस सांगू पाहत होतं; पण ते काहीतरी अजून आतल्या आतच आक्रंदत होतं. यामुळे कान्होपात्रा आणखीनच कासावीस झाली. आणखीच घायाळ झाली. ती कासाविशी तिच्या डोळ्यांत भरून वाहणाऱ्या अश्रूंच्या रूपानं गालांवरून वाहू लागली आणि कान्होपात्रा स्फुंदून, हुंदके देऊन रडायला लागली. तोच तिला शोधत शोधत हंसा तिथं आली. कान्हूला असं रडताना बघून हंसा धावतच तिच्याजवळ आली आणि कान्हूला जवळ घेऊन तिला थोपटत तिला शांत करण्याचा प्रयत्न करू लागली. आपल्या अस्वस्थतेला अश्रूंतून वाट करून देत कान्हू हंसाच्या कुशीत शिरून मन मोकळं करत होती. मध्येच म्हणत होती, ''देवा, तुला माझी दया, माझी करुणा कशी रे येत नाही?''

हुंदके देता देता कान्हू देवाला जाब विचारत होती आणि अचानक हंसाच्या कुशीतून बाजूला होऊन कान्होपात्रानं डोळे पुसले. ती उठून ताठ बसली. तिच्या चेहऱ्यावर, हालचालींत निग्रह दिसत होता. त्याच निग्रहानं तिनं हंसाचा हात धरला आणि कृष्णविठ्ठलाच्या मूर्तीकडे तोंड करून, त्या मूर्तीच्या नजरेत आपली घायाळ नजर मिसळून ती उद्गारली...

> **''जीवाचे जीवलगे माझे कृष्णाई कान्हाई ।**<br>**सावळे डोळसे करुणा येऊ दे काही ।।**<br>**आला अपवाद याती संबंध लौकिक पाही ।**<br>**सावळे डोळसे करुणा येऊ दे काही ।।**<br>**दीनोद्धार ऐसे वेद शास्त्रें गर्जती पाही ।**<br>**सावळे डोळसे करुणा येऊ दे काही ।।**<br>**शरण कान्होपात्रा तुजला वेळोवेळां पाही ।**<br>**सावळे डोळसे करुणा येऊ दे काही ।।''**

कान्होपात्रेच्या तोंडून त्या घायाळ अवस्थेत या ओळी बाहेर पडल्या आणि हंसा चमकली. कान्होपात्रेचं दुःख इतकं गहिरं झालं होतं की, तिचं ते दुःख शब्दांचं ओवीबद्ध रूप घेऊन प्रकट झालं होतं. हंसाच्या लक्षात आलं; विरहाच्या, उत्कट भक्तिभावाच्या या दुःखावेगात कान्होपात्रेच्या मुखातून चक्क अभंग स्रवला होता. कृष्णाला बोलावणारा, त्याला सादवणारा, त्याच्याकडून करुणेची अपेक्षा करणारा, त्याच्या करुणेची प्रतीक्षा करणारा अभंग. होय, तो शब्दसमूह म्हणजे चक्क अभंगच होता. चोखोबा, जनाबाईसारखा. कदाचित त्यांच्याइतका प्रतिभेचा आविष्कार त्यात नसेलही; पण उत्कट भावनेची अभिव्यक्ती तितक्याच तोडीची होती. हंसा धावत आतल्या दालनात गेली. पंडितजींची लेखणी आणि मसीपात्र ते नेहमी ज्या कोनाड्यात ठेवत, तिथून ते दोन्ही घेऊन हंसा मंदिरात पुन्हा धावत आली. कान्होपात्रा अजूनही तशाच घायाळ अवस्थेत त्याच शब्दबद्ध ओळी पुन:पुन्हा म्हणत होती. हंसानं त्या ओळी कागदावर भराभर उतरवून घेतल्या. संतांनी लिहिलेल्या गाथा वाचण्यासाठी का होईना; पण आपण बाराखडी शिकलो आणि आज कान्होपात्रेचा हा पहिला शब्दबद्ध भावनेचा आविष्कार आपण लिहून घेतला, या भावनेनं हंसाला धन्यता वाटली. तर कान्हूची अवस्था याहून वेगळी नव्हती. आपल्या घुसमटणाऱ्या हृदयातून उचंबळून बाहेर येऊ पाहणारं काहीतरी ते हेच होतं आणि शब्दांचं साजिरं रूप घेऊन ते अवतरलं, याबद्दल कान्होपात्राही स्वत:ला धन्य समजत होती. आपलं शब्दप्रभुत्व कमी असेल कदाचित, आपली प्रतिभाही फार मोठ्या उंचीची नसेल कदाचित; पण आपली विठ्ठलाबद्दलची भावना जनाबाई,

चोखोबांइतकीच तीव्र आहे, खोल आहे, गहिरी आहे आणि म्हणूनच तोडक्यामोडक्या शब्दांत का होईना; पण आपण अभंगरचना करू शकलो, याचं कान्होपात्रेला अप्रूप वाटत होतं. आनंद वाटत होता आणि तो आनंद तिच्या चेहऱ्यावर पसरला, डोळ्यांत उमटला, हास्यातून विखुरला आणि अंगोपांगी शहारलासुद्धा.

या सगळ्या आनंदाच्या दरवळण्यातून पहिल्यांदा सावध झाली हंसा. कान्होपात्रेच्या मुखातून उमटलेलं आणि आपण कागदावर उतरवलेलं, तिनं पुन:पुन्हा वाचलं आणि आनंदानं निथळत कान्हूचे खांदे धरून तिला गदागदा हलवत हंसा ओरडली, ''कान्हूऽऽ कान्हूऽऽ कान्होपात्राऽऽ अगं ए कान्हूऽ बघितलंस का तू काय केलंस ते? अगं, बघतरी! ए कान्हूऽ अगं, तू अभंग रचलायस अभंग! कान्हूऽ अभंग!'' अभंग हा शब्द ऐकला म्हणून असेल, हंसानं खांदे धरून गदगदा हलवलं म्हणून असेल किंवा ती जोरात ओरडली म्हणून असेल किंवा... किंवा काळजातलं तुफान शब्दरूपानं बाहेर आलं म्हणूनही असेल; पण कान्हू भानावर आली आणि भानावर येता येता तिनं हंसाचं बोलणं ऐकलं. ''तू अभंग रचला आहेस!'' आणि कान्हू खाड्कन सावध झाली. 'आपण... आपण अभंग रचला? आपण अभंग रचला? आऽपण?' कान्हूचा ना हंसावर विश्वास बसला, ना आपल्या कानांवर. तिनं हंसाकडे नजर उचलून पाहिलं. काय नव्हतं त्या नजरेत! मनात उडालेला गोंधळ, किंचित आनंदाची भावना. एक अनामिक भीती, एक प्रकारची शंका, काहीसा अविश्वास, किंचितशी बेभान अवस्था, काहीसा संकोच, कान्हूच्या त्या एका नजरेत हे सगळं सगळं होतं आणि हे सगळं सगळं हंसानं अगदी स्पष्टपणे वाचलं. कान्हूचा उडालेला तो गोंधळ बघून तिला क्षणभर हसू आलं; पण ही वेळ हसण्याची नव्हती आणि आलं, तरी ते दाखवण्याची नव्हती. हंसा क्षणभर गप्प बसली आणि पुन्हा म्हणाली, ''कान्हू, अगं, तू बघ अभंग रचला आहेस. अगदी चपखल. तुझ्या त्या कृष्णाला बोलावणारा, विनवणारा. अगं, बघतरी. मी तो लिहून घेतला आहे. ऐक हं! मी तुला वाचून दाखवते.'' असं म्हणत हंसानं तो अभंग पुन्हा कान्हूला वाचून दाखवला. त्यात केलेली कृष्णाची विनवणी ऐकून कान्हूला भरून आलं. आपल्या मनात उठलेल्या वादळाचं रूपांतर शब्दांत झालं असावं असं तिला वाटलं; पण तरीही आपल्या हातून काही आक्रित घडलंय, काही वेगळं घडलंय, अगदी वेगळं याची कान्हूला जाणीव नव्हती. हंसानं अभंग वाचून दाखवला. कान्हूनं तो शांतपणे ऐकला. क्षणभर तिच्या चेहऱ्यावर आनंदाची रेषा तरळून गेली. क्षणभरच, पुन्हा तिच्या चेहऱ्यावर तो मघाचाच गोंधळ उमटला. मग मात्र हंसा वैतागली. तिनं देवाच्या पुढे ठेवलेल्या कलशातलं पाणी घेतलं आणि ते कान्हूच्या चेहऱ्यावर मारलं.

गार पाण्याचा स्पर्श होताच कान्हू एकदम झोपेतून दचकून जागं व्हावं तशी

खडबडून भानावर आली आणि निरागस चेहऱ्यानं तिनं हंसाला विचारलं, ''हंसा, का गं? माझ्या चेहऱ्यावर पाणी का मारलंस? तू मला काही सांगत होतीस का? आणि ते ऐकता ऐकता मला झोप लागली का?'' कान्हूनं विचारलेले प्रश्न ऐकून हंसानं कपाळावर हात मारून घेतला. म्हणाली, ''कान्हू, अगं तू काय केलंयस तुझ्या लक्षात आलंय का? तू अभंग रचला आहेस, जनाबाईसारखा, चोखोबांसारखा. अगं कान्हू, तू कृष्णाची आळवणी करणारा अभंग रचला आहेस गं! तुला लक्षात येतंय का? तू ... तू... देवाला, कृष्णाला आळवणारा अभंग रचला आहेस. अभंग! कान्हू, जनाबाई जसं म्हणतात, *'येगं येगं विठाबाई। माझे पंढरीचे आई।।'* तसं तू कृष्णाला म्हणते आहेस, *'जीवींचे जिवलगे, माझे कृष्णाई कान्हाई!'* कान्हू आतातरी आपल्या हातून काय घडलंय, कोणता पराक्रम घडलाय याची तुला कल्पना आली का? आपण काय केलंय, काय रचलंय, याची तुला जाणीव झाली का?'' हंसानं असं पोटतिडकीनं विचारलं आणि तिच्या प्रत्येक शब्दाचा, तिच्या बोलण्याचा अर्थ आता कान्होपात्रेला कळला, समजला आणि उमजलासुद्धा. अर्थ उमजला आणि तिला तो आंनद सहन होईना. तिच्या शरीराला थरथर सुटली. एका क्षणी वाटलं की उठावं आणि थयथय नाचावं, तर दुसऱ्या क्षणाला लक्षात आलं की, आपलं शरीर जड झालंय. क्षणभर वाटलं की, जोरात ओरडून सगळ्यांना सांगावं; पण दुसऱ्या क्षणी लक्षात आलं, की आपल्या तोंडातून शब्द फुटत नाहीये. एकदा वाटलं की उठावं आणि हंसाला घट्ट मिठी मारावी; पण मग लक्षात आलं की आपल्याला जागचं हलायलासुद्धा येत नाहीये. मग मात्र तिनं डोळेच मिटून घेतले. असंच मन मिटून घेता आलं, तर किती बरं होईल? तिच्या मनात आलं; पण मन तर मिटता येत नाही, निदान डोळे तरी मिटू या. म्हणत तिनं डोळे मिटले आणि तिच्या मिटल्या नजरेसमोर तो उभा राहिला. तोच तो कर कटीवर ठेवून विटेवर उभा असलेला; पण कटीवर ठेवलेल्या एका हातात बासरी होतीच आणि माथ्यावर होता मोरपिसांचा मुकुट. डोळ्यांत होतं निमंत्रण आणि ओठांवर होतं लाडिक; पण खट्याळ हास्य. मिटल्या डोळ्यांसमोर तो उभा राहिला आणि कान्होपात्रेच्या लक्षात आलं, की आपलं जीवन, आपला श्वास, आपली आस, सगळं काही तोच आहे. क्षणभर तिनं डोळे उघडले. समोर बसलेल्या हंसाच्या नजरेला एक क्षणभर नजर मिळवली आणि पुन्हा तिच्या मुखातून शब्द उमटले –

**''माझ्या जीवीचे जीवन । तो विठ्ठल निधान ।।**
**उभा असे विटेवरी । वाटी प्रेमाची सीदोरी ।।**
**आलीयाची धनी । निवारितो चक्रपाणी ।।**
**भेटा दयेच्या सागरा । विनवीतसे कान्होपात्रा ।।''**

कान्होपात्रानं पुन्हा एक अभंग रचला, उच्चारला आणि आश्चर्यात बुडलेल्या हंसाला आणखी एक आश्चर्याचा धक्का दिला. अभंग उच्चारून कान्होपात्रा डोळे मिटून बसली. जणू तिची भावसमाधीच लागली होती. त्या भावसमाधीतून कान्होपात्रेला विचलित न करता हंसानं तोही अभंग लिहून काढला. कान्हू डोळे मिटून तशीच बसली होती; पण त्या मिटल्या डोळ्यांसमोरही तिला काहीतरी दिसत असावं. कारण, चेहऱ्यावर उमटलेले उत्सुक भाव, ओठांतून ओघळणारं लाडिक हसू, तिच्या मनात उमटलेल्या लाघवी भावनांचंच दर्शन घडवत होतं. हंसानं आता मात्र कान्हूला भावसमाधीतून जागं केलं. म्हणाली, ''कान्हू, अगं तुझं त्या कृष्णविठ्ठलावरचं प्रेम अगदी बहरलंय हं! त्याच्याविषयी वाटणारी ओढ तुझ्या शब्दाशब्दांत जाणवते आहे. कान्हू, तू असं का करत नाहीस? तुझ्या आईची अनुमती घेऊन तू त्याला भेटून का येत नाहीस? मगतरी तुझ्या मनाला लागलेली ओढ कमी होईल. फार तर मी येईन तुझ्यासोबत. नाहीतरी आता आणखी काही दिवसांनी मला पंडितजींसोबत कर्नाटकात परत जावं लागेल. मग एकदा मी तिकडे गेले की, पुन्हा कसची येते महाराष्ट्रात? माझ्या बाबांनी माझं लग्न लहानपणीच ठरवून ठेवलं आहे. आता आम्ही तिकडे परत गेलो की, माझा वाङ्‌निश्चय आणि मग लग्न. खरंच गडे कान्हू! तू तुझ्या आईला विचारच गं! म्हणजे मलाही पंढरपूरला जाता येईल!''

हंसा कान्हूच्या जणू मनातलं बोलत होती; पण आपली आई आणि आजी आपल्याला पंढरपूरला जाण्याची परवानगी देणार नाहीत, हे कान्होपात्रा समजून होती. असं काहीतरी करायला हवं होतं, की त्यामुळे त्यांना अनुमती द्यावीच लागणार होती. हंसाचं बोलणं ऐकता ऐकता कान्हूला एक युक्ती सुचली. तिनं ती युक्ती हंसाच्या कानात सांगितली. ते ऐकल्यावर हंसाचाही चेहरा खुलला. दोघींनी एकमेकींना आनंदानं मिठी मारली. त्या आनंदानं तिथला जणू माहोलच बदलून गेला. काही क्षणांपूर्वी तिथं विरहाचा, वियोगाचा, घायाळपणाचा दरवळ होता आणि आता कान्हूनं सांगितलेल्या युक्तीमुळे दोघींच्याही मनाची आस पूर्ण होणार होती. त्या सावळ्याला जाऊन भेटता येणार होतं. त्याला डोळे भरून बघता येणार होतं. डोळ्यांत साठवता येणार होतं. फक्त कान्हूनं सांगितलेली युक्ती सफल व्हायला हवी होती. आता दोघी जणी ती युक्ती सफल करण्याच्या तयारीला लागल्या.

त्यासाठी त्यांनी पहिल्यांदा किसाबाईला आपल्या गटात सामील करून घेतलं. पंढरपूरला जाण्याचा बेत आहे म्हटल्यावर ती लगेचच तयार झाली. त्यानंतर आता आईला सगळं काही सांगून, पटवून द्यावं लागणार होतं. त्यासाठी कान्हू योग्य वेळ शोधत होती आणि एक दिवस तिला दिसलं, की श्यामा आज खुशीत आहे. त्याचं कारणही तसंच होतं. कितीतरी दिवसांनी आज सदाशिवचा निरोप आला होता. तो श्यामाला भेटायला येणार होता. अलीकडे सदाशिवही फारसा येत नव्हता. एकतर

त्याला त्याचा संसार होता. त्यातच त्याला वसुलीसाठी लांब परमुलखात जावं लागे. त्यातच मध्ये पडलेल्या दुष्काळामुळे वसुलीही फारशी होत नसे. त्यामुळे महिनोन्‌महिने तो घरापासून, गावापासून लांब असे. त्यातच महत्त्वाचं म्हणजे श्यामाविषयीचं त्याचं आकर्षणही कमी झालं होतं आणि बडेजावी राहणीमानाची, श्रीमंतीची सवय असलेला सदाशिव कमी वसुलीमुळे थोडाफार अडचणीतही आला होता. म्हणूनच अलीकडे काही वर्षांत त्याचं येणं-जाणं कमी झालं होतं. तो अगदी कधीतरी, वर्षातून एक-दोनदाच येत असे. श्यामाला वारंवार पैसे देणं, दागदागिने देणं, भेटवस्तू देणंही त्यानं आता कमी केलं होतं. त्यामुळे श्यामानंही आपलं गाणं-बजावणं पुन्हा सुरू केलं होतं आणि आता तेच तिच्या मिळकतीचंही साधन होतं. तरीही सदाशिवबद्दलची तिची ओढ कायम होती. त्यामुळेच आज बऱ्याच दिवसांनी नव्हे, बऱ्याच महिन्यांनी सदाशिव येणार असल्याचा त्याचा निरोप आला आणि श्यामाला आनंद झाला. तिनं सदाशिवच्या आवडीचं जेवण बनवण्याची सूचना खानसाम्याला केली. आता तिला आपला साजशृंगार करायचा होता. आज खूप सुंदर दिसायला हवं होतं. सदाशिवला खूश करायचं होतं. तो खूश झाला असता म्हणजे एखादा दागिना – सोन्याचा, हिऱ्याचा, अगदीच नाही म्हटलं तर मोत्याचा तरी, पदरात पाडून घेता येणार होता. शिवाय त्याच्या लेकीसाठी म्हणून, कान्हूसाठी म्हणून का होईना पण खर्चासाठी पैसे मागता येणार होते. अगदीच नाही जमलं, तर एखादी पैठणी तरी मिळवता आली असती.

श्यामा तयारीला लागली. आपले दाट काळेभोर केस तिनं विंचरायला घेतले, तोच कान्हू आली. सोबत हंसापण होती. कान्हूला बघितल्यावर श्यामाला प्रेमाचं भरतं आलं. तिच्या चेहऱ्यावरून हात फिरवून तिची अलाबला घेत श्यामानं विचारलं, "काय हवंय आमच्या या राजकुमारीला? एखादा अलंकार की नवीन पोशाख." श्यामाच्या या लाडिक स्वरातून कान्हूच्या लक्षात आलं, की आई आज आनंदात दिसते आहे. तेव्हा आता तिला विचारायला हरकत नाही. आपला अभिजात लाघवीपणा आवाजात भरून कान्हूनं विचारलं, "आई, अगं आता काही दिवसांनी पंडितजी परत जाणार. त्यांच्यासोबत हंसालापण जावं लागणार. हंसाच्या घरात पंढरपूरला जाण्याचा रिवाज आहे; पण एकदा ती कर्नाटकात परत गेली की, तिला जायला होणार नाही. मग मी हंसाला घेऊन पंढरपूरला जाऊन येऊ? मीपण अजून पंढरपूर पाहिलेलं नाही. आम्ही दोघी जाऊन येऊ? आम्ही किसाईलापण सोबत नेतो. म्हणजे मग तुला काळजी नाही आणि गुरव काकापण येऊ देत. आई, सांग ना? जाऊन येऊ?" कान्हूचा लाघवी स्वर, अनुमती मागण्यातलं मार्दव, आईला काळजी वाटू नये याची केलेली तजवीज आणि हंसाबद्दलचं तिच्या मनात असलेलं प्रेम... हे सगळं सगळं तिच्या त्या प्रश्न विचारून अनुमती मागण्यातून

उमटलं होतं. स्वरात मार्दव असं होतं, की श्यामा नकार देऊच शकणार नाही. विचारण्यात लाघव असं होतं, की श्यामा नाही काही म्हणून शकणार नाही. प्रश्नात आर्जव असं होतं, की श्यामा नको म्हणणारच नाही. शिवाय श्रावण संपल्यामुळे पाऊसही काहीसा थांबला होता. दुसरी महत्त्वाची बाब अशी होती, की या मुलींनी पंढरपूरला कसं जायचं? पायी चालत की कसं? हा प्रश्न आपोआपच सुटला होता. नव्हे, विठ्ठलानंच तो सोडवला असावा; कारण सदाशिव येणार होता तो बग्गी घेऊन आणि तो इथं दोन-तीन दिवस मुक्कामाला राहणार होता. त्यामुळे या मुलींनी कसं जायचं, याची अडचण नव्हतीच. शिवाय सोबत किसाबाई आणि गुरव काकापण असणार होते आणि सगळ्यात महत्त्वाची गोष्ट अशी होती की, सदाशिव इथं येणार होता, त्या वेळी तो दिवसभर श्यामाच्या दालनातच असणार होता. अशा वेळी वयात आलेल्या कान्होपात्रेचं इथं वावरणं, हे श्यामाला संकोच वाटायला लावणारं होतं. तेव्हा ही सगळी योजना सगळ्यांच्या कल्याणासाठी आपोआपच जुळून आलीये, असं श्यामाला वाटलं आणि तिनं कान्हूला जाण्याची परवानगी दिली.

श्यामाची परवानगी मिळताच कान्हू आणि हंसा दोघींच्या आनंदाला पारावार राहिला नाही. दोघींच्या चेहऱ्यावर भर दिवसा जणू पौर्णिमेचा चंद्र प्रकाशला. दोघी जणी हातांत हात घालून उड्या मारतच बाहेर गेल्या. त्याच आनंदात त्यांनी किसाबाईला गाठलं. तिलाही पंढरपूरला जाण्याची बातमी सांगितली. तुलाही सोबत यायचं आहे, असं सांगितल्यावर किसाबाईलाही आनंद झाला. गेल्या कित्येक वर्षांत तीही पंढरपूरला गेली नव्हती. श्यामा महलमध्ये येण्यापूर्वी गावातल्या वारकऱ्यांसोबत तीही वारीला जायची; पण श्यामा महलमध्ये कान्हूच्या वेळी श्यामाच्या बाळंपणासाठी आली आणि कान्हूला सांभाळता सांभाळता इथेच राहिली. कान्हूची किसाई झाली. त्यातच श्यामाच्या हट्टापायी सदाशिवनं महालाच्या आवारातच मंदिर बांधलं आणि मंदिरात प्रतिष्ठापना केलेल्या सावळ्या मूर्तीचं दर्शन रोजच किसाबाईला होऊ लागलं आणि किसाबाई हेच आपलं पंढरपूर म्हणून इथंच राहिली, ती इथंच! आणि आता या पोरींसोबत आपल्यालाही पंढरपूरला जायला मिळणार, या बातमीनं किसाबाई खूश झाली नसती तरच नवल! कान्हूच्या सांगण्यावरनं तिनं गुरवालासुद्धा ही बातमी सांगितली आणि इतकी वर्षं आपण इथं पूजा करत आलो, त्याचंच हे फळ असल्याची गुरवाची भावना झाली. पंढरपूरला जाणं असं या प्रत्येकाच्या दृष्टीनं कौतुकाचं, अप्रुपाचं, अपूर्वाईचं होतं आणि म्हणूनच ते आनंददायी होतं.

त्या दिवशी दुपारच्या वेळी सदाशिव आला. तो आलेला पाहताच श्यामा त्याला सामोरी गेली. नटलेली, सजलेली श्यामा आज पस्तिशीतही सुंदर दिसत

होती. तिला पाहताच सदाशिवच्या चेहऱ्यावर प्रसन्नता उमटली. सदाशिवला पाहताच श्यामा गोड हसत पुढे झाली. तिनं सदाशिवचा हात धरून त्याला आत नेलं. पलंगावर बसवलं. एवढ्यात सेविका दूध घेऊन आली. ते केशरी दूध तिनं मोठ्या अदबीनं आणि प्रेमानं सदाशिवला दिलं. सदाशिवनं दूध पिऊन भांडं खाली ठेवलं. तोच कान्होपात्रा धावत धावत आली. श्यामाच्या दालनात प्रवेश करताच पलंगावर कुणीतरी बसल्याचं तिला जाणवलं. आपली धावण्याची गती कमी करून ती श्यामाजवळ आली. पलंगावर दुसरंतिसरं कुणी बसलेलं नसून ते आपले बाबा आहेत, हे तिनं ओळखलं; पण सदाशिवच्या मात्र लवकर लक्षात आलं नाही की ही कान्होपात्रा आहे. आपली लेक आहे. त्याच्या लक्षात आल्यावर मात्र त्याचे डोळे लकाकले. कान्होपात्रेचं ते अप्सरेसारखं रूप बघून तो चकित झाला. कान्होपात्रा श्यामाला काहीतरी खुणेनं सांगते आहे, हे त्यानं बघितलं. तिचं रूप बघून त्यानं मनात काही बेत आखायला सुरुवात केली. आपली लेक इतकी अप्रतिम देखणी झाली आहे, हे त्यानं जाणलंच नव्हतं आणि ते त्याच्या आताच लक्षात आलं. आपल्या या देखण्या लेकीला आपल्याबद्दल बाप म्हणून प्रेम वाटलं पाहिजे, विश्वास वाटला पाहिजे, तरच आपल्या मनातला बेत तडीस जाईल अशी ग्वाही त्याच्या मनानं दिली आणि आपल्या चेहऱ्यावर प्रेमळ भाव आणि आवाजात माया ओतून तो श्यामाला म्हणाला, "काय म्हणतेय माझी लाडकी लेक? काय हवंय माझ्या या सुंदर राजकुमारीला? काय मागणं आहे आमच्या या छकुलीचं?" त्याच्या स्वरातून ओथंबणारी माया बघून श्यामा आनंदित झाली, तर कान्होपात्रेचा चेहरा उजळला. श्यामानं हळूच विचारलं, "शेठ, तुमचा या वेळी मुक्काम असणार आहे ना? निदान दोन दिवस तरी या दासीसाठी वेळ काढा. या दासीची सेवा घ्या. एकतर कितीतरी महिन्यांनी नव्हे वर्षांनी येताय. मग राहाल ना दोन दिवस? कराल ना मुक्काम?" श्यामाच्या आर्जवानं सदाशिवही खुशीला आला. म्हणाला, "होय! राहीन म्हणतो दोन दिवस! या वसुलीच्या कामासाठी फिरून फिरून अंग दुखायला लागलंय. मी राहीन इथेच दोन दिवस!"

सदाशिवचं बोलणं ऐकून कान्होपात्रेनं एक सुंदर गिरकी घेतली आणि आपला आनंद व्यक्त केला. ते बघून सदाशिव पुन्हा प्रेमळपणे म्हणाला, "काय गं पोरी? मी राहणार म्हणून तुला इतका कशाचा आनंद झालाय? काय हवंय काय माझ्या लाडक्या लेकीला?" त्यानं असं विचारताच कान्होपात्रा आईमागे दडली. तिच्याऐवजी श्यामानंच उत्तर दिलं, "अहो, तुमच्या लाडक्या लेकीला तुमच्या बग्गीतून पंढरपूरला जायचंय. इथं मुक्काम करणार म्हटल्यावर ती बग्गीदेखील इथंच राहणार. मग ती एका दिवसात जाऊन येईल पंढरपूरला. तिची मैत्रीण हंसा पंडितजींसोबत परत जायचीये. तिला जायचंय एकदा पंढरपूरला. मग जाऊ देत का तुमची बग्गी

घेऊन?'' श्यामानं मोठ्या आर्जवानं विचारलं. सदाशिवनं कान्होपात्रेकडे बघितलं. तिच्या काळ्याभोर करवंदी डोळ्यांत अनावर उत्सुकता आणि अपेक्षा दिसत होती. त्याबरोबरच होतं आर्जव. किंचितसा हट्ट, थोडासा रुसवा आणि खूप सारी प्रतीक्षा, बाबांच्या होकाराची. हीच वेळ होती बाप म्हणून लेकीचे लाड पुरवण्याची. हीच वेळ होती तिच्या मनात बापाबद्दल प्रेम निर्माण करण्याची. हीच वेळ होती तिला बापाबद्दल विश्वास वाटायला लावण्याची आणि हीच वेळ होती मनातला बेत तडीस नेण्याचा आरंभ करण्याची. श्यामाच्या आर्जवानं विरघळून आपण लेकीचा हट्ट पुरवतो आहोत, असा आव आणत सदाशिव म्हणाला, ''अच्छा, असं आहे होय! आमच्या राजकुमारीला बग्गीतून जायचंय होय; मग? त्यासाठीच तर मी बग्गी घेऊन आलोय. जा! तुम्ही दोघी मिळून पंढरपूरला जाऊन या! मात्र जपून जा हं! मी माझ्या बग्गी चालवणाऱ्याला सांगतो तुम्हाला जपून न्यायला आणि हो, सोबत कोण आहे?'' सदाशिवचा तो प्रेमळ स्वर ऐकून आणि त्यानं अनुमती दिलेली ऐकून कान्हू खुलली. पट्कन म्हणाली, ''बाबा, किसाई आहे आणि गुरवकाकापण येणार आहेत ना! शिवाय बग्गी चालवणारे काकाही असतीलच! मग चिंता कसली?''

कान्हूचा स्वर निरागस होताच; पण त्याहीपेक्षा चेहऱ्यावरचे भाव अधिक निरागस होते. श्यामा आणि सदाशिव दोघांनाही तिच्या त्या आविर्भावाची गंमत वाटली. तिचं चाफेकळी नाक बोटानं पकडून सदाशिव म्हणाला, ''हो गं माझे बाई! कसली चिंता नाही आणि मला जी काही चिंता होती, ती तुला बघून मिटली. जा आता. उद्या सकाळी लवकर आवरून पंढरपूरला जाऊन या. सकाळी गेलात की तुम्ही संध्याकाळी दिवस मावळायच्या आतच परत याल. आता संध्याकाळ झालीये. उद्याच्या तयारीला लागा! पळा!'' सदाशिवनं आनंदानं संमती दिलेली बघून कान्होपात्रा खुललीच. जशी धावत आली होती, तशीच धावत धावत गेलीसुद्धा. तिच्या पाठमोऱ्या आकृतीकडे श्यामा आणि सदाशिव दोघांचे डोळे लागले होते. दोघांच्याही डोळ्यांत कौतुकाचे भाव सारखेच होते; पण मनातले विचार? श्यामाच्या डोळ्यांत आणि मनातसुद्धा लेकीविषयी कौतुकच कौतुक होतं. तर सदाशिवच्या डोळ्यांत कौतुक असलं, तरी मनातला भाव वेगळा होता. कान्होपात्रेचं देखणं रूप बघून 'ही पोर म्हणजे बादशहाच्या दरबारात वटणारी कोट्यवधी रुपयांची हुंडी आहे' असे विचार सदाशिवच्या मनात आले. अर्थात ते तसे आले नसते तरच नवल; कारण सदाशिव सध्या अडचणीत होता. बादशहाच्या विश्वासातला तो वसुली अधिकारी असला, तरी त्यानं त्या वसुलीच्या पैशात मोठा घपला केला होता. वसुली झालेला महसूल सरकार दरबारात न भरता त्यानं तो परस्पर उडवला होता. हस्ते, परहस्ते ही गोष्ट बादशहाच्या कानांवर गेली होती किंवा आज ना उद्या जाणार होतीच आणि

एकदा का ही गोष्ट बादशहाला समजली, की सदाशिववर त्याचा रोष होणार होता. सदाशिवला उडवलेले सगळे पैसे दंडासहित एकतर सरकारी खजिन्यात भरावे लागणार होते किंवा तुरुंगवास तरी भोगावा लागणार होता. पैसा तर त्यानं केव्हाच उडवला होता. आता तुरुंगवासाशिवाय नशिबी पर्याय नव्हता असं वाटत असतानाच इथं आल्यावर कान्होपात्रेचं देखणं रुपडं आणि उमलणारं तारुण्य त्याच्या नजरेला पडलं होतं आणि आपल्या नशिबी येणारा तुरुंगवास टाळण्याची किल्ली आपल्याला सापडली, असं त्याला वाटलं. कान्होपात्रेसारखी देखणी पोर आपण बादशहाला नजर केली, तर त्याचा आपल्यावरचा रोष तर जाईलच; पण केलेल्या घपल्याला माफी मिळेल आणि वर बक्षिसीसुद्धा. आणि कान्होपात्रेलासुद्धा बादशहासारखा कदरदान मिळणार असेल तर तिच्याही आयुष्याचं कल्याणच होईल, या विचारानं श्यामाचाही विरोध असणार नव्हता. त्यामुळेच हा बेत तडीस जाईल, याची सदाशिवला खात्री वाटत होती आणि त्या दृष्टीनं कान्होपात्रेचं प्रेम आणि विश्वास संपादन करण्यासाठी तिच्या कोडकौतुकाचा केलेला आविर्भाव हे मनातला बेत तडीस नेण्यासाठीचं पहिलं पाऊल होतं.

सदाशिवच्या मनातल्या या विचारापासून श्यामा अनभिज्ञ होतीच; पण कान्होपात्रा तर अबोधच होती आणि आता या क्षणी बाबांनी आपल्याला पंढरपूरला जाण्यासाठी अनुमती तर दिलेली आहेच; पण जाण्यासाठी बग्गीसुद्धा दिली आहे, या आनंदातच ती होती. तोच आनंद सोबत घेऊन ती धावतच हंसाकडे गेली. हंसाला तिनं ही आनंदाची बातमी सांगितली. तिच्याही आनंदाला पारावार राहिला नाही. मग दोघी मिळून किसाबाईकडे गेल्या. तिला ही बातमी सांगून सकाळी लवकर उठून जायचं आहे, असं सांगून दोघी मंदिरात गेल्या. सांजारतीसाठी गुरव मंदिरात आला होता. त्यालाही दोघींनी मिळून सगळं सांगितलं आणि एवढी पळापळ केल्यावर दम लागला म्हणून दोघी मंदिराच्या सभामंडपातच बसल्या आणि कान्हूचं लक्ष त्याच्याकडे गेलं. तोच तो सावळा, त्याच्याही डोळ्यांत प्रतीक्षा होती. कान्हूला ती दिसली आणि मूर्तीजवळ जाऊन ती म्हणाली, ''माझी वाट बघतोयस ना? मी उद्याच येते आहे तुला भेटायला. तुला कधी भेटेन, असं झालंय मला. मी आल्यावर मला भेटशील ना?'' कृष्णविठ्ठलाच्या नजरेत प्रतीक्षा होती, तर कान्हूच्या नजरेत होतं आर्जव, स्वरात होतं मार्दव आणि शब्दांत लाघव. निरागस चेहरा, डोळ्यांत अपेक्षा आणि फुगलेल्या गालांवर रुसवा. तिचा हा आविर्भाव बघून निव्वळ दगडही पाझरला असता. ही तर मूर्ती होती. ती विरघळली नसती तरच नवल. कान्हूनं येणार म्हणून सांगितलं आणि मूर्तीच्या चेहऱ्यावर एक वेगळंच प्रसन्न हास्य उमटलं. ते हास्य मनात साठवतच कान्हू निजायला गेली. तिला झोप तर लागली, पण झोपेतही डोळ्यांसमोर न पाहिलेलं पंढरपूर दिसत होतं आणि तो सावळा.

पहाटे लवकर उठून सगळं आवरून कान्होपात्रा, हंसा, किसाबाई आणि गुरवकाका सगळे जण बग्गीतून निघाले. पूर्व दिशा नुकतीच लाल झाली होती. सूर्य अजून उगवायचा होता. मंगळवेढ्याहून पंढरपूर अवघं १० कोसांवर; पण पहाटेची प्रसन्न वेळ आणि कोणालाच नसलेली घाई. त्यामुळे बग्गीवानही निवांत चालला होता आणि घोडासुद्धा दुडक्या चालीनं चालत होता. किसाबाई, गुरवकाका, बग्गीवान आणि हंसा अधनंमधनं काहीतरी बोलत होते; पण कान्होपात्रा? ती मात्र मुकाट बसली होती. ती बोलत नव्हती; पण तिचा विलक्षण बोलका चेहरा आणि मनातलं सगळं सगळं उघड करणारे बोलके डोळे तिच्या मनःस्थितीला व्यवस्थित दृग्गोचर करत होते. आपण पंढरपूरला चाललो आहोत. साक्षात पंढरपूरला आणि खरंच चाललो आहोत, हेच मुळी तिला स्वतःला पटवून देण्यात तिचा बराच वेळ गेला आणि एकदा ते तिच्या मनाला पटल्यावर मात्र तिचा चेहरा उजळला, पूर्व दिशेला नुकत्याच क्षितिजावर आलेल्या सूर्यबिंबासारखा. आपण आता पंढरपूरला जाणार आणि आपल्या प्रिय सख्याला भेटणार, या विचारानं तिची तनू रोमांचित झाली. तिच्या गालांवर पूर्व दिशेची लाली पसरली. मनातली लाज डोळ्यांत उतरली. डोळे पंढरपूरच्या रस्त्याचा वेध घेऊ लागले. एक अनावर उत्सुकता, एक आगळी हुरहुर डोळ्यांत ओथंबली. 'कसं असेल पंढरपूर? किसाईनं सांगितलं तसं? हंसानं सांगितलं तसं? की आपण मनात रेखलंय तसं? कसा असेल तो विठ्ठल? किसाईनं सांगितला तसा भक्तांचा पाठीराखा असलेला? हंसानं सांगितला तसा संपूर्ण जगात देखणा असणारा? आपल्या कृष्णविठ्ठलासारखा? की ज्याची प्रतिमा आपल्या मनात उमटली आहे असा? तो भक्तांसाठी तिथं उभा आहे म्हणे. मग तो आपलीही वाट बघत असेल का? काल आपण त्याला सांगितलंय, आपण येणार आहे म्हणून; पण त्याला ते कळलं असेल का? आपण येणार म्हणून त्याला आनंद झाला असेल का? आपण जसे अंगोपांगी मोहरलो आहोत, तसा तोही मोहरला असेल का? आपण कलावंतीण आहोत, हे कळूनही तो आपल्याला भेटेल का? चोखा महार असून तो त्याला भेटला म्हणे. जनाबाई तर अतिशूद्र आणि अनाथ; पण तो त्यांच्याहीसोबत होता म्हणे. मग तो आपल्यालाही नक्कीच भेटेल. आपण कलावंतीण आहोत, या कारणासाठी तो आपला अव्हेर करणार नाही.'

कान्होपात्रेच्या मनात जणू भावनांचा समुद्र उसळला होता. असंख्य भावभावनांच्या लाटेवर ती हिंदकळत होती. काय नव्हतं त्यात? एक अपेक्षा. एक अनामिक हुरहुर, किंचित लज्जा, थोडसं भय, एक वेगळी उत्सुकता, अनावर ओढ, काहीशी चिंता, थोडी काळजी, किंचित अशुभाची आशंका, आगळी प्रतीक्षा. त्या प्रतीक्षापूर्तीच्या क्षणाचं स्वागत आणि काहीशी आशंकासुद्धा. तो अवघा १० कोसांचा प्रवास; पण त्या तासाभराच्या प्रवासातसुद्धा कान्होपात्रा विचारांच्या असंख्य वळणांतून आणि

भावनांच्या खाचखळग्यांतून फिरत होती. किसाबाईबरोबर गप्पांत रमलेल्या हंसाचं लक्ष कान्होपात्राकडे गेलं आणि तिच्या बोलक्या चेहऱ्यामुळे तिच्या मनातले सगळे भाव हंसानं ओळखले. कान्होपात्रेची घायाळ अवस्था, तिच्या हृदयाची कासाविशी, तिच्या मनाला लागलेली विठ्ठलदर्शनाची अनावर ओढ आणि इतके दिवस वाट पाहिल्यावर आता तासभर वाट पाहण्यास तयार नसलेलं तिचं मन. म्हणतात ना, शिजेपर्यंत दम निघतो; पण निवेपर्यंत निघत नाही, तसं काहीसं कान्होपात्रेचं झालं होतं, हे हंसाच्या लक्षात आलं. तिनं कान्होपात्रेच्या हातावर हात ठेवून किंचित थोपटल्यासारखं केलं. कान्होपात्रानं हंसाकडे नजर वळवली. तिच्या त्या हाताच्या स्पर्शानं आणि तिच्या नजरेतूनही कान्होपात्रेला दिलासा मिळाला... धीर, विश्वास आणि वचनसुद्धा. हंसाच्या हस्तस्पर्शानं आणि तिच्या नजरेच्या स्पर्शानंही कान्होपात्रा थोडीशी सावरली. तिच्या डोळ्यांत उमटलेलं शंकांचं जाळं काहीसं निवळलं आणि इतका वेळ हुरहुर लागून भिरभिरणाऱ्या डोळ्यांत आता आनंद उमटला. तो गालांवर उतरला, चेहराभर पसरला आणि हसू उमटवत ओठांवर रेंगाळला. कान्होपात्रेचा चेहरा खुलला. हंसाकडे एक कटाक्ष टाकून तिनं हात जोडले आणि चेहऱ्यावरची प्रसन्नता आणि ओठांवरचं लाघवी, आर्जवी हास्य तसंच ठेवून ती उद्‌गारली –

**''अगा वैकुंठीच्या राया । अगा विठ्ठल सखया ।।**
**अगा नारायणा । अगा वासुदेवनंदना ।।**
**अगा पुंडलिक वरदा । अगा विष्णू तूं गोविंदा ।।**
**अगा रखुमाईच्या कांता । कान्होपात्रा राखी आता ।।''**

# १२

*‘अगा वैकुंठीच्या राया । अगा विठ्ठल सखया।।’* कान्होपात्रा पुन:पुन्हा आपणच रचलेला अभंग गात होती. पुन:पुन्हा विठ्ठलाला आळवत होती. आपण त्याला भेटणार आहोत, या आनंदाचं प्रतिबिंब तिच्या चेहऱ्यावर पसरलं होतं आणि ते तिच्या आवाजातही उतरलं होतं. कान्होपात्रा अभंगरचना करते, ही गोष्ट फक्त हंसालाच माहीत होती. त्यामुळे कान्होपात्रा गात असलेला अभंग किसाबाईच्या कानांवर पडल्यावर ती आठवायला लागली, की हा अभंग कोणत्या संताचा आहे; पण तिला आठवेचना. त्यातच त्या अभंगाच्या शेवटच्या चरणात ‘कान्होपात्रा राखी आता’ अशी नाममुद्रा असलेला चरण होता. त्यामुळे किसाबाई आणखीन गोंधळली. तिला कळेचना की हा अभंग कुणाचा आहे. तिच्या मनातला गोंधळ तिच्या चेहऱ्यावर उतरला आणि तिचा गोंधळलेला चेहरा इतका विचित्र दिसत होता, की ते बघून हंसाला हसूच आलं. या सगळ्यांकडे कान्हूचं लक्षच नव्हतं. ती आपल्याच नादात तो अभंग आळवून आळवून म्हणत होती. गुरव काकांची मान डोलत होती. अर्थात ती अभंगामुळे की त्यांना पेंग आल्यामुळे हाही प्रश्नच होता; पण एकंदरीत तो तासाभराचा प्रवास असा छान झाला. श्रावण नुकताच संपत आला होता. त्यामुळे भोवताली पाचूची शेतं पसरली होती. मधूनच फुलांचे रंगीबेरंगी घोस मनमोहक रंगांनी पाचूच्या शेतांवर हिरे-माणकं जडवल्याप्रमाणे दिसत होते. श्रावणसरींचा अद्‌भुत खेळ अधूनमधून या सौंदर्यात भर घालत होता आणि निसर्गाच्या या सुंदर पटावरून दुडक्या चालीनं चालत कान्होपात्रेला घेऊन बग्गी निघाली होती पंढरपूरला, तिच्या सावळ्या विठ्ठलाला भेटवण्यासाठी. ही भेट एका भक्ताची त्याच्या देवाशी होती. ही भेट एका अनाथाची सनाथाशी होती. ही भेट एका दुःखी व्यवधानाची सुखाच्या निधानाशी होती. ही भेट एका आत्ममग्नाची परममग्नाशी होती. एका जिवाची शिवाशी होती. अवघ्या चराचराला ही भेट कौतुकाची होती. अप्रुपाची होती. अपूर्वाईची होती. अवघ्या सृष्टीला ही भेट म्हणजे आनंदाचा, अपूर्व सोहळा ठरणार होता. या सगळ्या आनंददायी वातावरणात तासभर कसा गेला, हे कळलंच नाही आणि पंढरपूर आलं.

लांबून विठ्ठल मंदिराचा कळस दिसायला लागला. वाऱ्यावर स्वार होऊन 'विठ्ठल विठ्ठल'चा नाद ऐकायला यायला लागला आणि कान्होपात्रा रोमांचित झाली. त्या नादाचे बोल कानांवर पडल्यावर तिची सगळी गात्रं पुलकित झाली. त्या हवेनं जणू तिच्यावर जादू केली. विठ्ठल मंदिराचा कळस बघितला आणि कान्होपात्रेच्या डोळ्यांतून अश्रूंच्या धारा लागल्या. मनात स्वप्नपूर्तीचे अनेक तरंग आकार घेऊ लागले. बघता बघता पंढरपूर आलंसुद्धा. श्रावण सरत आला होता, तरी ठिकठिकाणी वारकऱ्यांचे जथे दिसत होते आणि विठ्ठल-विठ्ठलचा नाद तर सगळ्याच हवेत जणू भरून राहिला होता. इतका की श्वास घ्यावा तो विठ्ठल विठ्ठल, उच्छ्‌वास सोडावा तो विठ्ठल विठ्ठल, निःश्वास टाकावा तो विठ्ठल विठ्ठल, डोळे उघडावेत तो विठ्ठल विठ्ठल आणि डोळे मिटावेत तोही विठ्ठल विठ्ठल. असा अवघा विठ्ठल सृष्टीमध्ये भरून राहिला होता. कान्होपात्रेची तर जणू त्या वातावरणात भावसमाधी लागली होती. डोळे मिटून, हात जोडून ती बसली होती. हंसा मात्र भोवताली सगळीकडे भिरभिरत्या नजरेनं बघत होती. पंढरपूरबद्दल तिनं वाचलं होतं, ऐकलं होतं; पण प्रत्यक्षात मात्र ती आज आता पहिल्यांदाच पंढरपूर बघत होती. तिचे नेत्र सजग होते. भक्ती डोळस होती; पण तिच्या नेत्रांना आणि मनाला पंढरपूरच्या हवेत भरून राहिलेला विठ्ठल आणि त्या विठ्ठलाच्या अस्तित्वानं त्या हवेत दरवळणारा भक्तीचा सुगंध जाणवत होता. पाहता पाहता विठ्ठलमंदिर आलं. हंसानं कान्होपात्रेला खांद्याला धरून हलकेच जागं केलं. कान्होपात्रानं डोळे उघडले आणि तिच्या नजरेसमोर दिसलं विठ्ठल मंदिर. कान्होपात्रेच्या अंगावर शहारा आला. हेच ते विठ्ठल मंदिर जिथं पुंडलिकानं वीट फेकून विठ्ठलाला उभं राहायला सांगितलं. हेच ते विठ्ठल मंदिर जिथे ज्ञानेश्वर माउलीनं भागवत धर्माचा पुनरुच्चार केला. हेच ते विठ्ठल मंदिर जिथं नामा-जनी खेळली, बागडली आणि संत मेळ्यात शोभली. हेच ते विठ्ठल मंदिर जिथं गोरोबा काका, सावता, चोखोबा, सेना यांची पावलं उमटली. हेच ते विठ्ठल मंदिर जिथं निवृत्ती, ज्ञानेश्वर, सोपान, मुक्ता यांनी भक्तीचा डांगोरा पिटला. या सगळ्यांच्या चरणमुद्रा या मंदिरात, या मंदिरातल्या फरसबंदीवर, या मंदिरासमोरच्या मातीत उमटल्या असणार. भक्तीनं भरल्या डोळ्यांत अश्रू घेऊन, भारलेल्या अवस्थेत कान्होपात्रा खाली उतरली.

मंदिरासमोरच्या चौकातल्या एका बाजूच्या पटांगणात बग्गी उभी राहिली होती. बग्गीतून खाली उतरताच कान्हूनं खालची माती उचलून कपाळाला लावली. तिच्या कपाळाला त्या मातीचा स्पर्श झाला आणि कान्हू अंतर्बाह्य थरारली. अंगोपांगी शहारली. तिला काय वाटलं कोण जाणे! तिनं खाली बसून त्या जमिनीवर आपलं मस्तक टेकवलं. आज पहिल्यांदा कान्हूच्या शरीराच्या कोणत्यातरी भागाला मातीचा स्पर्श होत होता. श्यामा महलमध्ये आत कुठेही मातीचा कणही दिसायचा नाही.

सगळीकडे संगमरवरी फरसबंदी होती आणि कान्हूला श्यामा महलच्या बाहेर जाताच यायचं नाही. मायाची तशी सक्त ताकीद होती. त्यामुळे मंदिराच्या पटांगणातूनच आकाश बघायचं, चंद्र-चांदण्या बघायच्या, दूरवर दिसणारी झाडंझुडपं, शेतं बघायची. या कारणानं मातीत पाऊल कधी पडलंच नाही. मग शरीराला माती लागणं तर दूरच; पण आज कान्हूला मातीचा स्पर्श झाला होता. पहिल्यांदा पावलांना, मग कपाळाला आणि आतातर काय तिनं अवघं मस्तकच मातीवर टेकवलं होतं. मातीवर मस्तक टेकवताच तिला गंध आला केशर-कस्तुरीचा, अबीर-बुक्क्याचा, कापूर-चंदनाचा, तुळस-मंजिऱ्यांचा आणि त्या मातीच्या कणाकणांतून तिला नाद ऐकू आला विठ्ठल विठ्ठल. क्षणभर तो सगळा गंध श्वासात भरून घेत, क्षणभर तो नाद हृदयात साठवत कान्हू तशीच बसली आणि मग एका विलक्षण ओढीनं उभी राहिली. जणू तिला कुणीतरी हाका मारून म्हणालं होतं, "अगं, कान्हू किती वेळ? लवकर ये नं!" आणि क्षणाचाही विलंब न लावता उभी राहिलेली कान्हू एका विलक्षण ओढीनं, कुणीतरी खेचत असल्यासारखी मंदिराच्या दिशेनं धावत सुटली. तिच्या पाठोपाठ हंसाही धावत सुटली आणि मागून आपला एक पाय ओढत किसाबाई आणि गुरवकाकासुद्धा. कान्होपात्रा धावत निघाली, ते विठ्ठल मंदिराच्या पायरीपर्यंत पोहोचली. तिथं क्षणभर थांबून तिनं मागं बघितलं. तिच्या पाठोपाठ हंसा होतीच आणि तिच्या पाठीमागून काही अंतरावर किसाबाई आणि गुरवकाका. कान्हूनं क्षणभर उसंत घेतली आणि ती पायरीकडे वळली.

महाद्वाराच्या सगळ्यात खालच्या पायरीपाशी चोखोबांची समाधी होती. त्या समाधीवर डोकं ठेवताच कान्होपात्रा शहारली. महार समाजातले असूनही विठ्ठलाच्या गळ्यातले ताईत बनलेले आणि संतांच्या मांदियाळीत प्रतिष्ठा मिळवलेले चोखोबा, समाजाकडून उपेक्षित असलेल्या समाजात जन्मलेले चोखोबा कान्होपात्रेला आपल्यासारखेच वाटले. समाजाकडून उपेक्षा हा त्यांच्यात आणि आपल्यात समान दुवा आहे, असं तिला वाटलं आणि त्यांच्या समाधीसमोर याच विलक्षण जिव्हाळ्याच्या भावनेनं डोकं टेकताच आपल्या मस्तकावरून कुणीतरी अतीव प्रेमानं हात फिरवत आहे, असा भास कान्होपात्रेला झाला आणि चोखोबांची त्या काळातली मानसिकता आणि आपली आताची मानसिकता यात साम्य असल्यानं चोखोबांनीच आपल्या मस्तकावरून हात फिरवला असणार, याबद्दल तिला खात्री वाटली. चोखोबांचा निरोप घेऊन त्यांच्या समाधीला पुन्हा एकवार वंदन करताना 'तुमच्या मनाचं उत्कट भक्तीचं सामर्थ्य मला द्या' अशी विनवणी करायला ती विसरली नाही. तिथून ती पुढे झाली आणि नामदेवांच्या पायरीचं दर्शन तिला झालं. विठ्ठलानं 'वर माग' असं सांगितल्यावर 'मला तुझ्या मंदिराची पायरी होऊ दे, ज्यामुळे तुझे भक्त तुझ्या दर्शनासाठी जाताना आणि तुझं दर्शन घेऊन येताना त्यांची पायधूळ माझ्या मस्तकी

लागेल' अशी विलक्षण मागणी नामदेवांनी केली आणि त्या पायरीशी त्यांना चिरविश्रांती मिळाली. तिथं, त्या पायरीवर उभं राहताना कान्होपात्रेच्या पायांनासुद्धा थरथर सुटली. या पायरीवर पाय ठेवण्याची आपली योग्यता नव्हे, तर लायकीच नाही असं तिचं मन तिला सांगू लागलं. त्या पायरीवरूनच तर मंदिरात जावं लागायचं. नामदेवांची तशीच तर इच्छा होती; पण तरीही त्या पायरीवर पाय ठेवण्याचं धाडस तिला होईना. ती त्या पायरीच्या अलीकडंच थबकली. थांबली. तिच्या पाठोपाठ मंदिरात आलेल्या हंसाला समजेना, ही इथं अशी कशासाठी थांबली आहे. हंसानं तिला आत चलण्याचा आग्रह केला, तशी कान्होपात्रा म्हणाली, "हंसा, या नामदेवांच्या पायरीवर पाय ठेवण्याचं धाडस मला होत नाहीये. अगं, मी कलावंतीण. माझी ती लायकी नाही. त्या एवढ्या महान संताच्या पायरीवर पाय ठेवण्याची माझी योग्यता नाही. मला ते जमणार नाही. हे धाडस मला करवणार नाही. मी ते करणारही नाही!" कान्होपात्रेचं बोलणं ऐकून हंसाला काय करावं, हिची कशी समजूत काढावी, तेच तिला कळेना. मंदिराकडे सावकाश येत असलेल्या किसाबाईनं हे ऐकलं. आजपर्यंत नाही म्हटलं तरी किसाबाई ४-५ वेळा तरी पंढरपूरला येऊन गेली होती. अलीकडेच श्यामा महलमध्ये आल्यापासून म्हणजे कान्होपात्रेच्या जन्मापासूनच ती पंढरपूरला आली नव्हती; पण पंढरपुरातली भक्तांची जिव्हाळ्याची ठिकाणं तिला माहीत होती. म्हणूनच नामदेवाच्या पायरीबद्दलही ती जाणून होती. कान्होपात्रेचं बोलणं ऐकून किसाबाई पुढे झाली. कान्होपात्रेचा हात धरून म्हणाली, "लेकी, अगं तू कोण हायेस, तुझी जात कंची, तुझा धर्म कंचा यातलं हितं कायबी इचारत न्हाईत बघ. तू विठ्ठलाची भक्त हायस, एवढं हितं यायला पुरं आहे आणि हितं येणारा विठ्ठलाचा भक्त मग तो कुणीबी असू दे, त्यानं या नामदेवबाबांच्या पायरीवर पाय दीऊनच मंदिरात जायचं. नामदेवबाबांचा आदेशच हाय तसा. मग मला सांग पोरी, तू विठ्ठलाची भक्ती करतीस न्हवं? मग टाक त्या पायरीवर पाऊल आनी हो फुडं. तुला नामदेवबाबांचा आशीर्वादच लाभंल बघ!"

किसाबाईनं समजूत घातली आणि विशेष असं, की कान्होपात्रेची समजूत पटली आणि त्याचं कारण असं की किसाबाईनं सांगितलेलं तिला पटलं होतं. तरीही एकदा त्या पायरीवर आधी मस्तक टेकवून मगच तिनं त्या पायरीवर आपलं पाऊल टाकलं आणि खरंच! किसाबाईनं सांगितलं, त्याचीच जणू तिला प्रचिती आली. त्या पायरीवर तिनं अगदी जपून पाऊल टाकलं, अगदी हळुवारपणे; पण तिच्या पावलाचा त्या पायरीला स्पर्श होताच तिच्या पायातलं पैंजण थरारलं आणि त्यातून नाद निघाला – "विठ्ठऽल!" नृत्याची अवघी परिभाषा जाणणाऱ्या कान्हूला तर ते बोल ऐकायला आलेच; पण नृत्याची जाण असणाऱ्या हंसालाही ते ऐकायला आले आणि तिनं चमकून कान्होपात्रेच्या चेहऱ्याकडे पाहिलं. कान्होपात्रेच्या चेहऱ्यावर

एक धन्यतेचा भाव होता. तोही हंसानं वाचला. आता तिनं वेळ घालवला नाही. तिनं कान्होपात्रेचा हात धरला आणि तिला विठ्ठलमंदिराच्या सभामंडपात घेऊन आली. पन्नास एक माणसं ऐसपैस बसू शकतील एवढा तो सभामंडप होता. सभामंडपाच्या सभोवती दगडाचे, कोरलेले भलेमोठे खांब होते; सभामंडपात फरसबंदी होती. सभामंडपाच्या कडेला असलेल्या बाजूवर ओळीनं पणत्या लावलेल्या होत्या. हे सगळं निरखत असतानाही कान्हू आपली पावलं अगदी हलकेच, हळुवारपणे टाकत होती. पायांतले पैंजण रुणझुणणार नाहीत, त्यांचा आरव सभामंडपात उमटणार नाही आणि त्यामुळे सभामंडपात उमटणाऱ्या 'विठ्ठल विठ्ठल' नादात अडथळा येणार नाही, याची दक्षता ती घेत होती. तरीही इथे चुकूनमाकून पैंजण रुणझुणत होतेच; पण विशेष असं की त्यांच्या हळुवार रुणझुणण्यातूनही 'विठ्ठल-विठ्ठल' हाच नाद निघत होता आणि सभामंडपात उमटणाऱ्या 'विठ्ठल-विठ्ठल' या नादात समर्पित व्हावा, तसा मिसळत होता.

तो नाद ऐकत दोघी गर्भागारासमोर आल्या आणि कान्हूची नजर गर्भागारात शिरली. गर्भागारात 'तो' उभा होता. कर कटेवर ठेवून विटेवर उभा होता. समोर दोन उंच समया तेवत होत्या. त्या ज्योतींचा मंद; पण तेजस्वी प्रकाश अवघ्या गाभाऱ्यात भरून राहिला होता. त्या प्रकाशानं ते अवघं गर्भागार उजळून निघालं होतं आणि मूर्तीच्या बरोबर समोर तेवत असलेल्या समईच्या ज्योतीचा प्रकाश मूर्तीच्या चेहऱ्यावर पडत होता. त्या प्रकाशात कान्हूला 'त्याचा' चेहरा स्पष्ट दिसला. खरोखरच तो रेखीव होता. त्याच्या डोळ्यांत प्रतीक्षा होती आणि ओठांवरच्या हास्यात आमंत्रण. कान्हूला समोर बघताच त्याच्या डोळ्यांतली ती प्रतीक्षा संपली आणि तिथं उमटला एक खोडकर; पण प्रेमळ भाव आणि तिला समोर बघताच त्याचे ओठ अधिकच विलग झाले आणि त्यातून ओघळलं एक खट्याळ हसू.

दुपारची साधारण बाराची वेळ होती. विठ्ठलाचं पंचामृती स्नान चाललं होतं. त्याच्या माथ्यावरून दह्या-दुधाच्या, तुपाच्या, मधाच्या, साखरेच्या धारा ओतल्या जात होत्या आणि गर्भागाराबाहेर उभ्या असणाऱ्या कान्हूच्या चेहऱ्यावर, मस्तकावर पंचामृताच्या थेंबांचं प्रोक्षण होत होतं. त्या पडणाऱ्या प्रत्येक थेंबागणिक ती शहारत होती, थरारत होती, मोहरत होती. त्या पंचामृताचं ते सिंचन तिला जणू पवित्र करत होतं. कान्हू मेणाच्या पुतळ्यासारखी थिजली होती. तरीही तशा भानरहित अवस्थेतही तिच्या डोळ्यांतून अश्रूंच्या धारा वाहत होत्या. विठ्ठलाच्या माथ्यावरून पडणाऱ्या धारांतून उडालेले दह्या-दुधाचे तुषार कान्हूच्या चेहऱ्यावर उडत होते आणि तिच्या डोळ्यांतून वाहणाऱ्या अश्रूंत मिसळत होते. कान्हूची एकटक रोखलेली नजर विठ्ठलाच्या नजरेत गुंतली होती. कान्हूच्या नजरेत हजार प्रश्न होते, तर विठ्ठलाच्या नजरेत हजारो उत्तरं. कान्हू आपल्या मनातले सगळे सगळे भाव, मनातल्या

सगळ्या शंका, प्रश्न, मनात उमटलेली सगळी वादळं, मनात उठलेला गोंधळ, भीती, कुतूहल, तक्रार हे सगळं आपल्या नजरेतून विठ्ठलाच्या समोर मांडत होती आणि विठ्ठल आपल्या नजरेतून तिच्या सगळ्या शंकांचं निरसन करत होता. त्याच्या नजरेत होता दिलासा, विश्वास, आभार, आश्वासन, वचन आणि आमंत्रणसुद्धा! मनातल्या सगळ्या शंकांचा निचरा झाला. कान्हूची नजर स्वच्छ झाली आणि मग मात्र त्या नजरेत हलकेच लज्जा उमटली. संकोच उमटला. विठ्ठलाचीही नजर बदलली. त्याच्या नजरेत आमंत्रण तर होतंच, पण त्यासोबतच आता उमटलं प्रेम. कान्होपात्रेविषयीचं प्रेम आणि त्या नजरेतला तो बदललेला भाव कान्होपात्रेच्या नजरेनं टिपला, अलगद टिपला आणि ती अंगोपांगी शहारली. अंतर्बाह्य थरारली, रोमांचली. 'आपण याला आपला पती मानलंय, नवरा मानलंय, याच्या गळ्यात हार घालून आपण याच्याशी लग्न केलंय, याची तिला आठवण झाली आणि खांद्यावरनं घसरलेला पदर तिनं डोईवर घेतला; पण त्या पदरानंही तिच्या चेहऱ्यावर उमटलेली लज्जेची लाली दडली नाही. उलट पदराची महिरप मिळाल्यानं ती आणखीच उठावदार झाली. आणखीन सुस्पष्ट झाली.

गर्भागारात गंगाधरपंत भटजी आपल्या दोन इतर पुरोहित अनुयायांसह विठ्ठलाला स्नान घालत होते. विठ्ठलाचं पंचामृती स्नान झालं. पंचानं त्याचं अंग पुसून झालं. आता त्याची षोडशोपचारी सालंकृत पूजा बांधायची होती. गर्भागारात पूजेचं सगळं सामान ठेवलं होतं. फक्त तुळशीच्या माळा अजून यायच्या होत्या. तोवर इतर वस्त्रं व अलंकार चढवायचे होते. तुळशीमाळा सर्वांत शेवटी मूर्तीला घालायच्या होत्या. गंगाधरपंतांचा मुलगा विनायक त्यांच्या हाताशी होता. तो विठ्ठलाची वस्त्रं एकेक करून गंगाधरपंतांच्या हातात देत होता. वस्त्रं चढवून झाली. आता अलंकार चढवायचे होते. एकेक करून वस्त्रं देत असताना त्या वस्त्रांचे धागे, त्याला असलेले जरतारी गोंडे विनायकच्या हातात मधल्या बोटात असलेल्या पोचीत अडकत होते. आज घरी गेल्यागेल्या बोटांतली ही पोची काढून ठेवायची, असं विनायकनं मनाशी ठरवलंसुद्धा. वस्त्रं देऊन झाली. अलंकारही देऊन झाले. गंगाधरपंतांनी विनायकच्या हातातून घेऊन एकेक अलंकार विठ्ठल मूर्तीवर घातले. ती सावळी मूर्ती आता अधिकच देखणी दिसायला लागली. त्या मूर्तीसमोर हात जोडून उभी राहून त्या मूर्तीचं रूप डोळ्यांत साठवणाऱ्या कान्होपात्रेला मूर्तीचं ते देखणेपण अधिकच भावलं. इतकं की, इतका वेळ मूर्तीसमोर उभी राहून मूर्तीचं रूप डोळ्यांत साठवणारी कान्होपात्रा तिथंच, गर्भागाराच्या दाराजवळ गुडघ्यांवर बसली. गर्भागाराच्या उंबऱ्यावर तिनं आपलं मस्तक टेकवलं. त्या सावळ्याला ती संपूर्ण शरण गेली. उंबरठ्यावर डोकं टेकवून तिनं आपले डोळे मिटून घेतले. न जाणे डोळ्यांतून वाहणाऱ्या अश्रूंमधून डोळ्यांत उतरलेलं त्याचं रूप वाहून जायचं.

मूर्तीवर सगळे अलंकार चढवून झाले आणि गुरव धावत धावत आला. त्याच्या हातात परडी होती. त्या परडीत होत्या तुळशीच्या माळा. हिरव्याकंच मंजिऱ्यांनी सजलेल्या, हिरवीकंच तुळशीदलं ओवलेल्या. गुरवानं ती परडी उंबऱ्यावर ठेवली. त्याच्याकडे एक नाराजीचा कटाक्ष टाकून पंतांनी विनायकला खूण केली. विनायकनं तत्परतेनं ती परडी उचलली आणि टपोऱ्या तुळशीदलांची एकेक माळ उचलून तो विठ्ठलमूर्तीच्या गळ्यात घालू लागला. चार माळा घालून झाल्या. पाचवी माळ त्यानं मूर्तीच्या गळ्यात घातली आणि माळ घालताना वर उचललेला हात तो खाली घेऊ लागला; पण त्या माळेचा दोरा त्याच्या बोटातल्या पोचीत अडकला आणि विठ्ठलमूर्तीच्या गळ्यातून निघून ती माळ बाहेर आली. अनवधानानं त्यानं हात झटकला. त्या क्षणी त्या पोचीत अडकलेला तो दोरा सुटला आणि काही कळायच्या आत ती तुळशीदलांची माळ उंबरठ्याबाहेर बसून उंबरठ्यावर मस्तक टेकवलेल्या कान्हूच्या गळ्यात पडली. तत्क्षणी दचकून कान्हूनं उंबरठ्यावरचं मस्तक उचललं आणि ती उभी राहिली. आपल्या गळ्यात तुळशीची माळ बघून ती रोमांचित झाली. हे असं झालेलं बघून गंगाधरपंतही चमकले. त्यांची नजर माळ उडाली त्या दिशेनं जाऊन कान्हूवर पडली आणि कान्हूचं ते स्वर्गीय सौंदर्य बघून ते थक्क झाले. मोत्यांची कशिदाकारी केलेलं आकाशी रंगाचं लुगडं कान्हू नेसली होती. आपले गुडघ्यापर्यंत रुळणारे काळेभोर दाट केस तिनं मोकळे सोडले होते. गळ्यात, हातांत, दंडांत, भांगात तिनं मोत्यांच्या माळा सोडल्या होत्या. त्या मोत्यांच्या लडींनी तिचं रूप आणखी हजार पटींनी अधिक उजळलं होतं. आरसपानी नितळ जलाशयात आकाशाचं प्रतिबिंब पडावं, त्या निळसर दिसणाऱ्या जलाशयात पांढऱ्याशुभ्र हंसीनं जलक्रीडा करावी आणि हे सगळं दृश्य अतीव सुंदर दिसावं, तशी कान्होपात्रा दिसत होती.

गंगाधरपंतांनी क्षणभर डोळे मिटून घेतले. आपण समोर पाहतो आहोत ते स्वप्न आहे की सत्य, हे त्यांना उमजेना. त्या मिटल्या डोळ्यांसमोर त्यांना दिसली गंगा. पवित्र गंगानदी. शंकराच्या जटेतून पांढऱ्याशुभ्र दुधासारखी उसळत खाली उतरणारी. मनोमन त्या नदीला हात जोडून पंतांनी पुन्हा डोळे उघडले. समोर कान्हू उभी होती. तशीच निर्मळ, मोहक, पवित्र, शांत, स्निग्ध, धवल. न राहवून पंतांनी विचारलं. "मुली कोण तू? कुठली?" कान्हू काहीतरी उत्तर देईल, या विचारानं हंसा पुढे झाली आणि पट्‌कन म्हणाली, "ही कान्होपात्रा. मंगळवेढ्याहून आम्ही विठ्ठल दर्शनासाठी आलो आहोत. ती विठ्ठलाची भक्त आहे. तीपण अभंगरचना करते." हंसानं तत्परतेनं माहिती सांगितली आणि पंत किंचित हसले. "असू दे! असू दे हं! पण, या पोरीवर विठ्ठलाची काही विशेषकृपा दिसते आहे. विठ्ठलाच्या गळ्यातला तुळशीदलाचा हार तिच्या गळ्यात जाऊन पडलाय. या विठ्ठलकृपेनं

तुझा उद्धार होणार बघ पोरी. त्याचीच ही साक्ष आहे हो! छान छान!'' म्हणत पंत पुन्हा मूर्तिपूजेकडे वळले.

अजून बरंच काम होतं. महानैवेद्य दाखवायचा होता. निरांजनं आणि पंचारती लावून आरती करायची होती. खरंतर पंतांनी काय विचारलं आणि हंसानं काय उत्तर दिलं, याकडे कान्हूचं लक्षच नव्हतं. आपण उंबरठ्यावर डोकं टेकवण्यासाठी खाली वाकतो काय आणि आपल्या गळ्यात तुळशीमाळ येऊन पडते काय... आणि तीसुद्धा विठ्ठलाच्या गळ्यात घातलेली! कान्हूचं अवघं भानच हरपलं होतं. मुळात पंढरपूरला येणं, विठ्ठलाचं साक्षात दर्शन घेणं, हेच मुळी सारं स्वप्नवत होतं. ही गोष्ट आपल्या बाबतीत प्रत्यक्षात घडली आहे, यावर कान्हूचा अजून विश्वास बसायचा होता. त्यातच पंचामृताच्या प्रोक्षणाच्या थेंबांनी तिला पवित्र केलं होतंच. तोच नमस्कारासाठी झुकलेल्या कान्हूच्या गळ्यात विठ्ठलाच्या गळ्यातली तुळशीमाळ येऊन पडली आणि भास-आभासाच्या सीमेवर रेंगाळणारी कान्होपात्रा जणू दिङ्मूढ झाली. घडलेली घटना खरी आहे की स्वप्न, हे तिला अजून उमजायचं होतं, तोच हंसानं तिला गदागदा हलवली. कान्हू खाड्कन भानावर आली. ''कान्हू ऊठ, बघ बघ! विठ्ठलानं आपली माळ तुझ्या गळ्यात घातली. कान्हू, अगं, तू जे स्वप्न दिवसरात्र बघत होतीस, ते आता इथं, मंदिरात प्रत्यक्षात उतरलंय.'' या घटनेनं रोमांचित झालेली हंसा कान्हूला त्या घटनेचा अर्थ समजावून सांगत होती; पण विठ्ठलाच्या मूर्तीवरची तुळशीमाळ गळ्यात पडताच भान हरपलेल्या कान्हूला हंसा काय म्हणते आहे, याचा अर्थच लागत नव्हता. नव्हे, ते तिच्या मेंदूपर्यंत शिरतच नव्हतं. तिचं अवघं लक्ष एकवटलं होतं विठ्ठलमूर्तीच्या चेहऱ्यावर. तिचे डोळे खिळले होते विठ्ठलाच्या नजरेत. खिळले कसले, गुंतले होते. विठ्ठलाच्या नजरेत होतं आमंत्रण, होतं आर्जव, होती प्रतीक्षा आणि विनवणीसुद्धा. तरीही त्याच्या नजरेच्या कोपऱ्यात एक खट्याळ, खोडसाळ भाव लपला होता आणि तो भाव जणू कान्हूला म्हणत होता, ''कशी जिरली? तू मंदिरात माझ्या गळ्यात गुपचूप माळ घातलीस; पण मी इथं सर्वांसमोर माझ्या गळ्यातली माळ तुझ्या गळ्यात घातली किनई?''

विठ्ठलाच्या नजरेतला तो भाव फक्त कान्हूला उमजला आणि त्यातला गर्भितार्थ समजल्यावर ती प्रचंड लाजली. विठ्ठलाच्या नजरेत गुंतलेली आपली नजर मोठ्या मुश्किलीनं तिनं सोडवली आणि तिची पापणी अलगद झुकली. डोळ्यांतली लाज तिच्या गालांवर उतरली आणि तिचे गाल लालेलाल झाले. या घटनेचा अर्थ कान्हूला सांगणाऱ्या हंसाला कान्हूची ही सलज्ज मुद्रा दिसली; पण तिला वाटलं की आपण जो अर्थ तिला उलगडून सांगितलाय, त्यामुळे ती लाजलीये. तिला कुठं माहीत होतं, की नजरेची भाषा नजरेला बरोबर कळली होती आणि विठ्ठलाच्या

नजरेतलं खट्याळ आमंत्रण बघून कान्हू लाजेनं लाल झाली होती; पण एक मात्र झालं- विठ्ठलाच्या त्या नजरेनं आणि तिच्या गळ्यात पडलेल्या त्या माळेनं आणि पंतांनी केलेल्या त्या वक्तव्यानं कान्होपात्रेला एका गोष्टीची ग्वाही मिळाली, की विठ्ठल तिचा उद्धार करणार, अगदी जनाबाई, चोखोबांसारखा आणि मनाला मिळालेल्या या ग्वाहीमुळे कान्हू रोमांचित झाली. तिचं मन, तिचं हृदय, तिचं शरीर, तिची भावना, तिची श्रद्धा, तिची भक्ती, तिचा विश्वास, तिचा ध्यास, तिची आर्तता हे सगळं सगळं विठ्ठलानं व्यापलं. तिच्या अवघ्या अणूरेणूंत विठ्ठल आणि विठ्ठलच भरून राहिला. फक्त विठ्ठलच.

किती वेळ गेला कुणास ठाऊक? पण, प्रथम भानावर आली ती किसाबाई. मंदिरात येऊन बराच वेळ झाला होता. आता परतायला हवं होतं. कान्हूला आणि हंसाला भानावर आणायला हवं होतं. मघाशी कान्हूच्या गळ्यात विठ्ठलाच्या गळ्यातली तुळशीची माळ पडलेली किसाबाईनं पाहिली आणि तेव्हाच तिच्या लक्षात आलं, की विठ्ठलभक्तांच्या रांगेत कान्हूचं नाव जोडलं गेलंय. एवढंच नव्हे, तर अभंग रचणाऱ्या कान्हूचं नाव संतांच्या रांगेतही जोडलं जाईल; कारण वारकरी असलेल्या किसाबाईला ज्ञानेश्वर, मुक्ता, नामदेव, जना, चोखोबा माहीत होतेच; पण जनासोबत वावरणारा आणि चोखोबाला तारणारा विठ्ठलही तिनं ऐकला, गायला होता. जनासोबत जसा विठ्ठल असायचा, तसाच तो आता कान्हूसोबतही राहणार आहे, याची त्या माळेच्या प्रसंगानं किसाबाईला जणू साक्षच दिली; पण विठ्ठलाच्या त्या माळेनं दिलेली साक्ष आणि आपल्या मनानं दिलेला कौल जेव्हा किसाबाईच्या लक्षात आला, तेव्हा तिला एकाच वेळी आनंदही झाला आणि दुःखही झालं. आनंद अशासाठी की कलावंतिणीच्या घरात जन्मलेली ही पोर सद्मार्गाला लागणार होती. भांगेच्या शेतातली तुळस ठरणार होती. पुण्यवान होणार होती. विठ्ठलाची भक्त म्हणून गणली जाणार होती. तिच्या अभंगरचनांमुळे संत म्हणूनही नावाजली जाणार होती. कान्होपात्रेची विठ्ठलभक्ती किसाबाईला माहीत होतीच; पण हंसानं जेव्हा तिच्या अभंगरचनेबद्दल सांगितलं, तेव्हा किसाबाई स्वत:सुद्धा शहारली. एका नायकिणीच्या घरात ही तुळशीची मंजिरी कशी फुलली, याचं तिला नवल वाटलं. पण, त्याचमुळे या पोरीच्या भक्तीला त्या वत्सल पांडुरंगानंही आपल्या गळ्यातली तुळशीची माळ तिच्या गळ्यात टाकून जेव्हा प्रतिसाद दिला, तेव्हा किसाबाईला मनापासून आनंद झाला; पण तिच्या या आनंदाला एक दुःखाची झालरसुद्धा होती. ती अशासाठी की, भांगेच्या शेतात उगवलेल्या या तुळशीच्या रोपाला आजूबाजूला असलेली भांगेची रोपं तग धरू देतील का? त्या कलावंतिणीच्या घरात ही भक्तीची गंगोत्री तशीच निर्मळ आणि पवित्र राहील का? कान्होपात्रेची आई आणि आजी त्यांचा पारंपरिक व्यवसाय सोडून तिला अशी विठ्ठलाची भक्त होऊ

देतील का? या दोन्ही भावनांची सरमिसळ किसाबाईच्या मनात आली आणि त्याचा परिणाम किसाबाईच्या डोळ्यांतून पाणी वाहण्यात झाला. डोळ्यांतलं पाणी गालांवरून ओघळून जोडलेल्या हातांवर पडलं आणि त्या स्पर्शानं किसाबाई सावध झाली. बराच वेळ झाला होता. आता घरी मंगळवेढ्याला परतायचं होतं. पावसाची चिन्हं दिसत होती. सभामंडपात एका खांबाला टेकून बसलेली किसाबाई हा विचार येताच चट्कन उठली. कान्हू आणि हंसा गर्भागाराच्या उंबरठ्याजवळ बसल्या होत्या, तिथं गेली. हंसा सावध होती; पण कान्हू अजूनही भावसमाधीतच होती. तिचे डोळे मिटलेले होते. मिटल्या डोळ्यांतून घळाघळा पाणी वाहत होतं. हंसाला बघून किसाबाई म्हणाली, "पोरी, चला गं! आता परतुया नव्हं? आभाळ भरून आलंय! आपन घरला गेलेलं बरं. चलाऽ!" किसाबाई अजून पुढे काही बोलणार, तोच डोळे मिटल्या अवस्थेत कान्हूनं शब्द उच्चारले...

**"सकळ ही सुरवर येथेची लाभले । देवाचे देखिले चरणांबुज ।।**
**हरली ती भूक तहान निमाली । संतांची देखिली चरणांबुजे ।।**
**कीर्तनाचे रंगी आनंदे नाचता । कान्होपात्रा चित्ता सावधान ।।**
**जन्मांतरीचे सुकृत आजी फळासी आले । म्हणोनि देखिले विठ्ठलचरण ।।**
**धन्य भाग्य आजी डोळिया लाभले । म्हणूनी देखिले विठ्ठलचरण ।।**
**धन्य चरण माझे या पंथी चालिले । म्हणूनी देखिले विठ्ठलचरण ।।**
**येऊनियां देहासी धन्य जाहले । म्हणूनी देखिले विठ्ठलचरण ।।**
**घाली गर्भवासा कान्होपात्रा म्हणे । जन्मोजन्मीं देखेन विठ्ठलचरण ।।"**

कान्हू पुन:पुन्हा हा अभंग आळवत होती. विठ्ठलाच्या मूर्तीसमोर बसलेली भावसमाधी लागलेली, चेहऱ्यावरून आनंद निथळणारी, शब्दांतून धन्यतेचे उद्गार ओथंबणारी कान्होपात्रा... विठ्ठलाच्या मूर्तीची पंचारती करून निरांजनाचं तबक खाली ठेवणाऱ्या गंगाधरपंतांच्या कानांवर कान्हूचे हे शब्द पडले आणि त्यांच्या चेहऱ्यावर विस्मय पसरला. कान्हू भावसमाधीत असताना, गर्भागारात गंगाधरपंतांसोबत असलेल्या गोविंद उत्पातांनी पंतांच्या कानात हळूच कान्होपात्रेबद्दल माहिती सांगितली होती. ती श्यामा या नायकिणीची कन्या आहे हे सांगितलं होतं; पण अतिशूद्र जनाबाईचं संतपरिवारातलं स्थान पूर्णपणे जाणून असलेले गंगाधरपंत स्वत: वारकरी धर्माचे पुरस्कर्ते होते आणि प्रचारकही. नामदेवांना गुरुस्थानी मानणारे पंत जातिधर्मभेदाच्या पलीकडचे होते आणि विठ्ठलमूर्तीसमोर जेव्हा कान्होपात्रा आली, तेव्हा तिच्या डोळ्यांत उमटलेले धन्यतेचे भाव, तिच्या देहबोलीतला प्रांजळपणा, तिच्या चेहऱ्यावरची पवित्रता, तिच्या हालचालीतलं मार्दव, तिच्या आविर्भावातलं आर्जव, तिच्या नजेरतलं शालीन मांगल्य त्यांनी पाहिलं. रूप तर तिचं देखणं होतंच; पण हे सगळं

पाहिल्यानंतर पंतांच्या नजरेसमोर उभी राहिलेली गंगा नदीही त्यांना आठवली आणि गोविंद उत्पातांनी सांगितलेल्या त्या माहितीचा कोणताही परिणाम त्यांच्यावर झाला नाही. तोच कान्हूनं म्हटलेला अभंग त्यांच्या कानांवर पडला. त्यातली 'कान्होपात्रा म्हणे' ही नाममुद्राही त्यांनी ऐकली. सगळ्या संतांचे सगळे अभंग तोंडपाठ असलेल्या पंतांना हा अभंग इतर कुणाचाही नसून तो या मुलीनं, म्हणजे कान्होपात्रानं इथं आता रचला आहे, याचीही खात्री वाटली आणि मुक्ताबाई, जनाबाईनंतर स्त्रीसंत अभंगरचनाकारांची गेली ३०० वर्षांत काहीशी खंडित झालेली परंपरा ही कान्होपात्रा पुढे नेणार, याचीच त्या अभंगातून त्यांना ग्वाही मिळाली. अभंग आळवणाऱ्या कान्होपात्राकडे एक कौतुकाचा, मायेचा कटाक्ष टाकून पंतांनी विठ्ठलाला हात जोडले. "विठुराया, तुझी किमया अजब आहे रे बाबा!" म्हणत त्यांनी विठ्ठलाला नमस्कार केला.

अभंग आळवून आळवून म्हणून झाला. कान्हूनं पुन्हा उंबरठ्यावर डोकं टेकलं. क्षणभर, क्षणभर आपल्या डोक्यावरून कुणाचातरी हात फिरतो आहे, असं तिला वाटलं. आपल्या गळ्यात पडलेली तुळशीची माळ प्रसाद म्हणून डोळ्याला लावून तिनं ती मस्तकाला लावली आणि ती माळ काढावी आणि विठ्ठलाला परत द्यावी, असं तिला वाटलं. तो विचार तिच्या चेहऱ्यावर उमटला असावा. पंतानी तो वाचला. तिला म्हणाले, "राहू दे पोरी! ती माळ तुझ्याच गळ्यात राहू दे! विठुरायानं तुला दिलेला प्रसाद आहे तो. त्यानं मोठ्या प्रेमानं तुला दिला आहे. त्यावर तुझाच अधिकार आहे!" पंतांनीच असं सांगितलं आणि कान्हूचा चेहरा आनंदानं उजळला. तिनं मोठ्या अदबीनं होकारार्थी मान हलवून पंतांकडे एक कृतज्ञतेचा कटाक्ष टाकला. नजरेतूनच त्यांना नमस्कार केला. तोच हंसाचा हात तिच्या खांद्यावर पडला. भावसमाधीतून जाग्या झालेल्या कान्हूनं मान वळवून पाहिलं. हंसाच्या नजरेत तिला कौतुक तर दिसलंच; पण त्याचबरोबर दिसली निघण्याची सूचना. कान्होपात्रा आता नीट सावध झाली. पुरती भानावर आली. तोच तिला हंसाच्या मागे उभी असलेली किसाई दिसली. कान्होपात्रेचं आपल्याकडे लक्ष जाताच ती म्हणाली, "कान्हू लेकी, चल पोरी आता! परतुया न्हवं? बघ तरी! आभाळ भरून आलंया! येळेवर घरी पोचल्यालं बरं! चल, आता ऊठ!" किसाईचं बोलणं कान्हूच्या कानांवर पडलं, तिला ते पटलंही; पण मन अजून विठ्ठलाच्या पायांशीच होतं. तिथंच रेंगाळत होतं. तिथून उठायला तयारच नव्हतं; पण उठणं भाग होतं. मनाला आवर घालणं भाग होतं. विठ्ठलाचा निरोप घेणं भाग होतं; कारण घरी परतणं अपरिहार्यच होतं. तिनं नजर उचलून विठ्ठलाकडे पाहिलं. मगाचचा अभंग ऐकताना आनंदित झालेल्या त्याच्या चेहऱ्यावर आता मात्र रुसवा दिसत होता. कान्हूनं त्याला नजरेनंच विचारलं, "जाऊ का रे मी? मला घरी परतलं पाहिजे. जाऊ ना?" विठ्ठलाच्या

नजरेतला रुसवा अजून वाढला. त्याला कान्हूला थांबवायचं होतं, जाऊ द्यायचं नव्हतं; पण कान्हूच्या मनातली नाराजी तिच्या चेहऱ्यावर उमटली होती. मनातला नाइलाज डोळ्यांतही उतरला होता; पण त्यासोबत होती असहायता आणि अपरिहार्यतासुद्धा. विठ्ठलाचाही नाइलाज झाला असावा. मोठ्या नाखुशीनंच त्यानं कान्हूला जाण्याची अनुमती दिली. त्याच्या नजरेत कान्हूनं ती वाचली; पण त्याचबरोबर त्याच्या नजरेत होतं आमंत्रण, तो मागत होता पुन्हा येण्याचं वचन आणि ते दिलं तरच तिनं जायचं, अशी आडकाठीसुद्धा. विठ्ठलाचं आपल्यावरचं प्रेम बघून कान्हू रोमांचली. त्याला सोडून तिचातरी पाय तिथनं कुठं निघत होता! तिलाही पुन:पुन्हा इथं यायचंच होतं. विठ्ठल जे मागत होता, ते तिलाही हवंच होतं. तिनं त्याच्या नजरेत आपली नजर गुंतवली, रोखली आणि नजरेनंच त्याला शब्द दिला पुन्हा येण्याचा. वचन दिलं पुन्हा परताव्याचं आणि हंसानं कान्हूला दंडाला धरून उभी केली. हाताला धरून तिला ती घेऊन निघाली. कान्हूचे डोळे पाण्यानं भरले. पुन:पुन्हा ती मागं वळून बघत होती. नजरेनंच विठ्ठलाला विश्वास देत होती पुन्हा परतण्याचा.

एका हाताला हंसानं आणि दुसऱ्या हाताला किसाईनं धरून कान्हूला मंदिराबाहेर आणलं. आपली चेतना, आपले प्राण, आपलं सजीवत्व, आपलं चैतन्य, आपली ऊर्जा, आपला आत्मा तिथंच विठ्ठलाच्या पायांजवळ राहिला आहे आणि या दोघींच्या आधारानं चालतं आहे ते आपलं अचेतन कलेवर, पार्थिव शरीर असं कान्हूला वाटायला लागलं. ती हिसडा मारून हंसाचा हात सोडून पुन्हा मागे पळणार, तोच मानेच्या हिसड्यानं तिच्या गळ्यातली तुळशीची माळ हिंदकळली. कान्हूच्या चेहऱ्याजवळ येऊन पुन्हा गळ्यात पडली. तुळशीदलाचा तो मंद सुगंध कान्हूच्या नाकात शिरला, रंध्ररंध्रांत दरवळला आणि त्या गंधानं जणू विठ्ठलाचा निरोप सांगितला – ''मी इथेच आहे! मी तुझ्याजवळ, तुझ्या सोबतच आहे!'' तेवढ्या निरोपानंही कान्हू सुखावली. विठ्ठलाच्या भेटीची ओढ फक्त आपल्यालाच लागली नाही, तर आपल्या भेटीची ओढ विठ्ठलालाही लागली आहे, याची साक्ष त्या निरोपानं कान्हूला दिली आणि हंसाच्या हाताला हिसडा मारून हात सोडवून घेऊन पुन्हा मंदिराकडे परतण्याच्या बेतात असलेली कान्हू सावरली. या माळेतून विठ्ठल आपल्यासोबत आहे; नव्हे, तो आपला गळ्यात पडला आहे या जाणिवेनं सुखावलेली कान्होपात्रा आता मात्र आनंदित चेहऱ्यानं, प्रसन्न मनानं हंसाच्या आणि किसाईच्यासोबत निघाली. सगळे जण बग्गीजवळ आले. बग्गीत चढले. घोडा पुन्हा दुडक्या चालीनं पळू लागला. त्याच्या पळण्यातही एक आनंदाची भावना होती. कान्हू मोठी प्रसन्न दिसत होती. तिच्या आनंदाची लागण साऱ्यांनाच झाली होती. कान्हूचा प्रसन्न चेहरा बघून हंसानं विचारलं, ''कान्हू, आवडलं का गं तुला

पंढरपूर? तो विठ्ठल तुला आवडतो माहीत आहे मला; पण त्याचं गाव तुला आवडलं का?'' हंसानं उत्सुकतेनं विचारलं. 'महालात राहिलेली, राजकन्येसारखी वाढलेली कान्हू. हे अडनिडं, छोटंसं गाव पंढरपूर तिला आवडलं असेल का?' हंसाच्या मनात शंका उभी राहिली. तिच्याकडे एक प्रसन्न कटाक्ष टाकून कान्हूनं तिला उत्तर दिलं, तेही अभंगात. म्हणाली, ''अगं हंसा-

**माझे माहेर पंढरी । सुखें नांदू भीमातीरीं ।।**
**येथे आहे मायबाप । हरे ताप दरुशने ।।**
**निवारिली तळमळ चिंता । गेली व्यथा अंतरीची ।।**
**कैशी विटेवरी शोभली । पाहूनी कान्होपात्रा धाली ।।''**

तिचा अभंग ऐकला आणि आपण कान्हूला पंढरपूरला येण्याबद्दल सुचवलं याचं सार्थक झालं, असं हंसाला वाटलं. त्याच भावनेनं तिनं पुन्हा विचारलं, ''आणि विठ्ठल? तो कसा वाटला गं?''

कान्होपात्रानं पुन्हा अभंगातच उत्तर दिलं –

**''विठू दीनांचा दयाळ । वागवी दासाची कळकळ ।।**
**देव कृपावंत मोठा । उणें पडों नेदी तोटा ।।**
**देव भक्तांचा अभिमानी । वाहे चिंता सकळ मनीं ।।**
**देव भावाचा भुकेला । कान्होपात्रे आनंद झाला ।।''**

तिचा हा अभंग ऐकला आणि कान्होपात्रा आता अल्लड राहिलेली नाही. ती निरागस असली तरी तिचे विचार, तिची भावना, तिची अभंगरचना ही प्रौढपणाकडे झुकू लागली आहे, याची साक्ष हंसाला मिळाली. त्यानंतरचा सगळा प्रवास मग आनंदाचं, सुखाचं निधान ठरला. कान्हूच्या भक्तीचं विधान ठरला.

# १३

दिवस मावळतीला सगळी मंगळवेढ्याला पोहोचले. कान्हूच्या चेहऱ्यावर आनंद नुसता थुई थुई नाचत होता. हंसाचा चेहराही आनंदी दिसत होता. किसाबाई आणि गुरवकाकांच्या चेहऱ्यावरही समाधान दिसत होतं. एकंदरीत पंढरपूरला जाणं, हे सगळ्यांच्याच दृष्टीनं आनंदाचं ठरलं होतं. कान्हूनं तर आल्या आल्या श्यामाला मिठीच मारली आणि मग तिचा हात धरून ती नाचायला लागली. श्यामाला कळेना की हिला काय झालंय? तिथं आलेल्या मायालाही समजेना, कान्हू अशी काय करते आहे ते. तिनं ताबडतोब किसाबाईला हाक मारली आणि कान्हूची नजर उतरवायला सांगितलं. किसाबाईच्याही हे मनात होतंच. तिनंही तत्परतेनं कान्हूची दृष्ट काढली; पण अजून कान्हूचं नाचणं थांबलं नव्हतं. त्यातच तिची आनंदानं फुललेली मुद्रा, डोळ्यांत उमटलेली धन्यतेची भावना, देहबोलीतून प्रतीत होणारी सार्थकता आणि काहीतरी आठवून ती खुद्‌कन हसली की, गालावर फुलणारे गुलाब हे सगळं बघितलं आणि मायानं तिच्या कुवतीप्रमाणं, बुद्धीप्रमाणं आणि अनुभवाच्या बळावर या सगळ्याचा अर्थ लावला. श्यामाचा हात धरून नाचणाऱ्या कान्हूला तिनं खांद्याला धरून थांबवलं. दंडाला धरून नीट उभं केलं आणि प्रेमानं विचारलं, "काय गं पोरी, एवढा कसला आनंद झालाय तुला? पंढरपूरला जाऊन आलीस आणि आनंदानं थुईथुई नाचायलाच लागलीस की? आँ! असं काय घडलं गं तिथं? कुणी भेटलं की काय जिवाभावाचं माणूस? खरं सांग कान्हू, कोण भेटलं गं तुला तिथं? कुणी सरदारपुत्र, कुणी धनिक सावकार की कुणी श्रीमंत व्यापारी? कोण कोण भेटलं तुला तिथं? आणि काय काय बोललीस गं तू त्यांच्याशी? तुझं देखणं रूप बघून वेडावले असतील ना सगळे? काय काय दिलं त्यांनी तुला? कोणकोणत्या भेटी दिल्या? गळ्यातलं की कानातलं? कंगन की अंगठी? की सरळ एकदम रत्नहार? रत्नहारच असंल. तुझ्या देखण्या रूपाला रत्नहारच शोभून दिसेल बघ. काय सांगितलंस तू त्यांना? आपल्या श्यामा महालात येण्याचं आवतण दिलंस का? अगं, सांग की पोरी. अगं, मी काय विचारतीय, तू पंढरपूरला गेली होतीस ना? मग कोण कोण भेटलं तिथं तुला? अगं, बोल की बये काहीतरी. राहू दे! तू

सांगणार नसलीस, तर मी किसाबाईलाच विचारते,'' म्हणत माया किसाबाईकडे वळली. नजर उतरल्यावर कान्हूच्या डोळ्यांना पाणी लावायला किसाबाई तिथं आली होती. तिला बघून मायानं लगेच विचारलं, ''किसाबाई, तूच सांग बाई, तिथं कान्हूला कोण कोण भेटलं गं? कुणी धनिक सावकार की सरदारपुत्र?'' मायाचा प्रश्न आधी किसाबाईला कळला नाही. कळला, तेव्हा तिला काय उत्तर द्यावं, हे तिला समजेना. ''ततं पंढरपूरला कोन कोन भेटलं म्हणावं, तर ततं देव भेटला... आनी कोन...!''

''थांब किसाई!'' किसाबाईला मध्येच थांबवत कान्हू म्हणाली, ''आजी, मीच सांगते, तिथं मला कोण कोण भेटलं ते! एकतर तिथं मला देव भेटला आणि... आणि...

**शिव तो निवृत्ती । विष्णू ज्ञानदेव पाही ।।**
**सोपान तो ब्रह्मा । मूळ माया मुक्ताई ।।**
**धन्य धन्य धन्य । धन्य निवृत्तीराया ।।**
**धन्य ज्ञानदेव । सोपान सखया ।।**
**प्रत्यक्ष पैठणी । भटा दाविली प्रचिती ।।**
**रेडियाचे मुखीं । वदविली वेदश्रुती ।।**
**चौदाशे वरुषांचे । तप्ती तीर रहिवासी ।।**
**गर्व हरविला । चालविले भिंतीसी ।।**
**धन्य कान्होपात्रा । आजि झाली भाग्याची ।।**
**भेटी झाली ज्ञानदेवाची म्हणूनिया ।।''**

ज्ञानेश्वर माउलीचा अवघा परिवार आणि त्यांचं सर्वांचं अलौकिकत्व कान्हूनं असं अभंगात रचलं, शब्दांत मांडलं, भावनेतनं ओसंडलं, अभिव्यक्तीत सांडलं; पण मायाला मात्र यातला एकही शब्द कळला नाही, उमजला नाही; पण तिला या अभंगातली निवृत्ती, ज्ञानदेव, सोपान, मुक्ता ही नावं तेवढी समजली आणि ही नावं पुरुषांची आहेत, हे तिच्या लक्षात आलं. त्यातलं मुक्ता हे नाव तेवढं बाईचं असावं, असा तिनं अंदाज केला आणि कान्हूला पंढरपूरला हे तिघे जण भेटले म्हटल्यावर आनंदी झालेली माया पुन्हा कान्हूला म्हणाली, ''या बया! कान्हू, अगं ही तिघं जणं भेटली होय तुला. काय नाव म्हणालीस? हं! आठवलं! निवृत्तीशेठ, ज्ञानेश्वरशेठ आणि सोपानशेठ? होय ना? पण, का गं कान्हू, हे तिघं काय काय करतात? म्हणजे हे तिघं आहेत तरी कोण? मला वाटतं, हे तिघंही सावकार असावेत किंवा धनिकपुत्र, नाहीतर नगरशेठ तरी नक्कीच. पण, श्रीमंत असणार हे खरं!'' माया आपला, आपल्या अनुभवाच्या परिघातला अभ्यास पणाला लावून अंदाज बांधत होती आणि तिचे हे विचित्र अंदाज ऐकून कान्हू, हंसा तर हसत

होत्याच; पण पदराआड तोंड लपवून किसाबाईसुद्धा हसत होती. त्यांचं हसणं मायाच्या लक्षात आलं आणि आपलं काहीतरी चुकलं, असं वाटून पुन्हा तिनं विचारलं, "अगं बाई! म्हणजे ही तिघं याहीपेक्षा धनवान आहेत काय? मग नक्कीच सरदारपुत्रच असणार. बक्कळ श्रीमंत असणार ते. अमाप धन असणार की गं त्यांच्यापाशी. काय गं कान्हू?" मायानं पुन्हा बांधलेला आणखीन विचित्र अंदाज ऐकून आता मात्र कान्हू आणि हंसा खो खो हसायला लागल्या. त्यांचं हसणं बघून मायाच्या चेहऱ्यावर राग उमटला. ते बघून मात्र कान्हूनं आपलं हसणं आवरतं घेतलं. नजरेनं हंसालाही दटावलं आणि म्हणाली, "अगं आजी, तुझा अंदाज अगदीच बरोबर आहे. हे तिघंही जण अफाट श्रीमंत आहेत. अमाप धन आहे त्यांच्यापाशी. इतकं धन आहे त्यांच्याजवळ, की गेली साडेतीनशे वर्षं ते धन सगळ्यांना ते वाटत आहेत; पण ते संपलेलं नाही आणि ते इतकं धन आहे की पुढची हजार वर्षंतरी ते संपणार नाही."

"इतके श्रीमंत आहेत हे तिघं जण?" कान्होपात्रेचं हे बोलणं ऐकून मायाचा चेहरा उजळला. "काय सांगतियस काय पोरी? अगं, मग हे तिघं जण तुला भेटले म्हणजे तुझं भाग्यच उजळलं म्हणायचं! काय गं पोरी, कुठल्या राजाचे सरदार आहेत हे तिघं जण? सांग बघू मला! म्हणजे त्यांना आवताण धाडायला बरं ! सांगतरी कोणत्या राजाचे हे सरदार आहेत, त्यांच्या राज्याचं नाव काय, त्यांचा राजा कोण आहे... सांग पोरी!" मायाच्या मनातली ही उत्सुकता तिच्या चेहऱ्यावर उतरली होती. डोळ्यांत उमटली होती, शब्दांतून जाणवत होती आणि देहबोलीतून दिसतही होती. हंसाला वाटलं, पुरे झाली चेष्टा. ती काही बोलणार इतक्यात कान्हूनं तिला इशारा करून अडवलं आणि म्हणाली, "आजी, अगं बरोबर ओळखलंस तू. हे तिघं सरदार आहेत सरदार. त्यांच्या राज्याचं नाव आहे भक्ती आणि त्यांचा राजा आहे पंढरीचा राणा आणि आणि हे तिघंच नव्हेत, तर तो पंढरीचा राणाही मला भेटला. अगं, त्याचा महिमा, त्याचा मोठेपणा, तुला काय सांगू? अगं, तो नुसताच पंढरीचा राणा नाही, तर तो देवांचाही देव आहे. तुला माहीत आहे?

**हरिहर ब्रह्मादिक । जयालागीं करिती तप ।।**
**तो हा पंढरीचा राणा । न ये अनुमाना श्रुतीसी ।।**
**शास्त्रें पुराणें भांबावली । चारी मौनची राहिली ।।**
**पुंडलिक वरदायिनी । कान्होपात्राचा जो धनी ।।"**

कान्होपात्रेनं विठ्ठलाचं गुणगान करणारा अभंग रचला आणि गायलासुद्धा; पण मायाला काहीच कळलं नाही. तिला फक्त त्या अभंगातला शेवटचा शब्द कळला.

'कान्होपात्रेचा जो धनी' आणि तो कुणीतरी राजा आपल्या कान्होपात्रेला धनी म्हणून लाभला आहे, एवढं तिला कळलं. ते लक्षात आल्यावर लगेच तिनं पुढचा प्रश्न केला, "अगं मग पोरी, त्यानं तुला काय दिलं की नाही? एखादा अलंकार, रत्नहार तरी? का मागाहून देणार आहे? तू काय मागितलंस त्यांच्याकडे? आणि त्यांनी काय सांगितलं तुला? काय घेतलंस तू?" मायानं पुन्हा उत्सुकतेनं विचारलं आणि कान्होपात्रानं लगेचच सांगितलं, "आजी, अगं त्यांनी मला दिलं नाव, त्यांचं नाव! अगं, त्यांचं नावच इतकं मोठं आहे, इतकं मोठं आहे की, सगळीकडे त्यांच्या नावाचा दरारा आहे. सगळ्यांना अगदी यमालासुद्धा त्यांच्या नावाची भीती वाटते. इतकं त्यांचं नाव मोठं आहे आजी.

**ज्याचे घेता मुखी नाम । धाकी पडे काळ यम ।**
**ऐशी नामाची थोरी । उद्धारिलें दुराचारी ।।**
**नष्ट गणिका अजामेळ । वाल्मिकी झाला तो सोज्ज्वळ ।।**
**ऐशी नाम माळा । कान्होपात्रा ल्याली गळा ।।**

अगं, हा बघ! त्यांनी माझ्या गळ्यात हा हार घातलाय. ही माळ घातली गं." असं म्हणत विठ्ठलनामाचा महिमा सांगणारा एक अभंग रचून तो गाऊन झाल्यावर कान्होपात्रेनं आपल्या गळ्यातील तुळशीदलाची ती माळ उचलून आजीला दाखवली. कान्होपात्रेसाठी आणि हंसासाठी दूध आणायला आत गेलेल्या आणि दुधाचे पेले बाहेर घेऊन येणाऱ्या श्यामाच्या कानांवर हा सगळा संवाद पडला आणि आई काय विचारते आहे आणि कान्होपात्रा काय सांगते आहे, याचा तिला अंदाज आला. कान्हू पोटात असताना ती तुळशीबनात राहायला गेली होती, तेव्हा तिथं नरसोपंत काकांनी तिला भागवत कथा ऐकवली होती. त्या वेळी विठ्ठलाबद्दल सांगताना त्यांनी विठ्ठलाच्या भक्तांविषयीसुद्धा सांगितलं होतं. ते श्यामाला आता अंधूक आठवलं आणि ही नावं त्यात होती, हेही आठवलं. तिच्या लक्षात आलं, की कान्हू आपल्या आईची गंमत करते आहे. ती बाहेर आली आणि तिनं कान्हूला दटावलं. आई तिथं आली आहे, हे बघून कान्हूनं जीभ चावली. आपली गंमत आवरती घेतली. हंसाकडे एक कटाक्ष टाकून ती काही न बोलता दूध प्यायली आणि हंसाचा हात धरून आपल्या दालनात निघाली. तोच श्यामानं तिला थांबवलं आणि म्हणाली, "कान्हू, तू आईला आता जे गाऊन दाखवलंस, तो अभंग होता ना? मग त्यात 'कान्होपात्रा' हे नाव कसं आलं?" श्यामानं कान्होपात्रला हा प्रश्न विचारला आणि तिला काय उत्तर द्यावं, हे कान्हूला कळेचना. खरं सांगावं तरी पंचाईत होती आणि खोटं सांगणं शक्य नव्हतं. तिनं हंसाकडे कटाक्ष टाकला. हंसा समजली. आता या संवादात आपल्याला प्रत्यक्ष भाग घ्यावा लागणार, हे तिच्या लक्षात

आलं. ती पुढे झाली. श्यामाला म्हणाली, ''बाईसाहेब, मी सांगू? मगाशी कान्हूनं गायला तो अभंगच होता आणि त्यात कान्होपात्रेचं नाव होतं; कारण तो अभंग तिनंच म्हणजे कान्होपात्रानंच रचला होता. ती अभंगरचना करते! मला माहीत आहे.''

हंसाचं बोलणं ऐकून श्यामाला धक्का बसला. 'आपली कान्हू आणि अभंगरचना? हे असं कसं घडलं? चिखलात लोळणाऱ्या किड्यानं अभ्यंगस्नानाला बसावं, तसं झालं हे! तिला विठ्ठलाचं, श्रीकृष्णाचं वेड आहे हे आपल्याला माहीत आहे. ती पोटात असताना आपणच तर मंदिर बांधून देण्यासाठी शेठजींच्या जवळ हट्ट धरला होता. तेव्हाही तो तिचाच हट्ट होता; पण हे वेड भक्तीत कधी बदललं? आणि बदललं ते इतकं की कान्हूनं अभंगरचना करावी? काय ठरवलंय काय या पोरीनं? आपला पारंपरिक सुखा-समाधानाचा हा व्यवसाय सोडून हिनं हे काय आरंभलं आहे? इतकं देखणं रूप आहे. इतका गोड गळा आहे. इतका कमनीय बांधा आहे. अंगात उत्कृष्ट नृत्यकला आहे. या सगळ्याचा उपयोग करून आपलं आयुष्य सुखी बनवायचं सोडून भक्तीचा हा खडतर मार्ग हिला कुठून आठवला? आणि या समाजातले प्रतिष्ठित लोक तिला या मार्गावरून जाऊ देतील? टाचेखाली चिरडून टाकतील. ते काही नाही, कान्हूला समजुतीचे चार शब्द सांगितले पाहिजेत. तिला या मार्गापासून, या नादापासून परावृत्त केलं पाहिजे. ती अधिक गुंतण्याआधीच यातून तिला बाहेर काढलं पाहिजे.'

श्यामाच्या मनात विचारांचा गोंधळ उडाला होता. आपण विचार करतो आहोत, ते बरोबर आहे, की कान्हू वागते आहे ते बरोबर आह, याचा निर्णय तिला घेता येईना. याबाबत कोणाशी बोलावं, हेही तिला कळेना. आईशी बोलावं, तर ती कान्हूलाच दोष देईल. तिला शिव्यांची लाखोली वाहील आणि आपल्यालाही दोष देईल; पण काहीतरी केलंच पाहिजे; तेही आताच. श्यामानं निर्णय घेतला आणि ती आत गेली. माया मात्र तिथंच उभी होती. कान्हू आपली गंमत करते आहे हे तिला कळत होतं; पण तिला त्याचा अर्थ कळत नव्हता. आता किसाबाईला हाताशी धरून हे सगळं समजावून घ्यायचं म्हणजे कान्हूचं नक्की काय चाललंय हे कळेल, असा बेत तिनं आखला आणि तिनं तसंच केलं. एक दिवस किसाबाईला बोलवून तिच्याशी गोड गोड बोलून तिनं सगळी माहिती विचारून घेतली. त्याचबरोबर सगळी पंढरपूरला गेली होती, तेव्हा तिथं नक्की काय झालं, हेही विचारून घेतलं आणि कान्होपात्रेचं नक्की काय चाललंय, हेही जाणून घेतलं. जाणून घेतलं म्हणण्यापेक्षा मोठ्या खुबीनं ते काढून घेतलं आणि किसाबाईनं कान्हूचं कौतुक सांगण्याच्या नादात भोळसटपणानं कान्हूबद्दल सगळं सगळं सांगितलं आणि तिनं सांगितलेल्या त्या सगळ्या तपशिलामुळे मायाला मात्र धक्का बसला. फार मोठा

धक्का. 'आपल्या कुळात जन्मलेल्या या पोरीला आपल्या रूपलावण्याचा उपयोग करून घेऊन आयुष्य सुखी करून घ्यायचं सोडून ही काय अवदसा आठवली?' या विचारानं मायाचा संताप संताप झाला. आता सदाशिव गेला की चार शब्द बोलून, वेळ पडली तर चार तडाखे देऊन या पोरीला आधी सरळ करायची. ते संताबिंतांचं वेड तिच्या डोक्यातून काढून टाकायचं, तिचे लाड बंद करण्याची सक्त ताकीद श्यामाला द्यायची आणि एवढा पावसाळा संपला की कान्हूचा नथ उतरवण्याचा कार्यक्रम करायचा, असं तिनं आपल्या मनाशी निश्चित केलं आणि त्याप्रमाणे ती कामाला लागली.

आईनं दिलेलं दूध पिऊन हंसासोबत कान्हू त्या दालनातून बाहेर पडली, ते थेट कृष्णविठ्ठलाच्या मंदिरात गेली. तिथं गेल्यावर तिनं पहिल्यांदा काय केलं असेल, तर आपल्या गळ्यातली तुळशीची माळ काढून कृष्णविठ्ठलाच्या गळ्यात घातली आणि त्याच्याकडे बघून गोड हसत म्हणाली, "हां! आता कसं आपलं लग्न पूर्ण झालं. मागच्या वेळेला मीच तुझ्या गळ्यातला हार काढून माझ्या गळ्यात घातला होता आणि माझ्या गळ्यातला तुझ्या गळ्यात; पण आज पंढरपुरात तू तुझ्या गळ्यातला हार माझ्या गळ्यात घातलास; पण मी तो परत तुझ्या गळ्यात नाही घालू शकले. म्हणून मी आता इथं आल्यावर तो हार तुझ्या गळ्यात घातला. आता आपल्या विवाहाचा विधी पूर्ण झाला." कान्हूनं विठ्ठलाला सांगितलं आणि ती हंसाला म्हणाली, "हंसा, पंढरपूरला जाऊन आपण त्या विठाई माउलीला भेटून आलो आणि मला माझ्या जन्माचं सार्थक झाल्यासारखं वाटलं बघ. त्या विठ्ठलाला भेटण्यासाठी आपण पंढरपूरला निघालो होतो बघ, तेव्हा मी त्याची विनवणी करत होते. त्याला हाक घालीत होते. देवळात तुझ्यासमोर आल्यावर तुझ्या कृपेची साक्ष दे म्हणत होते. त्याला माझ्या कुळपरंपरेची, मी हीन कुळातली आहे याची कबुली देत होते आणि हंसा... तू बघितलंस ना? त्यानं त्याच्या कृपेची साक्ष दिली. माझ्या गळ्यात त्याच्या गळ्यातली तुळशीदलाची माळ घालून त्यानं माझ्या उद्धाराची ग्वाही दिली. हंसा, आता माझा निश्चय झाला आहे. विठुरायानं मला माझ्या उद्धाराचा जो विश्वास दिला आहे, माझा उद्धार करण्याचं जे वचन त्यानं त्या माळेतून मला दिलं आहे; त्यावर विसंबून मी ठरवलंय, मी आता तिथं त्याच्या सान्निध्यात पंढरपूरला जाऊन राहणार आहे आणि माझं उरलेलं सगळं आयुष्य त्याच्या सहवासात, त्याच्या सेवेत व्यतीत करणार आहे. हां, आता आणखी काही दिवसांनी तूपण जाशील. मग मला माझं असं कुणीच उरणार नाही, जो माझ्या मनातली विठ्ठलभक्ती समजू शकेल. मग मी इथं राहून काय करू? मी पंढरपुरालाच जाईन आणि तिथंच राहीन. आता माझं ठरलं आहे!"

कान्होपात्रा बोलत असतानाच श्यामा तिथं आली. "काय ठरलंय माझ्या

लेकीचं?'' श्यामानं विचारलं. तिचा हा प्रश्न ऐकून दोघी चपापल्या. तिला काय उत्तर द्यावं, हे दोघींना समजेना. दोघी एकदम गप्प झाल्या. त्या बावरल्या आहेत, गोंधळल्या आहेत, चपापल्या आहेत, किंचित घाबरल्या आहेत; हे चाणाक्ष श्यामाच्या लक्षात आलं. याच संधीचा फायदा घेऊन कान्होपात्रेला चार शब्द सांगता येतील हे तिनं ताडलं आणि तिनं ती संधी सोडली नाही. ''कान्हू, तुझं काय ठरलंय, कधी ठरलंय हे मला माहीत नाही; पण आता तू १६ वर्षांची झाली आहेस आणि आपलं पुढचं आयुष्य कसं जगायचं आहे, हे ठरवण्याची हीच वेळ आहे आणि त्या दृष्टीनं तू आता विचार करावास, असं मला वाटतं. तुला नक्षत्रासारखं रूप मिळालं आहे. कोकिळेसारखा आवाज आहे, विजेसारखी नृत्यात चपळता आहे. या सगळ्यांच्या जोरावर आपल्या आयुष्यभराचं कल्याण तू करून घेऊ शकशील. एखादा सरदार पुत्र तुझ्यावर सहज भाळेल. तुझी आणि तुझ्याबरोबर आमची जन्माची ददात मिटेल. कान्हू, पोरी तू विठ्ठलाची भक्ती करतेस हे मला मान्य आहे; पण ती भक्ती तुझ्या मनापुरतीच राहू दे. त्या भक्तीला मनातच ठेव. त्या भक्तीला तुझ्या शरीरावर राज्य करू देऊ नकोस. कारण तुझं शरीर, तुझं हे सुंदर शरीर म्हणजे राजाच्या दरबारातसुद्धा पटणारी आणि वटणारी हुंडी आहे. त्या हुंडीला भक्तीचा मुलामा चढवू नको. तो सोन्याचा असला, तरी अशानं ही हुंडी कुचकामाची होईल आणि भक्तीचाही अपमान होईल. तू अभंग रचतेस म्हणे. मनाच्या शुद्धीसाठी भक्ती आणि अभंग रचणं चांगलंच; पण त्यानं पोट भरत नाही पोरी. पोट भरण्यासाठी अन्न लागतं आणि अन्नासाठी पैसा. अंग झाकण्यासाठी लागणारं वस्त्र आणण्यासाठीसुद्धा पैसेच लागतात. भक्तीनं लाज झाकली जात नाही आणि भक्ती करण्यासाठी, अभंगरचना करण्यासाठी जी जागा लागते, जो निवारा लागतो; तोही पैक्याशिवाय मिळत नाही. तुझा देव तो विठ्ठल असला, तरी दुनियेचा देव पैकाच आहे आणि नुसती देवाची भक्ती करून किंवा अभंग रचून तो मिळत नाही. त्यासाठी काहीतरी व्यवसाय, चाकरी करावी लागते आणि नाच-गाण्याची कला सादर करून पोट चालवणं हा आपला, आपल्यासारख्या कलावंतिणींचा परंपरागत व्यवसाय आहे. हा व्यवसाय करत असतानाच एखादा धनिक मालक गाठणं आणि त्याला आनंद देणं, हाही त्यातलाच एक भाग आहे. पोरी भक्ती करणं, अभंगरचना करणं हे पोटापाण्याची सतत चिंता लागून असणाऱ्या आणि श्रीमंतीची स्वप्नं बघणाऱ्या आपल्यासारख्या कलावंतिणीचं काम नाही आणि आपण कलावंतिणी आहोत, हाही या समाजावर एक उपकारच आहे पोरी. आपण आहोत म्हणून ही नाच-गाण्याची कला जिवंत आहे. आपण आहोत म्हणून आणि आपल्या परंपरेतल्या शरीर विकणाऱ्या वेश्या आहेत म्हणून, समाजातले कित्येक संसार सुखेनैव चालताहेत. आपण कलावंतिणी म्हणजे कचराकुंडीसारख्या आहोत असं जर तुला

वाटत असेल, तर ते मनातून काढून टाक; कारण नृत्य-गायनाची कला जिवंत ठेवणाऱ्या आणि समाजातले कित्येक संसार मार्गी लावणाऱ्या आपणच आहोत. तेव्हा भक्त म्हणजे कुणी फार मोठा किंवा संत म्हणजेच महान आणि आपण क्षुद्र अशी भावना मनातसुद्धा आणू नकोस. निवृत्ती, ज्ञानदेव, सोपान, मुक्ता, जना, चोखोबा अशा सगळ्या संतांची नावं मला माहीत आहेत पोरी; पण ते लोक फार फार मोठे होते. त्यांचं नाव उच्चारण्याचीसुद्धा आपली लायकी नाही. कोणत्याही देवळाच्या शेवटच्या पायरीजवळ, जिथं वहाणा काढल्या जातात, तिथं आपली जागा आहे. म्हणूनच आपण आपली जागा, आपली योग्यता ओळखून राहावं. आपल्या पोटापाण्याची चिंता आपल्यालाच करावी लागते. भक्ती करून आणि अभंग लिहून ती चिंता मिटत नाही. म्हणूनच सांगते पोरी, आभाळाला हात लावायची स्वप्नं बघू नकोस आणि आपली परंपरा सांभाळ. परंपरा सांभाळून काय भक्ती करायची ती कर; पण आपल्या भविष्यकाळातली उदरनिर्वाहाची खात्री आधी करून घे. ते तुझ्या हिताचं ठरेल. विठ्ठल हा देव आहे. संतांनी त्याची भक्ती केली; पण ती भक्ती करत असतानासुद्धा आपली भाकरी त्यांनी आपणच मिळवली. ज्ञानेश्वर माधुकरी मागत होते. चोखोबा गावातली घाण साफ करत होते. जनाबाई, नामदेवाघरी भांडी घासत होत्या. नामदेव लोकांचे कपडे शिवून देत होते. यातल्या कुणालाच विठ्ठलानं आयती भाकरी दिली नाही पोरी. त्या प्रत्येकानं आपल्या उदरनिर्वाहाचं साधन म्हणून काहीतरी काम केलं आणि भक्ती केली. मग पोरी, आपणही आपल्या उदरनिर्वाहासाठी काहीतरी काम, व्यवसाय करून भक्ती केली तर चालते ना गं? मग असा वेडा विचार करू नकोस. असा अविचार करू नकोस. तू शहाणी पोर आहेस माझी. माझं ऐकशील ना?''

बोलता बोलता श्यामाचा गळा भरून आला. डोळे पाणावले. आपल्या लेकीच्या भवितव्याची चिंता तिच्या शब्दाशब्दांतून उमटली होती. श्यामाचं बोलणं ऐकून हंसाचेही डोळे भरून आले. कान्होपात्रा तर मुसमुसायला लागली. आपल्या भावनोत्कट बोलण्याचा योग्य तो परिणाम झाला आहे, असं श्यामाला वाटलं. कान्होपात्रेला जवळ घेऊन तिचे डोळे आपल्या पदरानं पुसून तिच्या डोक्यावरून हात फिरवून श्यामा तिथून उठली. तिचे डोळेही पाणावले होते; पण त्या पाण्यात कर्तव्यपूर्तीच्या आनंदाचं प्रतिबिंब पडलं होतं.

कान्हूची समजूत काढून श्यामा तिथून गेली. हंसा म्हणाली, ''कान्हू, तुझी आई किती छान बोलते गं! तिला माहितीपण सगळी आहे बघ. कान्हू, तिनं तुझी किती छान समजूत घातली गं! तिचं बोलणं विचार करण्यासारखं आहे. ती बोलली त्यातलं अक्षरन्‌अक्षर सत्य आहे आणि तिनं सांगितल्याप्रमाणं तुला विचार करायला हवा. तू मगाशी म्हणलीस, मी पंढरपूरला जाऊन राहीन; पण हे तितकंच खरं आहे

कान्हू, की तिथं राहून आणि विठ्ठलाची भक्ती करून तुझं पोट भरणार नाही आणि चांगलचुंगलं राहू दे; पण शरीर तगवण्यापुरतं तरी अन्न शरीरला लागतंच ना? त्यातच कान्हू तू अशी राजकुमारीसारखी वाढली आहेस. कष्टांची, कष्टाच्या कामांची तुला सवय नाही. कोरडी भाकरी खाण्याची तुला सवय नाही. जमिनीवर झोपण्याची तुला सवय नाही. ऐशआरामात राहण्यात, मिष्टान्न खाण्यात, भरजरी वस्त्र नेसण्यात आणि या महालात राहण्यात तुझं आतापर्यंतच आयुष्य गेलं आहे. कान्हू, भक्तीचा मार्ग इतका सोपा, सहज नाहीये. उलट खडतर आहे. सामान्य माणसाला, मला म्हणायचंय कुठल्याही सामान्य माणसाला तो सहज जमणं शक्य नाही. त्यासाठी मनाची फार मोठी तयारी असावी लागते. दृढनिश्चय असावा लागतो. भक्तीचा मार्ग हा त्यागाच्या वाटेवरून जातो आणि त्या वाटेवरही असंख्य काटे असतात. कान्हू, तुझ्या पावलांना मखमली गालिच्यांवर चालायची सवय आहे. मातीत पाऊल टाकणं तुला कधी माहीत नाही; काट्याकुट्यांची बात तर लांबच. कान्हू, इथं तुझ्या अवतीभोवती गडीमाणसं, नोकरचाकर, दास-दासी असतात. ती सगळी तुझ्या सेवेत असतात. तिथं तू एकटी असणार आहेस. तुझ्या सभोवती माणसं असतील; पण ती अनोळखी. तुझं कोमल, नाजूक शरीर; तुझं संवेदनशील मन या सगळ्यांना तोंड देऊ शकेल? विठ्ठलाची भक्ती एवढं एकच साधन तुझ्याजवळ असेल. तेच तुझ्या जगण्याचं साधन असेल आणि तुझ्या जीवनाचं साध्य. तेव्हा या सगळ्याचा नीट विचार कर कान्हू आणि मगच निर्णय घे. तू घेतलेल्या निर्णयावर तुझं पुढचं सगळं आयुष्य अवलंबून आहे, हे विसरू नको. कान्हू मी दोन दिवसांत परत कर्नाटकात जाईन. पंडितजींनी सामानाची आवराआवर करायला सांगितली आहे. त्यामुळे यापुढे मी तुझ्यासोबत नसणार; पण एक सांगते कान्हू, मला तुझी खूप खूप आठवण येईल. अगदी खूप खूप!'' बोलता बोलता हंसा गहिवरली. कान्हूला आपल्या डोळ्यांतलं पाणी दिसू नये म्हणून तिथून चट्‌कन उठली. ''पंडितजी हाक मारताहेत वाटतं!'' म्हणत मंदिरातून बाहेर पडून आतल्या दालनात गेली. ती गेली त्या दिशेकडे कान्होपात्रा बघत राहिली.

आईच्या आणि हंसाच्या बोलण्यानं तिच्या डोक्यात विचारांचा नुसता गोंधळ माजला होता. ती स्वत:लाच प्रश्न विचारत होती आणि स्वत:च त्या प्रश्नांची उत्तरं देण्याचा प्रयत्न करत होती. आईनं जे सांगितलं, हंसानं जे सांगितलं, ते पूर्णत: चुकीचं होतं, असंही तिचं मन मानायला तयार नव्हतं. त्यांच्या परीनं, त्यांच्या विचारांप्रमाणे ते बरोबरच होतं; पण कान्हूचं मन जरी त्यांच्या विचारांना एका बाजूनं बरोबर म्हणतं होतं, तरी दुसऱ्या बाजूनं मात्र कान्हूचं मन त्यांच्या विचारांना विरोध करून विठ्ठलाकडेच ओढ घेत होतं. त्या दोघींनी सांगितलेलं कितीही बरोबर असलं, तरी तिचं मन विठ्ठलाच्या बाजूनं, पंढरपूरच्या बाजूनंच कौल देत होतं आणि

शिवाय आपण विचार करतो आहोत तो बरोबरच आहे, नव्हे तोच बरोबर आहे, अशीही ग्वाही देत होतं. आईचं सांगणं आणि हंसानं तिची समजूत घालणं, या दोन्हीचा मथितार्थ एकच होता आणि तो समजूनही कान्हूला स्वीकारावासा वाटत नव्हता आणि विचारांच्या या चक्री वादळाचा कान्हूला त्रास होत होता आणि या त्रासावर उपाय होता पुन्हा विठ्ठल. कान्हू त्याच्याकडेच एकटक नजर लावून बसली होती. नजरेनंच त्याला प्रश्न विचारत होती. नजरेनंच त्याच्याकडे उत्तर मागत होती. आपल्या मनाचा कौल कुणीकडे आहे, हे माहीत असूनसुद्धा त्याच्याकडे कौल मागत होती आणि तिला तो मिळाला असावा; कारण मूर्तीकडे नजर लावून बसलेले तिचे डोळे चमकले. चेहरा उजळला. डोक्यातला विचारांचा गोंधळ पुसला जाऊन तिथं ठाम निश्चित निर्णयाची प्रतिष्ठापना झाली. कशी कोण जाणे; पण मगाशी धावत आत गेलेली हंसा पुन्हा मंदिरात परतली होती. मूर्तीकडे एकटक नजर लावून कान्हू तिथंच बसलेली बघून ती पुढे होऊन काही बोलणार, तोच तिला कान्हूचा उजळलेला चेहरा दिसला. पौर्णिमेचा चंद्र काही क्षण ढगांआड जावा आणि ढग विरताच पुन्हा दुप्पट तेजानं चमकू लागावा, तसा कान्हूचा चेहरा दिसत होता. तो बघून कान्हूला हाक मारायला पुढे आलेली हंसा तिथेच थबकली. हंसा आली आहे, याची जाणीवही नसलेली कान्हू मात्र मूर्तीनं दिलेला कौल बघून आनंदली होती. मूर्तीकडून मिळालेला संकेत बघून प्रसन्न झाली होती; कारण कान्हूनं विचारलेल्या प्रश्नाला बासरीच्या स्वरातून कौल मिळाला होता. संकेत मिळाला होता. त्याच आनंदाचे उद्गार शब्दांचं रूप घेऊन कान्हूच्या मुखातून बाहेर पडले.

**''सर्व सुखाचे जे । निजसुखाचे सार गे माय ।**
**तो हा पंढरीराय विटेवरी ।।**
**सकळ साराचे । सार गे माय ।।**
**तो हा पंढरीराय विटेवरी ।।**
**सर्व साधनांचे जे का । निजसाधन गे माय ।**
**तो हा पंढरीराय विटेवरी ।।**
**जे का जीवांचे जीवन । कान्होपात्राचे निजधन गे माय ।**
**तो हा पंढरीराय विटेवरी ।।''**

कान्हूनं अभंग गायला. तो नुसताच अभंग नव्हता, तर ती कान्हूची मनोकामना होती. ती कान्हूच्या अंतरात्म्यानं दिलेली ग्वाही होती. तो अभंग म्हणजे तिनं घेतलेल्या निर्णयाची झलक होती. तो तिच्या मनाचा कौल होता. ती तिची आंतरिक इच्छा होती. ती तिच्या विठ्ठलावरच्या भक्तीची साक्ष होती. विठ्ठलावरचा तो विश्वास होता आणि सगळ्यात महत्त्वाचं म्हणजे परंपरागत व्यवसाय नाकारण्याच्या बंडखोरीची

ती सुरुवात होती आणि तसंच झालं.

दुसऱ्या दिवशी सकाळी माया हंसाला घेऊन कान्होपात्रेच्या दालनात आली, ते संतापानं तणतणतच. आल्या आल्या तिनं कान्हूला आपल्यासमोर बोलावलं आणि तीव्र स्वरात विचारलं, "कान्हू, हे ऐशआरामाचं जीवन, सुखाची भाकरी आणि श्रीमंतीचा डौल सोडून पंढरपूरला जाऊन राहण्याची ही भीकमागी अवदसा तुला कुठून आठवली? कोण कुठला तो विठ्ठल आणि तू त्याची भक्तीण कधीपासून झालीस? आणि त्याच्यापाशी तू पंढरपूरला जाऊन राहणार आहेस? तिथं जाऊन काय भीक मागणार आहेस की जोगतीण होणार आहेस? अगं, इतकं चांगलं रूप आहे की भलेभले पागल होतील. आवाज इतका चांगला आहे, की ते पैशाची रास ओततील तुझ्यापुढे. हे सगळं आपल्याजवळ असताना ही काय दरिद्री लक्षणं? अगं, तुझ्यासारख्या पोरीनं सरदाराच्या पायाशी आपलं तारुण्य ओतायचं, तर तू त्या विठ्ठलाच्या पायावर ओतायला निघालीस? अगं, तुझ्यासारखं माझं रूप असतं, तर मी एखादा राजाच मिळवला असता. या सगळ्याचा उपयोग करून जीवनाचं कल्याण करून घ्यायचं सोडून हे कसलं भलतं वेड तुला लागलंय? ही कसली दळभद्री लक्षणं? आँ? ते काही नाही. कान्हू, मी आता तुला बजावून सांगते. पंढरपूरला तर जायचं नाहीच; पण त्या विठ्ठलाचं नावसुद्धा घ्यायचं नाही. समजलं?" मायानं दरडावून सांगितलं; पण कान्हू आपल्याच तंद्रीत होती. तिनं फक्त मायाचं शेवटचं वाक्य ऐकलं. विठ्ठलाचं नावसुद्धा घ्यायचं नाही! एवढं ऐकलं आणि कान्हू उद्‌गारली, "ऐक हं हंसा...

**घ्यारे घ्यारे मुखी नाम । अंतरी धरोनियां प्रेम ।।**
**माझा आहे भोळा बाप । घेतो ताप हरोनि ।।**
**आपुलिया नामासाठी । धावे संकटी लवलाहे ।।**
**घ्यारे घ्यारे अनुभव । कान्होपात्राचा माधव ।।"**

कान्होपात्रेनं विठ्ठलनामाचा महिमा गाणारा अभंग गायला आणि मायाच्या अंगाचा तिळपापड झाला. 'काल-परवापर्यंत आपल्या हातून घास भरवून घेणारी ही पोर आपला उपमर्द करायला धजावली कशी? आणि एवढं धाडस तिला आलं कुठून? आपला अपमान करण्याची हिची हिंमत कशी झाली? एवढं धाडस ही कोणाच्या जोरावर करते आहे? कोण आहे असा, जो या पोरीला आपल्या सांगण्याविरुद्ध वागायला सांगतो आहे? कोण आहे एवढा बलशाली?' मायाच्या मनात संताप उसळत होता. कान्होपात्रेला आपल्या विरोधात भडकवणारी ती व्यक्ती मायाच्या संतापात जळून खाक झाली असती, इतका तिचा संताप निखारी होता. कान्होपात्रानं विठ्ठलनामाचा महिमा गायला आणि माया ओरडली, "कान्हू, तू

शुद्धीवर आहेस का? माझा, या मायाचा अपमान करते आहेस तू? या मायाचा, जिनं अनेक सरदारांना आणि धनिकांना आपल्या बोटावर नाचवलंय आणि इशाऱ्यावर झुलवलंय. अवदसे, कोण आहे तो? कोण आहे एवढा बलशाली जो तुला या मायाचा अपमान करायचं धाडस देतोय. कोण आहे तो? सांग, कोण आहे एवढा मोठा? अगं, सांग की बयेऽऽ!'' माया संतापानं नुसती थरथर कापत होती. कान्होपात्रा काही बोलेना, तेव्हा तिनं तिची वेणी धरली आणि तिच्या केसाला हिसडा मारून पुन्हा विचारलं, ''अगं गतकाळे, सांग की तो कोण आहे तो?''

आजीनं वेणीला हिसडा मारल्यामुळे कान्हूचे केस दुखत होते. आजीचा संताप बघून ती घाबरली. आता विठ्ठलाचं नाव सांगणं भाग होतं. नाही तर आजीनं मारहाण केली असती. एकवार विठ्ठलाचं स्मरण करून तिथंच घाबरून उभ्या असलेल्या हंसाकडे एक नजर टाकून कान्हू उद्‌गारली,

**''विषयाचे संगती । नाश पावले निश्चिती ।।**
**भगे पडली इंद्राला । भस्मासुर भस्म झाला ।।**
**चंद्रा लागला कलंक । गुरूपत्नीसी रतला देख ।।**
**रावण मुकला प्राणासी । कान्होपात्रा म्हणे दासी ।।''**

कान्होपात्रेनं पुन्हा अभंग गायलेला बघून मायाच्या संतापात भरच पडली. त्यातच या अभंगात तिनं फक्त पुराणातले दाखलेच दिले होते; पण ते मायाला समजण्याचा प्रश्नच नव्हता आणि शिवाय मायानं विचारलेल्या प्रश्नाचं उत्तर तर तिनं दिलंच नव्हतं. तरीही तिच्या अभंगातले इंद्र, रावण हे शब्द ऐकून ही काहीतरी पुराणातल्या गोष्टी सांगते आहे, एवढं मायाला समजलं आणि ती पुन्हा करवादली, ''अगं बहिरे, मी तुला विचारलं काय आणि तू सांगतीस काय? ते रावण आणि इंद्र मला सांगू नको. मी तुला जे विचारलंय, ते सांग. कोणाचं ऐकून तू हे सगळं करायला धजावली आहेस? कोण आहे तो?'' मायाचा आवाज संतापाच्या भरात चिरका झाला; पण कान्हू शांत होती. उलट तिच्या चेहऱ्यावर एक वेगळंच हास्य विलसत होतं. मायाच्या या प्रश्नाला कान्हूनं पुन्हा अभंगातूनच उत्तर दिलं,

**''योग याग तपें करितां भागली । तीच ही माउली विटेवरी ।।**
**न येई ध्यानीं साधिता साधनीं । भक्तांसी निर्वाणी धावतसे ।।**
**चारी वेद साही शास्त्रें शिणली । कान्होपात्रा लाधली प्रेमसुखें ।।''**

तिथं असलेल्या हंसानं कान्होपात्रेचा हा अभंग ऐकला आणि कान्होपात्रेच्या बुद्धीचं, तिच्या स्मरणशक्तीचं हंसाला कौतुक वाटलं. नृत्य आणि गायन या कला शिकवताना पंडितजींनी मागे कधीतरी कान्हूला या सगळ्या कलांचा उद्‌गाता सामवेद आहे, असे सांगितले होते. त्या वेळी सामवेदाबरोबरच इतरही तीन वेदांची

आणि सहा शास्त्रांची त्रोटक माहिती तिला सांगितली होती. तो प्रसंग हंसा विसरूनही गेली होती आणि हे सांगितलं, तेव्हा तर कान्हू लहान होती. आठ-दहा वर्षांची; पण त्या वेळी पंडितजींनी सांगितलेलं तिनं आजही लक्षात ठेवलं होतं आणि विठ्ठलाचं गुणगान करताना त्या गोष्टींचा उल्लेख केला होता. आपल्या या प्रिय सखीचा त्या क्षणी हंसाला विलक्षण अभिमान वाटला; पण तिचं मायाकडे लक्ष गेलं आणि ती घाबरली. मायाच्या नजरेतून अंगार बरसत होता. त्यातच कान्हूच्या अभंगातून तिला विठ्ठलाचं नाव कळलं होतं आणि हा सगळा परिणाम त्या विठ्ठलाचा आहे, कान्हू पंढरपूरला जाऊन आल्यापासूनचा आहे, हे तिच्या लक्षात आलं. ''काय गं हंसा, माझ्या पोरीला तिथं पंढरपुरात काही लागीरबिगीर तर झालं नाही ना? तिथं काही तिला झपाटलं तर नाही ना? तसं असेल, तर मांत्रिकाला बोलावून उतारा करावा लागेल. ते काही नाही, मी आजच संतू मांत्रिकाला सांगावा धाडते. त्याला बोलावून घेते आणि कान्हूचं लागीर उतरवते. एकदा का हे लागीर उतरलं, की मग लगेचच कान्हूची नथ उतरवायचा कार्यक्रम करायला हवा. आधीच उशीर झालाय; आता आणखी उशीर व्हायला नको. शेठजी अजून इथंच आहेत. मांत्रिकांचं आणि नथ उतरवायच्या कार्यक्रमाचं मी आताच त्यांच्या कानांवर घालते, म्हणजे दोन्ही कामं होतील.'' असं म्हणत गडबडीनं माया कान्हूच्या दालनातून बाहेर पडली.

श्यामाच्या दालनात सदाशिव बसला होता. त्याला इथं येऊन तीन दिवस झाले होते. त्याला खरंतर परतायला हवं होतं; पण बादशहाच्या दरबारात जायचं धाडस सदाशिवला होत नव्हतं. बादशहाची त्याच्यावर खफा मर्जी झाली आहे, अशी खबर त्याच्या हेरानं आणली होती आणि ते साहजिकच होतं. पुणे परगणा हा सर्वांत जास्त महसूल देणारा परगणा होता. त्या परगण्याच्या वसुलीचं कामही सदाशिवकडेच होतं; पण या वेळी तिथून वसूल झालेल्या महसुलाच्या मोठ्या रकमेचा सदाशिवला मोह पडला होता. त्यातच आळंदीजवळची एक जमीन त्याच्या नजरेत भरली होती. तीही त्याला घ्यायची होती. म्हणून त्यानं तो महसूल सरकार दरबारात भरलाच नाही. ही गोष्ट बादशहाच्या कानांवर गेली होती. सदाशिवनं आपल्याशी केलेली बेइमानी बादशहाला रुचणार नव्हतीच. याच चिंतेत सदाशिव पडला होता. कदाचित ही आपली पहिलीच चूक आहे म्हणून बादशहानं माफी दिली असती; पण वसूल केलेली महसुलाची रक्कम दंडासहित सरकारात जमा करावी लागणार होती. सदाशिव तर ती रक्कम खर्चून जमीन घेऊन बसला होता. आता ती परत करणंही शक्य नव्हतं. त्याच्या बदल्यात बादशहाला त्या महसुलाच्या रकमेएवढी दुसरी चीज द्यावी लागणार होती. काहीतरी सोनं-नाणं, रत्नं-हिरे-माणकं असं काहीतरी. सदाशिव याच गोष्टीचा विचार करत बसला होता. काय केलं म्हणजे बादशहाची

आपल्यावर खफा मर्जी होणार नाही किंवा जी झाली आहे ती दूर होईल, याचा तो विचार करत होता. इतके दिवस बादशहाची मर्जी सांभाळून असलेला सदाशिव बादशहाच्या मर्जीतून उतरण्याच्या नुसत्या विचारानंही घाबरत होता. दरबारात तर जावंच लागणार होतं. बादशहाशी सामना तर करावाच लागणार होता; पण आपण इथून बिदरला जाताना काहीतरी बातमी, काहीतरी चांगली बातमी किंवा काहीतरी मौल्यवान भेटवस्तू घेऊन गेलो; तर बादशहा आपल्यावर खफा होणार नाही, असे आडाखे तो बांधत होता; पण त्याला नक्की काय करावं, हे सुचत नव्हतं. अशा सचिंत मनःस्थितीत तो बसलेला असतानाच कान्होपात्रेच्या दालनातून माया तिथं आली. तिला झाल्या प्रकाराबाबत आणि विशेषतः कान्होपात्रेबद्दल श्यामाशी तर बोलायचं होतंच; पण संधी मिळाली तर सदाशिव शेठशीही बोलायचं होतं. माया श्यामाच्या दालनात आली, तेव्हा सदाशिव हातात मदिरेचा प्याला घेऊन बसला होता. श्यामा त्याच्या शेजारी बसून सुरईतून मदिरा ओतत होती. तसे दोघंही निवांत दिसत होते. चाणाक्ष मायानं ताडलं, हीच वेळ आहे हा विषय काढायची. मांत्रिकाचा विषय तसा मायाच्या अखत्यारीतला होत; पण कान्होपात्रेची नथ उतरवण्याचा कार्यक्रम करायचा तर श्यामाला आणि सदाशिवला सांगायला हवं होतं आणि ते दोघं जण निवांत बसलेले बघून मायानं ठरवलं हीच वेळ योग्य आहे हा विषय काढायची आणि ती मनात शब्दांची जुळवाजुळव करायला लागली.

# १४

**मा**या आत आली आणि श्यामानं तिच्या चेहऱ्यावरून ताडलं, की हिला काही बोलायचं आहे. तिनं एक कटाक्ष सदाशिवकडे टाकला आणि मायाला म्हणाली, "ये गं आई! आत ये, काही काम आहे का?" श्यामानं असं विचारण्याची माया वाटच बघत होती. ती पट्कन आत आली. श्यामाला म्हणाली, "होय पोरी! थोडं बोलायचं होतं, महत्त्वाचं! आणि तेही तुम्हा दोघांशी! म्हणूनच शेठजी असताना मी आले. विषय फार महत्त्वाचा आहे." मायानं अशी सुरुवात केली.

श्यामाला थोडा अंदाज आला. तिच्या लक्षात आलं, की आईला कान्होपात्रेबद्दल बोलायचं आहे. तिलाही कान्होपात्रेची, तिच्या वागण्याची, तिच्या भवितव्याची चिंता लागून राहिली होती. एकापरीनं आई तो विषय बोलायला आली आणि तेही शेठजीसमोर, हे बरंच झालं, असं श्यामाला वाटलं.

"बोल ना आई! काय बोलायचंय तुला ते बोल!" श्यामानं सांगितलं आणि मायानं बोलायला सुरुवात केली. कान्होपात्रेबद्दल आपल्या अपेक्षा, तिच्या भवितव्याबद्दल आपल्याला लागून राहिलेली तिच्या आयुष्याची काळजी, ती पंढरपूरला जाऊन आल्यापासूनचं तिचं बदललेलं वागणं, तिला लागीर झालं असावं अशी आपल्याला वाटणारी शंका, ते काढण्यासाठी आपण करणार असणारे उपाय आणि त्यानंतर लगेचच करण्याचा तिची नथ उतरवण्याचा कार्यक्रम हा सगळा सगळा तपशील मायानं श्यामाला आणि सदाशिवला ऐकवला. श्यामा तिचं बोलणं लक्ष देऊन ऐकत होती; पण सदाशिवचं मात्र फारसं लक्ष नव्हतं. एकतर त्याला या बाबतीत लक्ष घालण्याची गरज वाटत नव्हती आणि दुसरं म्हणजे त्याला एक वेगळीच चिंता सतावत होती. "मग काय करू या आई?" असं श्यामानं विचारलं आणि माया तत्परतेनं पुढे म्हणाली, "श्यामा, पोरी ऐक. आपली कान्होपात्रा देखणी आहे. इतकी देखणी की या पंचक्रोशीत तिच्यासारखी देखणी कुणी नसेल. तिची नथ उतरवण्याच्या कार्यक्रमाला आपण फक्त सरदारांनाच आवतण देऊ या. आपली कान्होपात्रा इतकी देखणी आहे की सरदारच काय; पण बादशहासुद्धा तिच्या रूपानं वेडा होईल आणि तिला मिळवण्यासाठी अख्खं राज्य लिहून देईल." मायानं एक

विचार मांडला. तिच्या बोलण्याकडे आतापर्यंत दुर्लक्ष करत राहिलेल्या आणि आपल्यावर येणाऱ्या संकटाचा विचार करत राहिलेल्या सदाशिवला तिचं शेवटचं वाक्य ऐकू आलं आणि त्याचे डोळे चमकले. 'खरंच! आतापर्यंत ही गोष्ट आपल्या लक्षात कशी आली नाही. बादशहाची खफा मर्जी दूर करणारी मिठाई आपल्या हातातच आहे. ही देखणी कान्होपात्रा बादशहाच्या नजरेत भरली, तर बादशहा आपल्यावर खूश होईल आणि आपल्याला माफ करेल. नव्हे, त्या अटीवरच आपण कान्होपात्रा बादशहाला नजर करायची. जर ती बादशहाच्या नजरेत भरली, बादशहा तिच्यावर लुब्ध झाला– नव्हे तो होणारच– तर मग आपले सगळे गुन्हे तर माफ होतीलच होतील. शिवाय या कान्होपात्रेच्या आणि तिच्यासोबत श्यामा आणि मायाच्या आयुष्यभराची चिंता मिटेल ते वेगळंच. पुन्हा बादशहाच्या मर्जीतला म्हणून आपला दबदबा आणखी वाढेल. ते काही नाही. आपला हा बेत या दोघींच्या गळी उतरवायचाच आणि या दोघी एकदा तयार झाल्या, की ती कान्होपात्रा अंगठ्याएवढी पोर... तिला नेऊन सरळ बादशहासमोर सादर करायची. काहीही करून हा बेत जमवायचाच! दोन दिवसांपूर्वीच हा विचार आपल्या मनात आला होता; पण आपण ते विसरलो. पण, आता हा बेत तडीस न्यायचाच.'

मनाशी असा विचार पक्का झाला आणि मायाचं बोलणं मध्येच तोडत सदाशिव म्हणाला, "मग आपण बादशहालाच गाठलं तर? कान्होपात्रेसारखी सुंदर, उत्तम गाणारी आणि नृत्यनिपुण असलेली अप्सरा कुणा ऐऱ्यागैऱ्याच्या गळ्यात पडण्यापेक्षा बादशहाच्या जनानखान्यात गेली तर? या रत्नाला बादशहासारखंच कोंदण हवं. कुणी सरदार किंवा सरदारपुत्रापेक्षा कान्होपात्रेला बादशहासारखा कदरदान मिळाला, तर तिचं जन्माचं; जन्माचं म्हणण्यापेक्षा सात जन्मांचं कल्याण होईल आणि तिच्यासोबत तुमचंही. बादशहा तर बाईलवेडा आहेच; पण कान्होपात्रेला बघितल्यावर तर तो पुरता पागल होईल आणि कान्होपात्रेला बादशहापर्यंत पोहचवण्याचं काम मी करू शकतो. दरबारात माझी चांगली वट आहे. तुम्ही दोघी या गोष्टीचा विचार करा. काय तो निर्णय घ्या आणि मग मला सांगा. म्हणजे त्याप्रमाणे मला योजना आखायला बरं. कारण, असं एकदम अनमानधपक्यानं कान्होपात्रेला बादशहाच्या दरबारात नेऊन चालणार नाही. त्याआधी कान्होपात्रेच्या रूप-लावण्याची कीर्ती बादशहाच्या कानांवर गेली पाहिजे. त्याला तिच्याबद्दल लालसा वाटली पाहिजे. म्हणजे मग आपला हा बेत तडीस जाईल. तेव्हा तुम्ही निर्णय घ्या आणि मला उद्या सांगा. मी परवा दिवशी बिदरला जाण्यासाठी निघणार आहे." असं त्या दोघींना सांगून सदाशिवनं विषय संपवला.

सदाशिवचं बोलणं ऐकून मायाचे डोळे चकाकले. 'एका परीनं शेठजी म्हणताहेत, ते बरोबरच आहे. आपली कान्होपात्रा बादशहाला नजर करावी अशीच आहे. आता

हे फक्त श्यामाला पटलं पाहिजे. आपण तिला हे पटवून देऊ. हा बेत तडीस गेला; तर आपली, श्यामाची आणि कान्होपात्रेची जिंदगी शेवटापर्यंत खुशहाल जाईल. कुणालाही कसलीच ददात राहणार नाही; पण हा बेत जमला तर एक मात्र होईल, की कान्होपात्रा आपल्यापासून, तिच्या आईपासून दूर जाईल. कदाचित आपल्याला तिला भेटताही येणार नाही आणि श्यामाचा नकार कदाचित या गोष्टीसाठीच असेल; पण आपण तिची समजूत काढू. शेठजींची वट वापरून तिची भेट घेण्याचा परवाना मागू. म्हणजे मग श्यामा तयार होईल!' मायाच्या मनात या विचारानं ठाव घेतला आणि हे सगळं कसं जमवायचं, याची सुसंगती लावण्यासाठी ती श्यामाच्या दालनातून आपल्या दालनात गेली.

सदाशिवनं सांगितलेली योजना अगदीच टाकाऊ नव्हती. उलट विचार करण्यासारखी होती; पण आपली कान्हू बादशहाच्या जनानखान्यात गेली, तर पुन्हा आपल्या दृष्टीस पडणार नाही. दुसरं असं की, जोपर्यंत तिच्यावर बादशहाची मर्जी आहे तोवरच तिचे दिवस सुखात जातील; पण काही कारणांमुळे बादशहाची मर्जी फिरली तर? बादशहाची खफा मर्जी म्हणजे प्राणांशी गाठ. मग अशा अनिश्चित भवितव्यात आपण कान्हूला ढकलायची की नाही? श्यामा असा विचार करत होती. आईचं काळीज होतं तिचं. तिनं असा विचार करणं योग्यच होतं. एक मात्र नक्की होतं की, या तिघांच्या चर्चेतून कान्होपात्रेचं भवितव्य ठरणार होतं आणि हे तिघं मिळून जिचं भवितव्य विचाराअंती ठरवणार होते, ती कान्होपात्रा मात्र या सर्वांपासून अनभिज्ञ अशी आपल्याच नादात दंग होती. आपल्या आजीचं, आपल्या आईचं आणि बाबांचं आपल्याबद्दल काय चाललंय, आपल्या भवितव्याबद्दल तिघं जण मिळून काय विचार करत आहेत; ते भवितव्य, ते आयुष्य आपलं आहे, त्याचा विचार आपण करायचा आहे. नव्हे, तो आपणच करायला पाहिजे, तो इतरांनी करून उपयोग नाही. इतरांना तो अधिकार नाही, अशा प्रकारचे कोणतेही विचार, कोणत्याही कल्पना तिच्या मनात नव्हत्या. एकतर ती या सगळ्या विचारांबाबत अनभिज्ञ होती आणि दुसरं म्हणजे हा विचार करण्याची तिला गरज वाटत नव्हती; कारण आपल्या आयुष्याचं काय करायचं, ते तिनं पक्कं ठरवलं होतं आणि ते दुसऱ्या कुणी सांगायची तिला गरजच नव्हती, इतकं तिचं ध्येय निश्चित झालं होतं. आईनं अगदी प्रेमानं समजूत घातली होती. आजीनं थयथयाट केला होता. हंसानं मैत्रिणीचा सल्ला दिला होता. कान्होपात्रावर या सगळ्याचा परिणाम झाला होता; पण तो तेवढ्यापुरताच. तिला क्षणभर आईचं पटलं होतं. आजीचा संतापही तिला योग्य वाटत होता. हंसाचा मैत्रीपूर्ण सल्लाही तिनं ऐकला होताच; पण तिच्या मनावर यातल्या कशाचाच खोलवर परिणाम झाला नव्हता. ना यातलं कुणी तिचं मन आणि मत बदलू शकलं होतं. तिची विठ्ठलावरची भक्ती अभेद्यच राहिली होती,

एखाद्या बुरुजाच्या तटबंदीसारखी. तिचा विठ्ठलावरचा विश्वास अभंग राहिला होता आणि तिचं विठ्ठलावरचं प्रेमही तसंच अथांग राहिलं होतं. आईच्या समजूत घालण्यानं, आजीच्या संतापानं किंवा हंसाच्या मैत्रीपूर्ण सल्ल्यानंही त्यात फरक पडला नव्हता. कान्होपात्रा आपल्या निर्णयावर ठाम होती. आपल्या मनाचा कौलच तिला खरा वाटत होता आणि आपण पंढरपूरला जाऊन राहायचं, या निर्णयाप्रत तिच्या मनाची तयारी झाली होती.

कान्होपात्रेच्या मनातल्या या निर्णयाची पुरेशी कल्पना मायाला आणि श्यामाला नसली, तरी त्यांना काहीसा अंदाज आला होताच. त्यामुळे जेव्हा सदाशिवनं आपली योजना सांगितली, तेव्हा कान्होपात्रेला बादशहासमोर नजर करण्याची कल्पना मायाला एकदम पसंत पडली आणि या योजनेला संमती देण्यासाठी कचरणाऱ्या श्यामालाही तिनं हे सगळं पटवून सांगितलं. आपल्या लेकीचं आयुष्यभराचं कल्याण होणार असेल तर आईनं आपली माया आवरती घेतली पाहिजे, असं तिनं श्यामाला पटवून दिलं आणि बादशहाच्या नजरेत कान्होपात्रा भरली, नव्हे; ती भरणारच, तर तिचं जन्मभराचं कल्याण होईल, हे तर श्यामाला मान्यच होतं. त्यामुळे आपली माया थोडीशी आवरती घेऊन; आपलं हृदय, आईचं काळीज थोडसं कठोर करून आपण आपल्या लेकीच्या कल्याणाचा विचार केला पाहिजे, हे श्यामाला कळत होतं; पण मन अजून मानायला तयार होत नव्हतं. पण, आज ना उद्या ते मानेल असा विश्वास जसा मायाला होता, तसाच तो श्यामालाही वाटत होताच. फक्त मनाची समजूत घालायला हवी होती आणि ती पटायला हवी होती एवढंच! दिवसभर श्यामा हाच विचार करत होती. अखेरीस तिला तिच्या मनाचा कौल मिळाला. बादशहाकडे राहून तिची लेक सोन्यारुप्यात नाहणार होती. आयुष्यभर सुखात लोळणार होती आणि कदाचित– कदाचित कान्होपात्रेची आई म्हणून तिलाही तिथं कायमचा आधार मिळणार होता. मायाचं, तिच्या आईचं असं किती आयुष्य राहिलं होतं? पण, श्यामाचं अजून अर्धंतरी आयुष्य शिल्लक होतं. त्याचाही विचार करायला हवा होता. या सगळ्या गोष्टींचा श्यामा जसजसा विचार करू लागली, तसतसा तिच्या मनाचा कौल, कान्होपात्रेला बादशहाकडेच पाठवण्याच्या बाजूला झुकायला लागला आणि श्यामाचं मन तयार व्हायला लागलं. तिनं तसं मायाला सांगितल्यावर मायालाही आनंद झाला.

कान्होपात्रेच्या भविष्याची निश्चिती तिच्या आईच्या म्हणजे श्यामाच्या अनुमतीनं झाली, तर ते चांगलंच होतं. म्हणजे कुठेच मतभेदाचा प्रसंग निर्माण झाला नसता. मायाला तो तसा व्हायलाही नको होता. त्यामुळे श्यामानं या बेताला संमती दिली, हे कळल्यावर मायाला साहजिकच आनंद झाला. आता फक्त कान्होपात्रेला पटणं गरजेचं होतं. अर्थात ते तसं गरजेचं असलं, तरी ते फारसं महत्त्वाचं नव्हतं. तिला

पटलं तर उत्तमच होतं; पण नाही पटलं तरी काही फारसं बिघडत नव्हतं. अगदी तिचा या गोष्टीला विरोध असला, तरीही तिला तेच करावं लागणार होतं जे तिची आई आणि आजी ठरवणार होत्या. इथं या बाबतीत निदान आईला ठरवण्याचं स्वातंत्र्य तरी होतं; पण जर कान्होपात्रेचा नथ उतरवण्याचा कार्यक्रम झाला असता, तर हा अधिकार फक्त श्रीमंतीला होता आणि अगदी थोडासा, नगण्य म्हणता येईल एवढा कान्होपात्रेला होता. या सगळ्या बाबींचा विचार करता मायानं आणि श्यामानं योजलेला बेत सर्वांच्या दृष्टीनंच कल्याणकारी असाच होता.

त्या दिवशी संध्याकाळी सदाशिव दालनात आल्यावर श्यामानं त्यानं योजलेल्या बेताला आपली आणि आईची संमती असल्याचं सांगितलं आणि सदाशिवनं सुटकेचा निःश्वास टाकला. त्याचं अर्धं काम तर झालं होतं. आता उरलेलं अर्धं काम म्हणजे बादशहाच्या नजरेत एकदा कान्होपात्रा भरली की, पूर्ण होणार होतं. मायाला उत्तरआयुष्यात आधार, श्यामाला आयुष्यभराचा आधार, कान्होपात्रेचं जीवनभराचं कल्याण आणि सदाशिवनं केलेल्या घपल्याबद्दल माफा, असे एका दगडात चार पक्षी मारण्याचा सदाशिवचा बेत आता तडीस जाणार, अशी चिन्हं होती. त्यामुळेच माया आणि श्यामाला आपली योजना पटली आहे, हे समजल्यावर सदाशिव पुढच्या योजनेच्या आखणीला लागला आणि त्यानं आपला बेत या दोघींना सांगून त्यांची संमतीही मिळवली. आता सदाशिव बिदरला जाऊन बादशहाला भेटणार होता. आपल्या मनातली सगळी योजना मार्गाला लागली या आनंदात सदाशिव होता, तर आता एकदा कान्होपात्रा बादशहाच्या नजरेत भरली की आपले आणि कान्होपात्राचे दिवस बदलणार, या आनंदात माया आणि श्यामा होत्या. बादशहासमोर कान्होपात्रेला नजर केल्यानंतर आपण बादशहाकडे काय काय मागायचं, या विचारात माया होती. तर आपल्याला कान्हूसोबतच राहण्याची अनुमती बादशहानं द्यावी, यासाठी काय करता येईल, या विचारात श्यामा होती आणि या सगळ्या योजनेपासून लांब,. या सगळ्या विचारांपासून अजाण आणि आई-आजीच्या मानसिकतेबद्दल अनभिज्ञ असलेली कान्होपात्रा मात्र मंदिरात विठ्ठलाशी बोलत बसली होती. विठ्ठल हे श्रीकृष्णाचं भक्तांसाठी घेतलेलं रूप आहे, अवतार आहे; हे समजल्यापासून त्या कृष्णविठ्ठलाच्या मूर्तीत ती आता फक्त विठ्ठलच बघत होती आणि त्यातच पंढरपूरला जाऊन आल्यापासून तर तिला त्या मूर्तीत आता फक्त आणि फक्त विठ्ठलच दिसत होता आणि त्याच्यासोबत, त्याच्या मागे, पुढे, त्याच्यासवे तिला दिसत होते सगळे संत. दिसत होते ज्ञानेश्वर आणि त्यांची समाधी, दिसत होती आळंदी पुण्यनगरी. मग कान्होपात्रा गायची –

**''अलंकापुरी पुण्यठाव । तेथ समाधी ज्ञानदेव ।।**
**पांडुरंगे दिधला वर । भेटी निर्धार कृष्णपक्षीं ।।**
**नित्य स्नानालागी जाणा । भागीरथी दिधली ज्ञाना ।।**
**सरस्वती मणिकर्णिका । त्रिसंगमी वाहती देखा ।।**
**येथे स्नान करितां । वास वैकुंठी तत्त्वता ।।**
**ऐसे देव सांगत । कान्होपात्रा आनंदत ।।''**

हे सगळं चाललेलं असताना ती एका वेगळ्याच भावसमाधीत दंग असायची. ती आळंदी, ती सरस्वती, ती मणिकर्णिका आणि ती भागीरथी तिला सभोवतली दिसत. ज्ञानेश्वर माउलीची समाधी तिला दिसे. या पुण्यपावन क्षेत्री स्नान करण्याचं पुण्य तिला इथं मंगळवेढ्यातल्या या श्यामा महालातल्या या मंदिरात लाभायचं आणि त्या त्रिसंगमात न्हाऊन शुद्ध झालेली कान्होपात्रा पुण्य-पवित्र अशा भावनांनी वेढली जायची. या सगळ्या सोहळ्यात ती आपल्यासोबत विठ्ठलाला पाहायची. कुणी हाक मारली की भावसमाधीतून बाहेर आलेली कान्होपात्रा मात्र घायाळ असायची. विद्ध असायची; कारण विठ्ठलासोबतच्या विवाहाचं आणि त्याच्यासोबतच्या सहवासाचं आपण कितीही स्वप्न रेखाटलं तरीही आपलं संचित वेगळं आहे, याची जाण तिला यायची आणि अशी जाणीव झालेली, जाण आलेली, भानावर आलेली कान्होपात्रा मग मात्र अत्यंत घायाळ मन:स्थितीत, जखमी पाखरांसारखी तडफडायची आणि पुन्हा त्या विठ्ठलाचाच धावा करायची. त्याला विनवणी करायची–

**''वर्म वैरियाचे हाती । देऊ नको श्रीपती ।।**
**तू तो अनाथांचा नाथ । दीन दयाळ कृपावंत ।।**
**वेद पुराणे गर्जती । साही शास्त्रें विवादती ।।**
**चरणी ब्रीद वागविसी । तुझी कान्होपात्रा दासी ।।''**

अशा भावनेनं त्याला शरण जायची. तिच्या मनाची ही घायाळ अवस्था विठ्ठलाला कळत होती की नाही कुणास ठाऊक! माया आणि श्यामाला ती खोलवर समजायचा प्रश्नच नव्हता; पण कान्होपात्रेची ही घायाळ अवस्था समजणारी एकच व्यक्ती श्यामा महालात होती आणि ती म्हणजे हंसा. खरंतर हंसाचे आता श्यामा महालात फार थोडे दिवस राहिले होते. कान्होपात्रेचं नृत्य-गायनाचं शिक्षण आता पूर्ण झालं होतं. पंडितजी आता कर्नाटकात परतणार होते. त्यांच्यासोबत हंसालाही परतणं भाग होतं. म्हणूनच तिला कान्होपात्रेची काळजी वाटत होती. नायकिणीच्या या परंपरागत व्यवसायात भरडली जाऊन कान्होपात्रेच्या मनातल्या विठ्ठलभक्तीचा स्रोत आणि प्रतिभेचा, अभंगरचनेचा, शब्दबांधणीचा हा झरा सुकून जाईल, अशी तिला भीती वाटायची. त्यातच गेल्या चार-आठ दिवसांत, सदाशिव आल्यापासून

तो जाईपर्यंत श्यामा बाईसाहेबांच्या दालनात ज्या काही घडामोडी झाल्या, कान्होपात्रेच्या भवितव्याबद्दल जो काही ऊहापोह झाला आणि तिची जी ललाटरेषा त्या तिघांनी मिळून आखायची ठरवली होती, त्याबद्दल हंसाला किसाबाईकडून सगळी माहिती मिळाली होती. ती सांगत असताना किसाबाईला भरून आलं होतं. ते कदाचित कान्हूच्या होणाऱ्या वियोगामुळेही असेल; कारण किसाबाईनंच तिला लहानाची मोठी केली होती. पण, त्या तिघांनी रेखलेलं कान्हूचं भवितव्य आणि त्यात होणारी कान्हूच्या स्वप्नांची राखरांगोळी, त्यात जळून जाणारी तिची प्रतिभा आणि त्यात करपून जाणारी तिची भक्ती यातलं गांभीर्य, यातली भयानकता, यातला निर्दयीपणा, यातलं भीषण वास्तव फक्त हंसालाच समजलं होतं आणि म्हणूनच कान्हूसाठी तिचा जीव तुटत होता. कान्हूच्या मनात अंकुरलेली ही भक्तीची आणि अभंगरचनेची वेल पारंपरिक व्यवसायाच्या या वणव्यात जळून जाऊ नये, असं तिला वाटायचं. कारण कर्नाटकामधल्या एका उत्तम गायकाच्या घरात सेवेला असलेल्या हंसाला कान्हूच्या भक्तीचं आणि अभंगरचनेचं मोल उमगत होतं, समजत होतं; पण ती काहीच करू शकत नव्हती. मनात असूनही तिला कान्हूसाठी काहीच करता येत नव्हतं. ना ती मायाला सांगू शकत होती ना श्यामाला पटवून देऊ शकत होती. त्यातच या अशा घराण्यात जन्मलेल्या आणि अप्सरेसारखं रूप लाभलेल्या कान्हूच्या भविष्यात काय लिहिलं होतं, हे सांगायला कुणा ज्योतिष्याची गरज नव्हती आणि याची एक झलक तिनं परवाच्या एका प्रसंगात बघितली होती. झालं होतं असं...

सदाशिव दोन-तीन दिवसांत बिदरला जाण्यासाठी निघणार होता. पंडितजी, शिवा आणि हंसा हे तिघं जण काही दिवसांनी परत कर्नाटकात जाण्यासाठी निघणार होते. पंडितजी गेली दहा वर्षं कान्होपात्रेला नृत्य-गायन शिकवत होते. सदाशिव आलेला असतानाच तो जाण्यापूर्वी पंडितजींना निरोपाचं जेवण द्यावं आणि सदाशिवच्या हस्ते त्यांचा सत्कार करून त्यांना शेवटची मानाची बिदागी द्यावी, असा विचार श्यामानं केला. तिनं त्यासाठी सदाशिवची परवानगीही घेतली आणि जेवणाचा बेत ठरवला. पंडितजींच्या सन्मानार्थ जेवण समारंभ होता, त्यामुळे खाद्य पदार्थांची आणि पक्वान्नांची बहार होती. पंडितजींना मानणारे आणि गायनविश्वात नाव कमावलेले काही जण त्या भोजन समारंभास अगत्यानं उपस्थित राहिले होते. भोजन समारंभ छान पार पडला. श्यामानं चांदीच्या तबकातून तांबूल आणले. त्यावरही चांदीचा वर्ख लावण्यात आला होता. पंडितजी, शिवा आणि इतर मंडळी यांना विडा दिल्यावर ते तबक घेऊन श्यामा आत निघाली; तोच "श्यामा, कान्होपात्रेला आणि हंसालाही विडा दे. कान्होपात्रेचं नृत्य-गायनाचं शिक्षण आता पूर्ण झालं आहे. आता तिचं आपल्या व्यवसायाबद्दलचं शिक्षण सुरू केलं पाहिजे.

त्याची सुरुवात तांबूल खाऊनच करायची असते. कलावंतिणीचे ओठ तांबूल खाऊनच लाल होतात आणि झाले पाहिजेत आणि ते सतत लालच असले पाहिजेत, असा शिरस्ताच आहे आपला. म्हणून तर मी आणि तू सतत तांबूल खात असतो. कान्हूच्या विडा खाण्याची आणि ओठ लाल होण्याची सुरुवात आतापासून होऊ दे. हंसाला निरोपाचा विडा दे आणि कान्हूला पदार्पणाचा.'' मायानं श्यामाला आपल्या व्यवसायातला रिवाज सांगितला.

आत निघालेली श्यामा तबक घेऊन परत मागे वळली. पुढे जाऊन तिनं हंसाला नमस्कार करून विडा दिला. कान्हू तिच्या शेजारी बसली होती. मायाचं हे रिवाज सांगणं ऐकून कान्हूच्या भविष्यात काय असणार आहे, याचा हंसाला अंदाज आला. मायाचं बोलणं म्हणजे कान्हूच्या भवितव्याचं सूतोवाच होतं. डोळ्यांत भरलेलं पाणी लपवण्याचा प्रयत्न करत हंसानं मान झुकवून श्यामाच्या हातून विडा घेतला. श्यामा कान्हूसमोर आली. तिच्या गालांवरून, केसांवरून हात फिरवून तिनं तबकातला विडा उचलून कान्हूच्या तोंडात घातला आणि तिची अलाबला घेतली. दालनात काही क्षण शांतता पसरली होती. काही क्षण तसेच गेले आणि हंसाचं कान्हूकडे लक्ष गेलं. त्याच वेळी मायाचंही कान्हूकडे लक्ष गेलं आणि कान्हूकडे बघताच माया एकदम ओरडली, ''श्यामाऽऽ! अगं, बघ बघ! कान्हूला काय झालं? काही लागलं का तिला? अगं, तिचा गळा असा लाल लाल का दिसतोय?'' मायाचं ओरडणं ऐकून श्यामा कान्हूजवळ धावली. तिनं कान्हूच्या गळ्यावरून हात फिरवला. तिथं कसलीच जखम नव्हती; पण तिच्या गळ्यातून लाल रस उतरताना दिसत होता. काय झालं होतं, ते हंसाच्या लक्षात आलं. कान्हूला कुठं लागलं नाही ना हे अस्वस्थ नजरेनं शोधणाऱ्या श्यामाला हंसा म्हणाली, ''नाही बाईसाहेब! कान्हूला काही लागलेलं नाहीये. तिचं गोरेपण इतकं नितळ आहे, की ती खात असलेल्या तांबुलाचा लाल रस तिच्या घशातून उतरताना वरून दिसतो आहे. कान्हूची कांती आणि तिचा गोरा रंग इतका आरसपानी आहे, की ती तांबूल चावून त्याचा रस गिळते आहे, तो तिच्या गळ्यातून दिसतो आहे!'' हंसानं सांगितलं आणि कान्हूच्या गळ्याकडे माया, श्यामा आणि सदाशिवसुद्धा डोळे विस्फारून बघतच राहिले. सौंदर्याची ही परमावधी होती. कान्हूच्या नितळ गळ्यातून तांबुलाचा तो लाल रंग हळूहळू सरकताना दिसत होता. डोळे विस्फारून त्याकडे बघत असताना या तिघांचंही भान हरपलं; पण पंडितजीसुद्धा भावविवश झाले. वर बघून ईश्वराला हात जोडून ते म्हणाले, ''ईश्वरा, तुझी लीला अगाध आहे. देवीची मूर्ती घडवावी, तशी तू या पोरीला घडवलीस. मग तिच्यात सौंदर्याचे सगळे मापदंड ओतताना देवत्व घालायचं का विसरलास बाबा?''

त्यांच्या या बोलण्यानं सर्वांत पहिल्यांदा भानावर आली ती माया आणि

कान्होपात्रेच्या गळ्याकडे एकटक बघत म्हणाली, ''श्यामा, या अनमोल रत्नासाठी आपण ठरवलेलं कोंदणच योग्य आहे, हे आतातरी पटलं ना तुला? त्याशिवाय या रत्नाचं योग्य मूल्य कोणी नाही जाणू शकणार! आता आधी किसाबाईला बोलव आणि कान्हूची दृष्ट काढायला सांग तिला!'' असं बोलून माया पुढे आली आणि कान्हूच्या गालांवरून हात फिरवून तिनं आपल्या कानशिलांवर कडाकडा बोटं मोडली. हे सगळं बघणाऱ्या हंसाच्या नजरेत पाणी तरळलं होतं आणि आपल्या रूपाचं कौतुक होत असल्यामुळे आनंदलेल्या कान्हूला मात्र हंसाच्या नजरेत पाणी का भरलं, याचं कारण समजत नव्हतं. हंसाला मात्र किसाबाईकडून कळलेली बातमी अस्वस्थ करत होती. आताही मंदिरात विठ्ठलाच्या मूर्तीसमोर बसून अभंग रचून गाणाऱ्या कान्होपात्रेला बघून हंसाच्या डोळ्यांत पाणी भरलं होतं. आपल्या मागं हंसा येऊन उभी राहिली आहे आणि अश्रूभरल्या डोळ्यांनी आपल्याकडे पाहते आहे, याचं भान नसलेली कान्हू एकटीच विठ्ठलासोबत बोलत बसली होती आणि विशेष म्हणजे ती विठ्ठलाला हेच सांगत होती. ''विठ्ठला, आता मला तुझ्याशिवाय कुणीच उरणार नाही. इतके दिवस मला समजून घेणारी, माझं मन जाणून घेणारी माझी जिवलग सखी हंसा इथं होती. तिला माझं मन समजत होतं. माझी तुझ्याबद्दलची ओढ समजत होती; पण आता तीही परत चालली आहे. त्यामुळे मला आता तुझ्याशिवाय कुणीच नाही. मी अगदी एकटी, एकाकी पडणार आहे. विठ्ठला, आता तूच माझा वाली आहेस. तूच माझा उद्धारकर्ता आहेस. तू तुझ्या भक्तांसाठी धावून जातोस. तू नामदेवाची खीर खाल्लीस, जनाबाईंसाठी गोवऱ्या वेचल्यास, चोखोबांसाठी तू तीर्थ मधुर केलंस, गोरोबाकाकांचं बाळ जिवंत केलंस, तूच सगळ्यांचा उद्धारकर्ता आहेस. मग मी तर तुझीच आहे. मी तुला माझा पती मानलं आहे. मी तुझी पत्नी, तुझ्या चरणांची दासी आहे. माझी ही एवढी विनवणी ऐक विठुराया!'' बोलता बोलता विठ्ठलाला सांगता सांगता कान्होपात्रेचे डोळे भरून आले.

डोळ्यांत भरलेले अश्रू गालांवरून ओघळायला लागले आणि एक क्षण असा आला, की विठ्ठलाला शरण गेलेली कान्होपात्रा हुंदके देऊन रडायला लागली. त्या रडण्यामागे हंसाचा विरह होणार ही भावना तर होतीच; पण यापुढे आपण काही कारणांनी असं रडू लागलो तर आपले डोळे पुसायला, आपल्या पाठीवरून हात फिरवून आपली समजूत घालायला कुणी असणार नाही, ही हृदय जाळणारी खंत त्यात होती. डोळ्यांतून ओघळणाऱ्या त्या पाण्यानं कान्होपात्रेच्या मनाचाही ताबा घेतला. ते अश्रू एकामागे एक ओघळतच राहिले. काय नव्हतं त्या अश्रूंत? होती असहायता, होती एकाकीपणाची भावना, होतं विरहाचं दुःख, होती अनाथ असल्याची खंत, होता विठ्ठलावरचा विश्वास, होती त्याच्याकडून अपेक्षा, होती अपेक्षापूर्तीची

आस आणि होती स्वत:साठीची चिंता. डोळ्यांतून वाहणाऱ्या त्या अश्रूंनी कान्होपात्रेच्या उरातलं सगळं दुःख आपल्यासोबत उघडं केलं. दाराशी उभी राहून कान्होपात्रेकडे एकटक बघणाऱ्या हंसाला कान्हूच्या मनातलं सगळं शल्य त्या अश्रूंनी सांगितलं आणि न राहवून हंसा पुढे झाली आणि तिनं कान्हूच्या खांद्यावर हात ठेवला. कान्हू अजून विठ्ठलाशी संवादच करत होती. हंसाच्या प्रेमळ हाताचा स्पर्श झाला आणि तिला वाटलं, आपल्या हाकेला विठ्ठलच धावून आला. हंसाचा स्पर्श होताच तिनं हाक दिली, "विठ्ठलाऽऽऽ!" आणि मागं बघितलं. पाठीमागं हंसा उभी होती. हंसाला बघताच कान्हूचा बांध फुटला. आता दोन दिवसांनी हंसा जाणार होती कायमची. पुन्हा तिची आणि कान्हूची भेट होते की नाही; केव्हा होते, एक तो विठ्ठलच जाणे! पण, आतातरी हंसा जाणार, आपल्याला सोडून जाणार एवढी एकच भावना कान्हूच्या मनात उचंबळून आली आणि हंसाला मिठी मारून कान्हू ढसढसा रडायला लागली. काही न बोलता कान्हूच्या डोक्यावरून हात फिरवणाऱ्या हंसाला आपल्याही डोळ्यांतून पाण्याची धार कधी लागली, हेही समजलं नाही. त्यानंतर कितीतरी वेळ हंसाच्या कुशीत कान्हू स्फुंदत होती आणि कितीतरी वेळ हंसा कान्हूला समजावत तिचं सांत्वन करत होती आणि हे निखालस, निरलस, निरपेक्ष प्रेम तो कृष्णविठ्ठल कमरेवर हात ठेवून निरखत होता.

असा कितीतरी वेळ गेला. कितीतरी वेळ. दोघी जेव्हा भानावर आल्या, तेव्हा संध्याकाळ झाली होती. गुरवकाका मंदिरात समई लावायला आले. त्यांनी समईसोबतच, नंदादीप आणि सर्व पणत्या लावल्या. मंदिराचा तो अवघा परिसर त्या सोनेरी प्रकाशानं उजळून निघाला आणि दोघी भानावर आल्या. दोघींनी एकमेकींचे डोळे पुसले आणि मग एकमेकींकडे बघून खुद्कन हसल्या. तसं हसताक्षणी दोघींच्या मनातलं वियोगाचं अवघं मळभ दूर झालं आणि मग मात्र प्रसन्नपणे हसत दोघींनी पुन्हा एकमेकींना मिठी मारली. कमरेवर हात ठेवून उभ्या असलेल्या कृष्णविठ्ठलानं मघाशी जसं त्या दोघींचं निखालस प्रेम आणि वियोगाचं दुःख पाहिलं होतं, तसंच आताही या दोघींचं निरागस प्रेम आणि निर्व्याज हसू तो बघत होता. गुरवकाकांनी लावलेल्या पणत्यांचा सोनेरी प्रकाश त्या मंदिर परिसराला उजळवून टाकत होता; पण मंदिराच्या त्या भिंती, ते खांब, ती महिरप, ती संगमरवरी फरशी याहीपेक्षा त्या सोनेरी प्रकाशात उजळले होते ते या दोघींचे चेहरे. कान्होपात्रेचा गुलाबी गोरा रंग आणि हंसाचा तेजस सावळा रंग, दोन्हीही या सोनेरी प्रकाशात न्हाऊन निघाले होते आणि तो सोनेरी रंग दोघींच्याही कांतीवर चढला होता, जणू सोन्याचा वर्खच. रात्र झालीतरी दोघी मंदिरातच होत्या. त्यांना भान आलं ते किसाबाईच्या हाकेनं. ती त्या दोघींना जेवणासाठी बोलावत होती. तशा दोघी उठल्या. एकमेकींचा हात धरून आत गेल्या. त्या दोघींची देहबोली, त्या दोघींची हाताची घट्ट पकड जणू सुचवत

होती की, आम्ही कितीही वेगळ्या झालो, कितीही दूर झालो; तरी आम्ही नेहमीच एकमेकींच्या सोबतच राहणार आहोत. शरीरानं नाही, तरी मनानं. त्या दोघींच्या पाठमोऱ्या आकृतीकडे पाहत असलेल्या गुरवकाकांच्या मनातही हेच विचार आले; पण त्या दोघी आत गेल्या म्हणून दिसेनाशा झाल्या की त्यांचं प्रेम बघून आपल्या डोळ्यांत पाणी भरलं म्हणून दिसेनाशा झाल्या, या प्रश्नाचं उत्तर गुरवकाकांना सापडेना. ते शोधण्याचा नाद त्यांनी सोडून दिला आणि देवापुढे हात जोडून त्याला गाऱ्हाणं घातलं – ''या पोरींचं रक्षण कर रे विठुराया!'' विठुराया त्यांचं ऐकणार होता की नाही माहीत नाही; पण त्यांच्या हातात जेवढं होतं तेवढं त्यांनी केलं आणि या भावनेनं त्यांना समाधान वाटलं.

दुसरा दिवस उजाडला तो गडबडीचा. आज दुपारी पंडितजी, शिवा आणि हंसा कर्नाटकात परतण्यासाठी निघणार होते. मंगळवेढ्याहून दुपारी निघून रात्री एके ठिकाणी मुक्काम करून तिथून भल्या पहाटे उठून पुन्हा प्रवासाला निघणार होते. पंडितजींच्या दालनात शिवा आणि हंसा सामानाची बांधाबांध करत होते. आज पंडितजी कान्होपात्रेला गुरुमंत्र सांगणार होते. गुरुमंत्र म्हणजे शिष्याचं शिक्षण पूर्ण झाल्यावर गुरूनं शिष्याला देण्याचं शेवटचं गुरुज्ञान. म्हणजे त्याला दिलेल्या ज्ञानाबरोबर थोडंसं व्यवहार ज्ञान, दिलेलं ज्ञान उपयोगात आणण्याच्या क्लृप्त्या आणि जनरीत. या तिन्हींबद्दल गुरूंनी शिष्याला तो कानमंत्र द्यायचा असतो आणि तो त्या शिष्याच्या कानात सांगायचा असतो. हंसानं थोडीशी सामानाची आवराआवर केली आणि ती कान्होपात्रेच्या दालनात पळाली. आज ती तिच्या हातानं कान्होपात्रेला नटवणार, सजवणार होती. त्यानंतर कान्होपात्रा गुरुवंदना म्हणून थोडंसं नृत्य-गायन करणार होती आणि त्यानंतर पंडितजी तिच्या कानात गुरुमंत्र सांगणार होते. हंसा कान्हूच्या दालनात गेली, तेव्हा कान्हू नुकतीच सुस्नात होऊन आली होती. हंसा तिच्याकडे पाहतच राहिली. कान्हू एखाद्या गुलाबकळीसारखी दिसत होती, दवात न्हालेल्या. हंसा पुढे झाली. तिनं पुढे होऊन कान्होपात्रेला क्षणभर मिठी मारली आणि हाताला धरून तिला दर्पणासमोर नेऊन बसवली आणि कान्हूचा साजशृंगार सुरू झाला. तिच्या सुंदर लांबसडक केसांची सुंदर केशरचना करून हंसानं त्यात मोत्यांच्या लडी गुंफल्या. सुवर्णाची फुलं गुंतवली आणि कान्होपात्रेला नटवली. अनेक सुवर्णालंकार आणि हिऱ्या-माणकांचे अलंकार घालून कान्हूला सजवली आणि अशी साजशृंगार पूर्ण झालेली कान्हू आतातर इंद्राच्या दरबारातल्या एखाद्या अप्सरेसारखी दिसायला लागली. हंसा तिच्या हाताला धरून तिला पंडितजींच्या दालनात घेऊन आली. पंडितजींनी नुकतीच आपली पूजाअर्चा, आराधना संपवली होती आणि ते आसनावर बसून आपल्या शिष्येची– कान्होपात्रेची वाट बघत होते. हंसा दालनाचा दरवाजा ढकलून आत आली आणि तिनं पंडितजींना कान्होपात्रा

आल्याचं सांगितलं आणि तिच्या पाठोपाठ कान्होपात्रा आत आली.

आत येणाऱ्या कान्होपात्रेकडे पंडितजी बघत राहिले. साक्षात रुक्मिणीमाता आपल्यासमोर चालत येत आहे, असा भास त्यांना झाला. त्यांनी एकदा डोळे मिटले. उघडले. कान्होपात्रा येत होती. त्यांनी पुन्हा डोळे मिटले, उघडले तर रुक्मिणामाता दिसत होती. पंडितजींच्या अंतर्मनावरही जणू शहारा उठला. कान्होपात्रेच्या पाठीमागून कुणीतरी येतंय, असं त्यांना क्षणभर वाटलं. त्यांनी तिच्या मागे नजर टाकली. तिथे कुणीच नव्हतं;पण एक क्षण, एक क्षण. दुसऱ्या क्षणाला त्यांची नजर दालनातल्या सारवलेल्या जमिनीवर पडली. नृत्य शिकवताना पाय घसरून पडू नये किंवा चुकून पडलं तर लागू नये, या उद्देशानं पंडितजींच्या दालनातल्या मधल्या भागात संगमरवरी फरसबंदी बसवली नव्हती. तिथं गोमयानं जमीन सारवली होती. त्या नुकत्याच सारवलेल्या जमिनीकडे पंडितजींची नजर गेली आणि त्यांना तिथं दिसली दोन पदचिन्हं. स्वस्तिक रेखाटलेली दोन पदचिन्हं. क्षणभरच ती दिसली आणि नंतर जमिनीत विरून गेली; पण त्या क्षणानं त्यांना सांगितलं की कान्होपात्रेच्या मागून साक्षात विठ्ठल तिथे आला होता. होय. ती स्वस्तिक रेखाटलेली पदचिन्हं विठ्ठलाचीच होती आणि सारवलेल्या जमिनीवरच्या त्या पदचिन्हांचे ते ठसे याचीच साक्ष देत होते. पंडितजींनी क्षणभर डोळे मिटून घेतले; पण त्यांच्या मिटल्या डोळ्यांतून अश्रू वाहत होते. धन्यतेचे, सार्थकतेचे अश्रू. कान्होपात्रेसारखी शिष्या मिळाल्याबद्दलची धन्यता आणि तिच्यामुळे विठ्ठलाच्या पदचिन्हांचं दर्शन लाभलं त्याची सार्थकता. कान्होपात्रा विठ्ठलभक्ती करते, हे त्यांना माहीत होतं. ती अभंगरचना करते, हे हंसाकडून त्यांना कळलं होतं; पण विठ्ठलानंही तिचा भक्त म्हणून स्वीकार केला आहे, हे त्यांना आता उमगलं होतं. कान्होपात्रेच्या पाठीमागे उमटलेली विठ्ठलाची चरणमुद्रा क्षणभर का होईना; पण दिसल्यावर! आणि त्या क्षणी, त्या क्षणी कान्होपात्रेला कोणता गुरुमंत्र द्यावा, याचा जणू संकेतच त्यांना मिळाला. खरंतर ते कालपासून या विचारात होते; पण त्यांना सुचत नव्हतं आणि आता या क्षणी कान्होपात्रेच्या जागी त्यांना रुक्मिणीमाता दिसली आणि कान्होपात्रेच्या पाठोपाठ दिसल्या विठ्ठलाच्या चरणमुद्रा आणि कान्होपात्रेला कोणता कानमंत्र, गुरुमंत्र म्हणून द्यावा हे त्यांना सुचलं. त्यांनी डोळे उघडले. समोर हात जोडून कान्होपात्रा उभी होती. पंडितजींनी डोळे उघडलेले बघून तिनं पंडितजींना वंदना केली आणि तिनं नृत्य-गायनाला सुरुवात केली. विशेष म्हणजे पारंपरिक बंदिश न म्हणता तिनं स्वत: रचलेला अभंग गायला आणि त्यावरच नृत्यही केलं.

**''ज्ञान वैराग्य भजली न तुमते । आमुते पंढरीनाथे न विसरीजे ।।**
**दंभ, प्रपंच भजली न तुमते । आमुते पंढरीनाथे न विसरीजे ।।**
**विनवी कान्होपात्रा पंढरीरायाते । आमुते पंढरीनाथे न विसरीजे ।।''**

आळवून आळवून कान्होपात्रा अभंग म्हणत होती. पंडितजींना आणि हंसाला तिचं, तिच्या शहाणपणाचं, तिच्या सूचकतेचं कौतुक वाटलं. एकीकडे तो त्या विठ्ठलाला साकडे घालणारा अभंग होता, तर एकीकडे तो पंडितजींना विनवणी करणारा, मला विसरू नका म्हणून सांगणारा अभंग होता. कान्होपात्रेचं नृत्य-गायन संपलं. पंडितजींच्या चरणांवर मस्तक ठेवून तिनं पुन्हा त्यांना वंदन केलं. पंडितजींचे डोळे पाण्यानं भरले होते. पायांवर झुकलेल्या कान्होपात्रेला त्यांनी खांद्याला धरून उठवलं. तिच्या मस्तकावर हात ठेवून तिला आशीर्वाद दिला, ''मनःपूर्ती भव।'' आणि हळूच कान्होपात्रेच्या कानाजवळ तोंड नेऊन त्यांनी तिच्या कानात गुरुमंत्र सांगितला, शेवटचा. तो गुरुमंत्र सांगताना पंडितजींच्या डोळ्यांतून आणि ऐकताना कान्होपात्रेच्या डोळ्यांतून अश्रूंची धार लागली. दोघांचेही डोळे भरून का आले याचं कारण, हे दृश्य तिथे उभं राहून पाहणाऱ्या हंसाला कळलं नाही; पण त्याचबरोबर आपल्याही डोळ्यांत पाणी साठलंय आणि ते आपल्या गालांवरून ओघळतंय, हेही तिला समजलं नाही. त्यामुळे त्याचं कारण समजायचा प्रश्नच नव्हता आणि ते कारण माहीत करून घेण्याची गरज नव्हती. कान्होपात्रेला गुरुमंत्र देण्याचा कार्यक्रम झाला आणि जेवणं झाल्यावर हंसा, पंडितजी आणि शिवा बाहेर पडले. हंसा कान्होपात्रेचा निरोप घ्यायला आली आणि दोघी जणी एकमेकींच्या गळ्यात पडून खूप रडल्या. दहा वर्षं. दहा वर्षं दोघी जणी एकमेकींच्या सहवासात होत्या. पंडितजी, शिवा अधनंमधनं कर्नाटकात परत जायचे. हंसाही एक-दोनदा जाऊन आली; पण लगेचच परत आली. त्यामुळे कान्होपात्रेचा आणि हंसाचा सहवास अखंड दहा वर्षं होता. कान्होपात्रेला तर बाहेरचं जगच नव्हतं. हंसाला होतं; पण तिनं कान्होपात्रेलाच आपलं जग बनवलं होतं. त्यामुळे या दोघींचं मिळून एकच जग होतं आणि त्या जगात तिसरं कोण असेल तर तो कृष्णविठ्ठल. कान्होपात्रेचं मोठी मोठी होत जाणं हंसासमोरच घडत होतं. तिचं तारुण्यात येणं, विठ्ठलभक्ती करणं, अभंगरचना करणं या सगळ्यात साक्षीदारही हंसाच होती आणि भागीदारही हंसाच होती. एक मैत्रीण म्हणून, एक बहीण म्हणून, एक जिवलग सखी म्हणून हंसानं कान्होपात्रेला जे प्रेम दिलं, जो आधार दिला त्याला तोड नव्हती; पण त्याहीपेक्षा हंसानं कान्होपात्रेला एक फार मोठी देगणी दिली होती, ती म्हणजे हंसानं कान्होपात्रेला अक्षरओळख शिकवली होती. हंसा गेली आणि तो प्रसंग कान्होपात्रेला जसाच्या तसा आठवला.

कान्होपात्रा अभंग रचायची आणि हंसा ते लिहून घ्यायची; पण पंढरपूरला जाऊन आल्यापासून कान्हूला विठ्ठलाचं वेडच लागलं आणि तिला असं वाटायला लागलं, की विठ्ठलाचं नाव आपल्याला लिहिता आलं पाहिजे. तिनं हंसाजवळ तसा हट्टच धरला आणि मोठ्या मुश्किलीनं सगळ्यांपासून लपूनछपून, कुणालाही कळू

न देता हंसानं कान्हूला 'विठ्ठल' असं लिहायला शिकवलं. कुशाग्र बुद्धिमत्ता असलेली कान्हू ते लगेचच शिकली आणि ज्या दिवशी तिनं 'विठ्ठल' असं मंदिराच्या फरसबंदीवर कोळशानं लिहिलं, त्या दिवशी तिला आकाश ठेंगणं झालं. आपण रेखाटलेल्या त्या अक्षरांकडे कितीतरी वेळ ती एकटक बघत बसली होती आणि त्यानंतर कितीतरी वेळ त्या अक्षराभोवती नाचत होती. हंसाचे तर तिनं इतके लाड केले, तिला खांद्याला धरून गरगरा फिरवलं, शेवटी हंसाच दमली; पण त्यानंतर एक झालं 'विठ्ठल' ही तीन अक्षरं लिहायला आल्यावर कान्हूला अक्षरांची गोडी लागली आणि मग मात्र हंसाकडून तिनं भराभर अक्षरओळख करून घेतली. हंसाचं हे ऋण कान्होपात्रा कधीच विसरणार नव्हती. कर्नाटकच्या वाटेवर असलेल्या हंसालाही हा प्रसंग आठवत होता आणि प्रतिभेची देणगी लाभलेल्या कान्हूला, अभंगरचना करणाऱ्या कान्हूला आपण अक्षरओळख करून दिली ते बरं झालं, आपण तर आता परत निघालो आहोत; पण आता यापुढे कान्हूनं रचलेले अभंग कोणी लिहून घ्यायचे, हा प्रश्न उरला नव्हता. सावकाशीनं एकेक अक्षर जोडून का होईना; पण कान्हूच ते लिहू शकणार होती. कान्हूच्या विरहाच्या दुःखात असलेल्या हंसाला तशा दुःखातही या गोष्टीचं समाधान वाटत होतं.

हंसा गेली आणि कान्होपात्रा एकटी पडली. आता आपल्या आयुष्यात विठ्ठलाशिवाय कुणी नाही, ही भावना कान्हूच्या मनात सतत वाढायला लागली. आपली आजी, आपली आई इथं असली, तरी आपलं आपल्या विठ्ठलाशिवाय कुणी नाही. आता आपण इथं असं एकटं राहण्यात तरी काय अर्थ आहे; आपण आपल्या विठ्ठलाकडे, पंढरपूरला गेलं पाहिजे, असा तिच्या मनानं ध्यास घेतला. तिला आता पंढरपूरची ओढ लागली. तिला आता विठ्ठलाची ओढ लागली. त्याला बघावं, त्याला भेटावं असं सारखं सारखं वाटायला लागलं आणि अडचणीची गोष्ट अशी होती, की हे सांगायला, मन मोकळं करायला कुणीच नव्हतं. हंसा तर निघून गेली होती. तिची आजी आणि आई हे ऐकण्याच्या मानसिकतेच्या नव्हत्या आणि किसाईला सांगावं तर कान्होपात्रेच्या भावनांची खोली, तिच्या विचारांचा गहिरेपणा, तिच्या मनाला लागलेल्या आसेतली उत्कटता किसाईला कितपत कळतेय, यात शंकाच होती. परिणाम असा झाला, की कान्होपात्रा एकटी पडली. अगदी एकटी. कान्होपात्रेचं उदास राहणं मायाच्याही लक्षात आलं आणि श्यामाच्याही; पण त्यांना त्या गोष्टीचं खरं कारण कळलंच नाही. जिवलग मैत्रीण हंसा परत गेली. तिची आठवण येते म्हणून कान्होपात्रा उदास असेल, असा तर्क त्यांनी बांधला. त्यांच्या बुद्धिमत्तेच्या आधारावर, त्यांच्या विचारांच्या परिघाप्रमाणे त्यांनी बांधलेला हा तर्क बरोबरच होता आणि या समस्येवर त्यांनी त्यांच्या परीनं उत्तरही काढलं होतं आणि तेही त्यांच्या परीनं बरोबरच होतं. फक्त त्या उत्तराप्रमाणे घडण्यासाठी थोडीशी प्रतीक्षा करावी

लागणार होती. एका येऊ घातलेल्या निरोपाची वाट बघावी लागणार होती. सदाशिवला जाऊन आता महिना होऊन गेला होता. तो बिदरला सुखरूप पोहोचल्याचाही निरोप आला होता. पंडितजींना जाऊनही पंधरा दिवस होऊन गेले होते. तेही सुखरूप पोहोचल्याचा निरोप आला होता; पण अजून सदाशिवचा उलट निरोप आला नव्हता. तो बिदरला गेल्या गेल्या बादशहाची भेट घेणार होता. त्याला कान्होपात्रेबद्दल सांगणार होता. कान्होपात्रेच्या रूपाची, गुणांची, नृत्य-गायनाची, तिच्या लावण्याची आणि तिच्या तारुण्याची कीर्ती तो बादशहाला सांगणार होता आणि आपल्या मनात तिला बादशहाला नजर करायची आहे, असं सांगून बादशहाला गळ घालणार होता. कान्होपात्रेच्या लावण्याची आणि तारुण्याची कीर्ती ऐकून बादशहा नक्कीच पाघळणार होता आणि त्यानं कान्होपात्रेला माझ्यासमोर घेऊन या असा आदेश दिला, की सदाशिव तसा सांगावा धाडणार होता आणि मग कान्होपात्रेला घेऊन बिदरला, बादशहाकडे जायचं होतं. सदाशिवच्या याच निरोपाची वाट माया आणि श्यामा बघत होत्या आणि त्यांच्या दृष्टीनं कान्होपात्रेच्या उदास मनःस्थितीवर हाच एक उपाय होता. सदाशिवचा निरोप आता केव्हाही आला असता. तो येण्यापूर्वी या आनंदाच्या भवितव्याची कान्होपात्रेला कल्पना द्यावी, असं श्यामाचं मत पडलं आणि तिनं ते तसं आईला म्हणजे मायाला सांगितलं. मायालाही ते पटलं आणि कान्होपात्रेला हे सांगण्यासाठी दोघी तिच्या दालनात गेल्या.

त्या गेल्या, तेव्हा कान्होपात्रा अभंग गात बसली होती. हंसाच्या जाण्यामुळे तिच्या जीवनात निर्माण झालेली पोकळी विठ्ठलनामामुळे भरली गेली होती. हंसाची आठवण आली, की कान्हू विठ्ठलाचं नामस्मरण करत बसायची. मग तिचं त्यात मन रमायचं. तिच्या मनाला झालेलं दुःख कमी व्हायचं. आताही, जेव्हा माया आणि श्यामा कान्हूच्या दालनात आल्या, तेव्हा कान्हू अभंगच गात होती. विठ्ठलाच्या नामाचा महिमा सांगणारा अभंग.

**''नामे दोष जळती । नामे पापी उद्धरती ।।**
**हे आले अनुभवा । सत्यजीवा प्रत्यया ।।**
**नामे अपार तारिले । नामे जीवनमुक्त केले ।।**
**कान्होपात्रा नाम घेता । पायी जडली तत्त्वतां ।।''**

तिचा अभंग ऐकून श्यामाला कळलं, की ती अभंग गाते आहे; पण मायाच्या कपाळावर मात्र आठ्या पडल्या. "अजून हिचं वेड आहेच का चालू? मला वाटलंवतं, हंसा गेली तिच्या पाठोपाठ गेलं असेल; पण आता जाईल!'' असं म्हणत ती कान्होपात्राजवळ गेली; पण आता तिचा चेहरा, तिचा आवाज, बदलला होता. कान्हूजवळ जाऊन तिनं कान्हूच्या डोक्यावरून हात फिरवला आणि श्यामाला

म्हणाली, "श्यामा, बघ गं पोर कशी सुकलीय ते! हंसा लांब गेली म्हणून तिला वाईट वाटतंय बघ. आपण का गेलो नाही, असं तुला वाटत असेल ना पोरी? पण तू काळजी करू नको. आता तूपण जाणार आहेस, लांब, तिकडे परमुलखात. तुलापण बरं वाटेल बघ आणि तिथं जाऊन तू सोन्या-रुप्याच्या राशीत, हिरे-माणकांच्या ढिगाऱ्यात लोळशील. छान छान पोशाख घालशील. रेशमी, जरतारी लुगडं नेसशील. हिरेमाणकांचे अलंकार घालशील. रोज पाच पक्वान्नं खाशील. अगदी सुखात राहशील बघ तू. राजाची राणी बनून." माया सुखाचं वर्णन करत होती.

तोच कान्हूनं विचारलं, "मी परमुलखात जाणार? पण तिथं विठ्ठल असेल का?" कान्हूचा हा प्रश्न ऐकून माया संतापली. आपण सांगतोय श्रीमंतीच्या गोष्टी आणि ही विचारते आहे त्या दरिद्री विठ्ठलाबद्दल. माया उसळून काही बोलणार, तोच श्यामानं तिचा हात दाबला आणि कान्होपात्रेची हनुवटी धरून म्हणाली, "हे बघ कान्हू, तो विठ्ठल, हे अभंग हे सगळं तुला आता विसरायला हवं. खरं म्हणजे आम्ही तुझी नथ उतरवण्याचा कार्यक्रम करणार होतो; पण तुझ्या रूपाला योग्य असा या पंचक्रोशीत आम्हाला कोणी दिसेना. कारण, तुझं रूप हे फक्त महालात, राजवाड्यातच शोभणारं आहे. म्हणूनच आम्ही तुला बिदरच्या बादशहाला नजर करायची ठरवली आहे. तुझं रूप, लावण्य बादशहांना एकदा आवडलं की तुझी जन्मभराची ददात मिटेल. तो विठ्ठल आणि ते अभंग तुला पोटाला खाऊ घालणार नाहीत, हे मी तुला मागंच समजावलंय. भक्तीनं पोट भरत नाही आणि अभंगानं तहान भागत नाही कान्हू. आम्ही तुझ्या भवितव्याचा विचार करूनच हा निर्णय घेतला आहे आणि तो तुला मानावाच लागेल. तो तुझ्या कल्याणाचाच आहे. तू तो समजूतदारपणे ऐकावास असं मला वाटतं, पण तू ऐकलं नाहीस तर आम्हाला तुझ्या मनाविरुद्ध वागावं लागेल. तुझ्यावर बळजोरी करावी लागेल आणि ती करण्याची वेळ तू आणलीस, तर मी मात्र माझा गळा चिरून घेऊन माझा जीव देईन. आईचं असलं मरण तुला बघायचं असेल, तर मग मला तेही करावं लागेल आणि माझ्याबद्दल, आपल्या या आईबद्दल तुझ्या मनात थोडंसं प्रेम, थोडीशी कृतज्ञता असेल, तर तू माझं ऐकशील आणि तू हे आनंदानं ऐकलंस, तर तू मागशील ते बक्षीस मी तुला देईन. बोल पोरी, तू काय ठरवणार आहेस?" श्यामानं असं कान्हूच्या काळजाला हात घालून आपल्या भावना सांगितल्या आणि कोमल मनाची कान्हू स्फुंदायला लागली. आपल्यामुळे आपली आई मरणाला सामोरी जाणार, ही कल्पनाच तिला सहन होईना. त्यापेक्षा आपण आईचं ऐकून नशिबात येईल ते स्वीकारावं असा तिनं विचार केला; पण श्यामाच्या शेवटच्या वाक्यानं तिचे डोळे चमकले. त्या वाक्यानं जणू तिला दिलासा दिला. शक्ती दिली आणि युक्तीही सांगितली.

आईच्या कुशीत शिरून रडवेली होऊन स्फुंदत स्फुंदत कान्हू म्हणाली, "आई, तू नको गं असं बोलू. मी तुमचं ऐकेन. मी जाईन बिदरला; पण आई, मला तिथं जाण्यापूर्वी एकदा पंढरपूरला जायची परवानगी दे. मला विठ्ठलाला एकदा भेटू दे. त्याला डोळे भरून बघू दे. त्याला बघितल्यावर मला बरं वाटेल. त्याला एकदा डोळे भरून बघेन, मग तुम्ही म्हणाल ते करेन." कान्हूनं आईच्या कुशीत शिरून स्फुंदत स्फुंदत सांगितलं. कान्हूचं बोलणं ऐकून मायानं सुटकेचा निःश्वास टाकला. तिची आणि श्यामाची युक्ती सफल झाली होती. आईच्या मरणाच्या धाकानं कान्हू विरघळणार, हा त्या दोघींचा अंदाज खरा ठरला होता. कोमल मनाची कान्हू विरघळली होती. त्या दोघींचं ऐकायला तयार झाली होती. बिदरला जायला तयार झाली होती. फक्त तिला जाण्यापूर्वी एकदा पंढरपूरला जायचं होतं आणि त्या विठ्ठलाला भेटायचं होतं. तिची ही किरकोळ मागणी पूर्ण करायला कसलीच हरकत नव्हती. कान्हूनं पुन्हा रडवेल्या स्वरात विचारलं, "मग आई, मी जाऊ का गं पंढरपूरला? मला अनुमती देशील?" आणि मायानं आणि श्यामानं प्रसन्न चेहऱ्यानं मोऽऽठा होकार भरला. त्यांना कुठं माहीत होतं, की त्यांचा हाच मोऽऽठा होकार कान्होपात्रेला चिरंजीव करणार आहे ते.

# १५

**बि**दरला जाण्यासाठी कान्होपात्रेनं होकार दिला. कसा का असेना; पण होकार दिला, यामुळे माया आणि श्यामाला आसमान ठेंगणं झालं. आता एकदा का कान्होपात्रेला बिदरच्या बादशहाला नजर केली की झालं. कान्होपात्रेच्या रूप-लावण्यानं बादशहा घायाळ होणार होता आणि एकदा का कान्होपात्रेच्या रूप-लावण्याची जादू त्याच्या मनावर पडली, एकदा का कान्होपात्रेच्या सौंदर्याची आणि तारुण्याची भूल त्याच्यावर पडली की मग चांदीच चांदी होती. माया-श्यामाचीच काय; पण कान्होपात्रेच्याही उर्वरित आयुष्याची चिंता नव्हती. दुधा-तुपानं नाहणार होती ती. सोन्या-हिऱ्यांत लोळणार होती. उंची वस्त्रं-प्रावरणं घालणार होती आणि राजमहालात राहणार होती. कुणालाही हेवा वाटावा, असं आयुष्य तिला लाभणार होतं. एकदा कान्हूनं 'हो' म्हटल्यानंतर मग मात्र माया आणि श्यामा यांची धांदल सुरू झाली. सर्वांत महत्त्वाचं म्हणजे सांगावा धाडून सदाशिवला कान्होपात्रेचा हा होकार कळवायला हवा होता. कान्होपात्रेला घेऊन कधी तिकडे यायचं, हे विचारायला हवं होतं. जाण्याचा बेत, त्याची तयारी, प्रवासाची तयारी करायला हवी होती. कान्होपात्रेच्या सौंदर्याला आणखी उजाळा येण्यासाठी, तिचं लावण्य आणखी उजळण्यासाठीचीही तयारी करायची होती. तिच्या अभ्यंगासाठी वेगवेगळी तेलं बनवायची होती. माका, कापूर, मेहंदी, ब्राह्मी, अश्वगंधा, शतावरी, गुळवेल, धृतकुमारी, जास्वंद, गुलाब, मोगरा, पानवेलीची पानं, हळकुंड, चंदन, शिकेकाई, रिठा, काचोळा इत्यादी वनस्पती, फुलं, पानं जमवून त्यांचे अर्क काढून त्यापासून वेगवेगळी तेलं, सुगंधी अत्तरं, सुगंधी उटणी बनवून तिला अभ्यंग करून तिची कांती, डोळे, केस आणखी चमकदार करायचे होते आणि हे सगळं करण्यात महिना/२ महिने सहजच जाणार होते. एवढी सगळी तयारी तर करायची होतीच; पण कान्होपात्रेसाठी वेगवेगळ्या ढंगांचे पोशाखही शिवायला हवे होते. ती आता सुलतानाच्या जनान्यात जाणार होती. मग नुसती भरजरी लुगडीच कशी चालली असती? शिवाय तिला सोबत देण्याच्या लुगड्यांवरही कशिदाकारी, मोत्यांची प्रभावळ, जरतारी गोंडे; आयन्यांचे, काचांचे तुकडे इत्यादींची महिरप करून

घ्यायची होती. बाई बाई! किती कामं व्हायची होती आणि ही सगळी कामं सुलतानाचं बोलावणं येण्याआधी पूर्ण व्हायला हवी होती. माया आणि श्यामाच्या हाताला आणि डोक्याला आता अजिबात उसंत नव्हती. श्यामा महलमध्ये एका वेगळ्याच उत्साहाचं वारं शिरलं होतं आणि कान्हू...?

या सगळ्यापासून अनभिज्ञ असलेली, आपल्या नशिबात काय वाढून ठेवलंय याची कल्पना आल्यामुळे हादरलेली, निराश झालेली, आपण असहाय असल्याच्या जाणिवेनं स्वत:वरच संतापलेली आणि आपल्याला काहीच करता येत नाही म्हणून पुन:पुन्हा विठ्ठलाला शरण जाणारी कान्होपात्रा मंदिरात मूर्तीसमोर बसली होती आणि पुन:पुन्हा विठ्ठलाला प्रश्न विचारत होती. जाब विचारत होती. आपल्या भयाण भवितव्यानं ती भयभीत झाली होती. एक ना एक दिवस आपल्या नशिबात असलंच काहीतरी येणार, हे ती जाणून होती आणि हंसानंही तिला तशी कल्पना दिली होती. आपण ज्या समाजात, ज्या घराण्यात जन्मलो, त्या घराण्यातल्या स्त्रियांच्या ललाटी असंच विधिलिखित असणार आहे. नव्हे, हेच विधिलिखित होतं तिचंही. मनाच्या कुठल्याशा कोपऱ्यात तिनं ते मान्यही केलं होतं. स्वीकारलं होतं, पण तरीही आपल्याला जो कुणी शेठ मिळेल तो इथला, इथल्या परिसरातला असेल आणि आपण भविष्यातही आपल्या विठ्ठलाची भक्ती करू शकू, अशी एक आशा तिच्या मनात पालवत होती. आपण या भागात कुठेही राहिलो, तर आपण आपल्या विठ्ठलापासून दुरावणार नाही, अशी एक अंधूक इच्छा तिनं मनात धरली होती. ती पुरी होणार, असंही तिला मनातून कुठेतरी वाटत होतं; पण तिच्या नशिबानं एक वेगळंच वळण घेतलं होतं आणि ते जाऊन थांबणार होतं कर्नाटकात बिदरला आणि तिथून तिचा विठ्ठल खूप लांब होता. खूप खूप दूर होता. एवढा की त्याला बघायला, त्याला भेटायला, त्याच्या दर्शनाला तिथून यायचं म्हटलं तरी तिला ते शक्य नव्हतं. आपल्या नशिबी आलेल्या या भोगवट्याबद्दल तिची तक्रार नव्हती; पण तो भोगवटा लांब तिकडे कर्नाटकात, आपल्या विठ्ठलापासून दूर असणार होता, याबद्दल तिची तक्रार होती. पण, ती तक्रार मांडण्याचं, ती तक्रार दूर करण्याचं राहू दे; पण ती तक्रार मनातल्या मनात करण्याचं स्वातंत्र्यही तिला नव्हतं आणि नशिबी आलेल्या भोगवट्यापेक्षाही विठ्ठलापासून दूर जावं लागणार, हे दुःख अधिक होतं. एकदा तिकडे गेलं, की पुन्हा विठ्ठलाला कधीच बघता, भेटता येणार नाही, हे दुःख फार मोठं होतं. जखमा देणारं होतं. घायाळ करणारं होतं. होरपळवणारं होतं. जाळणारं होतं आणि कान्होपात्रा या दुःखात होरपळत होती. जळत होती आणि सगळ्यात वाईट गोष्ट अशी होती की या आगीतून, या होरपळीतून तिला वाचवणारं, तिला शांतवणारं कुण्णी कुणी नव्हतं. हंसा तर नव्हतीच; पण मग विठ्ठल? की तोही नव्हता? या विचारानंच कान्होपात्रेचे डोळे

भरून आले. तिच्या तोंडून शब्दांचे हुंकार फुटले –

**''अंबऋषीसाठी । जन्म घेतले जगजेठी ।।**
**वागवी भक्तांचा आभार । ऋणी झाला निरंतर ।।**
**अर्जुनाचे रथी बैसे । त्याचे घोडे धूतसे ।।**
**लाज सांडी हृषीकेशी । कान्होपात्रा तुझी दासी ।।''**

आणि भगवंतानी कोणासाठी काय काय केलं, याचे दाखले देऊन कान्होपात्रा त्याला आळवायला लागली. विनवायला लागली. आपल्या नशिबी जे आलं आहे किंवा जे येणार आहे, त्याबद्दल तिची तक्रार नव्हतीच. तिची तक्रार होती, ते विठ्ठलापासून दूर जायला लागणार याबद्दल. एवढी आणि एवढीच तिची तक्रार होती. तरी त्यातल्या त्यात एक बरं झालं होतं, की बिदरला जाण्याआधी पंढरपूरला जाऊन येण्याची परवानगी तिला मायानं आणि श्यामानं दिली होती आणि पंढरपूरला जेवढा वेळ मिळेल, तेवढा सगळा वेळ त्या सुखनिधान विठ्ठलाला बघण्यात, त्याला आळवण्यात, त्याच्या सहवासात राहण्यात आणि त्याची सेवा करण्यात तिला घालवायचा होता आणि हे सगळं करण्यासाठी जेवढा जास्तीतजास्त वेळ पंढरपुरात राहता येईल, तितके दिवस तिला राहायचं होतं. जेवढा जास्तीतजास्त वेळ विठ्ठलासोबत घालवण्यासाठी पदरात पाडून घेता येईल, तेवढा पदरात पाडून घ्यायचा होता. हे कसं साधता येईल, याचा विचार दुःखातून थोडी सावध होऊन कान्होपात्रा करत होती. काय करावं, कसं करावं, कोणती युक्ती करावी म्हणजे निदान बिदरला जाण्यापूर्वीचे सगळे दिवस आपल्याला पंढरपूरला जाऊन राहता येईल याचा विचार अखंड चालू होता. आतातर हंसाही इथं नव्हती. नाहीतर तिचं कारण सांगून तिला सोबत घेऊन जाता आलं असतं किंवा तिनं काहीतरी युक्ती सुचवली असती. कदाचित कान्होपात्रेसाठी माया आणि श्यामाला विनवण्या करून, आग्रह करून राजी केलं असतं; पण आता हंसा नव्हती. किसाबाई होती; पण ती आता फारच थकली होती. आता काही केलं, तर कान्होपात्रेलाच स्वत:साठी करावं लागणार होतं आणि तेच काय करावं, याचा विचार कान्होपात्रा करत होती.

पाऊसही संपला होता. एक दिवस श्यामा मायाला घेऊन कान्होपात्रेच्या दालनात आली. त्या दोघींना बघून कान्होपात्रेच्या काळजात धस्स झालं. या दोघी इथं आल्या आहेत म्हणजे बिदरचा सांगावा आला की काय? माझ्या मृत्यूचा निरोप आला की काय? कान्होपात्राचं काळीज धडधडायला लागलं; पण तसं नसावं. कारण, माया म्हणाली, ''पोरी, अजून तरी बिदरचा सांगावा आला नाही; पण आपण तयारीत ऱ्हायलेलं बरं. तुझ्यासाठी चांगले चांगले पोशाख शिवायचे आहेत. त्यावर मोत्या-माणकांची कशिदाकारी, जडावणी हे सगळं करायचं आहे. चांगली

तेलं आणि अत्तरं बनवायची आहेत. त्याला दीड-दोन महिने तरी लागतील. ही तयारी होईतो बिदरचा सांगावा येईल. आता दिवाळी तोंडावर आली आहे. त्याचीही तयारी करायची आहे. आता बाबू शिंपी येईल. त्याला तुझे पोशाख कसे पाहिजेत, ते सांग. दुसरं असं, की हा महिनाभर तरी आम्हाला दोघींना सवड मिळणार नाही. तुला काय पाहिजे असंल तर आताच सांग. म्हणजे ते आणायला, मागवायला बरं पडेल.'' मायानं असं सांगितलं आणि श्यामानं त्याला दुजोरा दिला.

कान्होपात्रेच्या खांद्यावर हात ठेवून मायेनं श्यामा म्हणाली, ''पोरी, आई म्हणते ते खरं आहे. तू बिदरला गेल्यावर तुला तुझ्या जरुरीच्या कोणत्याही गोष्टी लगेच बादशहांकडे मागायला लागू नयेत, म्हणून आम्ही दोघी हा सगळा खटाटोप करत आहोत. तुला अजून काय पाहिजे, ते सांग पोरी. तू म्हणशील ती इच्छा आम्ही पूर्ण करणार आहोत. बोल, तुला काय पाहिजे? सोन्याचा कंबरपट्टा? केसांत माळायचं हिरे जडवलेलं फूल, भांगात माळायची हिरे-माणकांची बिंदी, सोन्याच्या तारांनी कशिदाकारी केलेली चुनरी जी उत्तर भारतात घालतात ती, की चंदेरी तारांनी विणलेला घागरा, तोही तिकडेच घालतात तसा, तुला हवाय का? तुला काय हवंय? सांग पोरी.'' श्यामानं अत्यंत मायेनं विचारलं.

क्षणभर कान्होपात्रा गहिवरली. आपल्यावरचं आईचं असलेलं प्रेम तिला माहीत होतंच; पण आता ते तिला पदोपदी जाणवत होतं. दिसत होतं. आईच्या प्रेमानं गहिवरलेली कान्होपात्रा श्यामाच्या शेवटच्या प्रश्नानं भानावर आली. श्यामानं विचारलं होतं, 'तुला काय हवंय सांग!' तत्क्षणी कान्होपात्रेला वाटलं, हीच वेळ आहे. हीच वेळ आहे आपलं मनातलं मागणं सांगायची. हीच वेळ आहे आपली इच्छा पूर्ण करून घेण्याची आणि ती सहजतेनं पूर्ण झाली नाही, तर हीच वेळ आहे ती इच्छा हट्टानं पूर्ण करून घेण्याची. तिनं डोळे मिटले. क्षणभर विठोबाची आळवणी केली. डोळे उघडले आणि म्हणाली, ''आई, आजी, तुम्ही माझ्यासाठी किती करता आहात! मला बिदरला गेल्यावर कोणतीच तोशीस पडू नये म्हणून तुम्ही किती काळजी घेता आहात? पण आई, तुम्ही हे सगळं माझ्यासोबत दिलंत तरी एक गोष्ट मात्र मला बिदरला नेता येणार नाही. मग जी गोष्ट मला नेता येणार नाही, त्या गोष्टीचं सुख मला मन भरेपर्यंत घेऊ दे. कराल एवढं माझ्यासाठी?'' कान्होपात्रेच्या शब्दांत विनवणी होती.

तिनं असं विचारताच माया पुढे आली आणि म्हणाली, ''लेकी, तू फक्त त्या गोष्टीचं नाव सांग. मी स्वत: ती वस्तू तुझ्यासोबत देण्याची व्यवस्था करते. बोल, कोणती गोष्ट आहे ती? तुझी लहानपणीच्या भातुकलीची संदूक? की तुझी लिखाणाची वही? काय न्यायचंय तुला सोबत?'' मायानं उत्सुकतेनं विचारलं.

''माझा विठ्ठल! मला माझा विठ्ठल सोबत न्यायचाय!'' कान्होपात्रानं सांगितलं

आणि दोघी दचकल्या. 'छे! काहीतरीच काय भलतंच! बिदरचा बादशहा म्हणजे यवनी सुलतान. त्याला हिनं सोबत आणलेला तो विठ्ठल, हिंदूंचा देव कसा चालेल? काहीतरी भलतं झालं म्हणजे? बादशहाची मर्जी फिरली, खफा झाली म्हणजे? घरादारावरनं नांगर फिरायचाच; पण सगळ्यांनाच जीव गमवावा लागायचा. ही पोर म्हणजे जिवाला घोर आहे. काहीतरी भलतंच मागतेय.' विशेष म्हणजे हे विचार दोघींच्याही मनात असेच, अगदी सारखेच उद्‌भवले. 'आपण मोठ्या तोंडानं तिला म्हटलं होतं, तू मागशील ते देईन म्हणून! आणि हिनं भलतंच काहीतरी मागितलं. हे शक्य नाही. त्यापेक्षा दुसरं काहीतरी मागायला सांगू.' हेही विचार दोघींच्या मनात एकदमच उमटले. दोघींची क्षणभर नजरानजर झाली. दोघींना एकमेकींच्या त्या नजरेतला भावार्थही समजला आणि आईच्या नजरेचा इशारा समजून श्यामा पुढे झाली.

कान्होपात्रेची हनुवटी धरून मायेनं म्हणाली, "पोरी, तुझी विठ्ठलावरची भक्ती मी समजू शकते; पण त्या यवनी बादशहाच्या दरबारात आपला हिंदूंचा देव कसा चालणार? उद्या त्याबद्दल बादशहाची मर्जी फिरली तर? नाही पोरी. नको! असा भलता हट्ट करू नको, ज्यामुळे अवघ्या घरादाराची राखरांगोळी होईल. तुझी विठ्ठलभक्ती तू तुझ्यापुरतीच ठेव. ती आमच्यापर्यंत आणू नको. दुसरं काहीतरी माग. तुला तुझ्या विठ्ठलाच्या संबंधानंच काहीतरी मागायचं आहे ना? पण असं काहीतरी माग, जे तू आणि तुझा विठ्ठल यांपुरतं संबंधित असेल. असं काहीतरी माग, ज्यात तू आणि तुझा विठ्ठल याशिवाय तिसरं कुणी येणार नाही. बोल, तसं काय हवंय तुला?" श्यामानं विचारलं. तिनं आपली आणि आपल्या आईची भूमिकाही विशद केली आणि कान्होपात्रेला वस्तुस्थितीची जाणीवही करून दिली; पण हे जरी खरं असलं, तरी कान्होपात्रेला आपल्या मनातली इच्छा पूर्ण करण्याचा मार्गही त्यातूनच सापडला, हेही तितकंच खरं. श्यामानं हे जरी समजुतीच्या स्वरात सांगितलं असलं, तरी त्यात एक गर्भित इशारा होता. कान्होपात्रेला तो इशारा समजला; पण त्या इशाऱ्यापेक्षाही तिला श्यामाच्या बोलण्यातून समजला एक असा इशारा जो तिला तिचा हट्ट, तिचं ध्येय, तिची आस पूर्ण करण्यासाठी उपयोगी ठरणार होता, पूरक ठरणार होता. श्यामानं तिला सांगितलं होतं की तुला काही विठ्ठलासंबंधी मागायचंच असलं, तर असं काहीतरी माग, जे तू आणि तुझा विठ्ठल यांपुरतंच मर्यादित असेल. तोच धागा पकडून कान्होपात्रेनं मागायचं ठरवलं; पण त्यातही तिनं एक लटका भाव आणला. जवळ आलेल्या श्यामाच्या कमरेला मिठी मारून ती लटक्या लाडिकपणे म्हणाली, "आईऽ, असं काय गं? आता मी एकदा बिदरला गेले की मग मला विठ्ठल कुठला भेटायला? म्हणून मी तिथं नेणार होते; पण तू आणि आजी म्हणताय तेही बरोबरच आहे. पण, मग मला विठ्ठलाची अशी

आठवण सोबत न्यायला पाहिजे, जी बराच काळ माझ्या मनात राहील. त्याची मूर्ती तर नेता येणार नाही. मग आई, मी असं करू का? आता नाहीतरी माझी ही सगळी तयारी करायला तुम्हाला दीड-दोन महिने लागणारच आहेत. तर तेवढे दिवस मी पंढरपूरला जाऊन राहू का? मी तुमची तयारी होईपर्यंत पंढरपूरला जाऊन विठ्ठलाची भक्ती करत राहीन, त्याला तेवढे दोन महिने डोळे भरून पाहीन. त्याला मनात, डोळ्यांत, हृदयात साठवून ठेवीन. तिथं राहून त्याची सेवा केल्याचं पुण्य मिळवीन, तिथं राहून त्याची भक्ती केल्याचं समाधान मिळवीन आणि त्याची आज्ञा घेऊनच मी बिदरला जाईन. असं केलं म्हणजे मी बिदरला आनंदानं जाऊ शकेन, समाधानानं राहू शकेन आणि विठ्ठलाच्या सहवासात राहून, त्याची सेवा करून समाधान पावलेली मी बादशहाची सेवा आनंदानं करेन. बरं, माझ्या पंढरपूरला जाऊन राहण्यानं तुम्हाला काहीच त्रास होणार नाही किंवा त्याबद्दल बादशहांना कोणताच आक्षेप असणार नाही; कारण बादशहाकडे जाण्याआधी मी पंढरपूरला जाऊन राहणार आहे. एकदा मी बिदरला गेले, की मला पंढरपूर दिसणार नाही की विठ्ठल भेटणार नाही आणि तिथं जाऊन मला विठ्ठलाची भक्तीसुद्धा करता येणार नाही. आई, मग मी जाऊ का गं पंढरपूरला राहायला? मला जाऊ दे ना! नंतर तो विठ्ठल मला दिसणार नाहीये. मग मला बघून घेऊ दे ना त्याला डोळे भरून! जाऊ का मी? सांग ना आई? जाऊ का?''

श्यामाच्या कमरेला मिठी मारून कान्होपात्रा लाडिकपणे हट्ट करत होती. श्यामा आणि माया एकमेकींकडे पाहत होत्या. कान्होपात्रेच्या या हट्टाला काय उत्तर द्यावं हेच त्यांना कळत नव्हतं; पण श्यामाच्या आईचं काळीज विरघळलं. आपण आपल्या लेकीला मनाविरुद्ध बिदरला पाठवतो आहोतच; पण आपली एकुलती एक लेक आता एकदा तिकडे लांब कर्नाटकात बिदरला गेली की तिची आपल्याशी भेट होणं मुश्कील, मग तिची विठ्ठलाशी कुठली भेट व्हायला? एकदा तिकडे गेली की, तिला आपल्या मर्जीप्रमाणं वागता येणारच नाही. होऊ दे आता तिच्या मनासारखं. जाऊ दे तिला पंढरपूरला. अवघं दहा कोसांवर. आपण कधीही तिला बोलावून घेऊ शकतो. जाऊ दे तिला. राहू दे तिथं जाऊन. चार दिवस राहिली की कंटाळेल. आपसूक परत येईल. आता मोठ्या मुश्किलीनं बिदरला जायला तयार झाली आहे. तेव्हा तिथे पोहोचेपर्यंत तिच्या कलानंच घेतलं पाहिजे. कारण बादशहांचा सांगावा येणार आहे हे नक्की. सदाशिव शेठजींनी ती तजवीज केली आहे. बिदरला जातानाच ते कान्होपात्रेची तसबीर घेऊन गेले आहेत. कान्होपात्रेची ही तसबीर त्यांनी खास उत्तर भारतातून एक चित्रकार बोलावून काढून घेतली होती. कान्होपात्रेची ती तसबीर त्या चित्रकारानं अगदी हुबेहूब रेखाटली होती. कान्होपात्रेचं सगळं सौंदर्य त्यात उतरलं होतं. अर्थात, त्या निर्जीव तसबिरीपेक्षा चैतन्यानं

रसरसलेली, तारुण्यानं मुसमुसलेली कान्होपात्रा कितीतरी पटीनं सुंदर होती हे तितकंच खरं; पण गोष्टीवेल्हाळ सदाशिव तिचं वर्णन करून बादशहांपुढे ही तसबीर ठेवून कान्होपात्राच जणू उभी करणार होते. बादशहा सौंदर्यासक्त होते. कान्होपात्रेची तसबीर बघून आणि तिचं वर्णन ऐकून ते नक्कीच तिच्यासाठी पागल होणार होते. म्हणूनच मायाला आणि श्यामाला बादशहांचा निरोप येणार, याची खात्री होती.

त्यामुळे आता कान्होपात्रा करत असलेला पंढरपूरला जाऊन राहण्याचा हट्ट पुरा करावा, या निर्णयाप्रत त्या दोघी आल्या आणि कान्होपात्रेला कवेत घेऊन श्यामा म्हणाली, "ठीक आहे बाळा! मी आणि आजी दोघी मिळून तुला पंढरपूरला जाऊन राहण्याची परवानगी देतो आहोत. तू तिथं जाऊन राहा. त्या विठ्ठलाची भक्ती कर, त्याला डोळ्यांत, मनात साठव. काय पाहिजे ते कर! हं; पण एक मात्र आहे. बिदरहून सांगावा आला, की तुला इथं परत यावं लागेल. येताना त्या तुझ्या विठ्ठलाचा कायमचा निरोप घेऊनच ये. जा, राहा जा पंढरपूरला जाऊन!" श्यामानं अशी अनुमती दिली. मायानंही मान डोलावून तिला दुजोरा दिला आणि कान्होपात्रेला आकाश ठेंगणं झालं. आपल्याला झालेला अपरिमित आनंद कुठे ठेवावा, कुठे लपवावा, कसा लपवावा हे तिला समजेना. तिनं स्वत:भोवती छान गिरकी घेतली. ती घेत असताना तिला हंसाची आठवण झाली. 'आता ती इथं असती, तर तिलाही आपल्यासारखा अपरंपार आनंद झाला असता आणि तिनंही आपल्यासोबत अशीच गिरकी घेतली असती.' कान्होपात्रेच्या चेहऱ्यावरून ओसंडणारा आनंद बघून माया आणि श्यामालाही बरं वाटलं. बिदरला जाईपर्यंत ही पोरगी अशीच आनंदात राहिली पाहिजे. तिचा चेहरा असाच उत्फुल्ल राहायला हवा. तेव्हा आता आपण तिच्या मनासारखं करण्याचं ठरवलं, हे एकापरीनं बरंच झालं. शिवाय आता त्या दोघींना दोन महिने खूपच काम होतं. तेव्हा आता कान्होपात्रेकडे लक्ष द्यायला त्यांना फुरसत नव्हती. आता हंसाही नव्हती. त्यामुळे कान्होपात्रा हे दोन महिने एकटी पडणार होती. त्यामुळे ती आणखी उदास झाली असती. कोमेजली असती. त्यापेक्षा हे दोन महिने ती पंढरपूरला जाऊन राहिली, तर ताजीतवानी होईल. टवटवीत होईल. आणखी सुंदर दिसेल. मायाच्या मनात हा विचार आला आणि कान्होपात्रेच्या चेहऱ्यावर पसरलेला आनंद आणि तिचा प्रफुल्लित चेहरा बघून माया आणि श्यामानं समाधानानं मान डोलावली.

आई आणि आजीनं आपल्याला पंढरपूरला जायला परवानगी दिली आणि हंसानं जाता जाता जे सांगितलं होतं, ते कान्होपात्रेला आठवलं. ती म्हणाली होती, 'कान्हू, विरोधाला विरोध केला की माणसं इरेला पडतात. विरोधाला समजुतीनं स्वीकार; नाहीतर बळाचा वापर केला जातो. विरोधाचा स्वीकार कर आणि प्रेमानं

काहीतरी मनासारखं करून घे.' खरंच! किती सयुक्तिक आणि समर्पक सांगितलं होतं तिनं! आई-आजीचं बोलणं ऐकून कान्हूच्या लक्षात आलं होतं की, विरोधाला विरोध केला तर बळाचा वापर केला जाईल. म्हणूनच तिनं नमतं घेतलं. विरोध केलाच नाही आणि त्यांच्या योजनेला मान्यता देत तिनं गोड बोलून पंढरपूरला जाण्याची संमती मिळवली. एकदा पंढरपूरला जायचं नक्की झाल्यावर कान्हू त्या तयारीला लागली. श्यामानं सांगितल्याप्रमाणे बाहशहाचा निरोप येण्याच्या आत तिला पंढरपूरला जाऊन विठ्ठलाला भेटून परतावं लागणार होतं; कारण बादशहांचा निरोप आला की लगेचच बिदरला जाण्यासाठी निघावं लागणार होतं. कान्होपात्रेच्या हातात थोडेच दिवस होते. तिनं एके दिवशी रात्री निजण्यापूर्वी आईला सांगितलं की, मी उद्या पंढरपूरला जाऊन येईन आणि वारकऱ्यांसोबत चालत जाईन. खरंतर तिनं सारवट गाडीनं जावं; चालत जाऊ नये, असा त्या दोघींचा आग्रह होता; पण कान्हूनं चालत जाण्याचाच हट्ट धरला आणि त्या दोघींना तो मानावा लागला. थोड्याशा नाखुशीनंच श्यामानं तिला अनुमती दिली. आपण तिला शब्द दिला आहे. आपण आता विरोध केला आणि ही पोर बिथरली, तर सगळ्याच बेतावर पाणी पडेल. त्यापेक्षा आता तिच्या कलानं घ्यावं, असा विचार श्यामानं केला आणि कान्होपात्रा वारकऱ्यांसोबत निघाली.

पंढरपूरही तसं लांब नव्हतं. अवघं १०/१२ कोसांवर होतं. निघालेल्या दिवशीच दिवस कलायला सगळे वारकरी पंढरपुरात पोहोचले. कान्हूही त्यांच्यासोबत होतीच. त्या वारकऱ्यांच्या जथ्यात एक पार्वती मावशी म्हणून प्रौढ स्त्री होती. कान्हूनं तिची सोबत घेतली आणि त्या वारकऱ्यांसोबत आनंदानं गाणी गात, अभंग गात पंढरपूरला पोहोचली. त्या वारकऱ्यांसोबत विठ्ठलाचं नामस्मरण करत चालताना तिला एक वेगळाच आनंद, एक वेगळीच अनुभूती येत होती आणि एक वेगळीच भावना बंधमुक्त होण्याची, एक वेगळीच जाणीव मुक्तीची, एक वेगळीच पायवाट भक्तीची, एक वेगळीच अभिव्यक्ती शब्दरचनेची, एक वेगळाच थाट भक्त असण्याचा, एक वेगळाच डौल वारकऱ्यांसोबत चालण्याचा, एक वेगळाच दिमाख पंढरीनाथाच्या दर्शनाचा, एक वेगळीच आस त्याला भेटण्याची, एक वेगळीच धन्यता विठ्ठलभक्त असण्याची, एक वेगळीच सार्थकता आपल्या जीवनाची... पंढरपूरच्या त्या वाटेवरून पंढरपुरात येईपर्यंत कान्होपात्रेच्या मनात अशी शकुनाच्या भावनांची आंदोलनं चालली होती. सगळे जण पंढरपूरला पोहोचले. मंदिराच्या वाटेवरच एक धर्मशाळा होती. तिथे सगळ्यांनी पथाऱ्या टाकल्या. चंद्रभागेत अंघोळ करून विठ्ठलाचं दर्शन घेतलं. दर्शन घेऊन सगळे धर्मशाळेत परतले; पण कान्होपात्रा तिथेच थांबली. हात जोडून त्या सावळ्याच्या चेहऱ्यावर एकटक नजर लावून ती बसली होती. काहीतरी विचारत होती, काहीतरी मागत होती, काहीतरी

सांगत होती. मध्येच डोळे मिटून घेत होती. डोळे मिटले की त्यांतून पाण्याच्या धारा ओघळत होत्या. मिटल्या डोळ्यांतून ही मनाची उलघाल स्पष्ट दिसत होती.

गंगाधरपंत विठ्ठलाच्या सांजआरतीची तयारी करत होते. पंचारतीत फुलवाती घालता घालता सहज त्यांची नजर गाभाऱ्याबाहेर गेली. लोक येत होते. दर्शन घेत होते, जात होते. नुकताच एक वारकऱ्यांचा जथ्थाही येऊन गेला होता; पण गाभाऱ्याबाहेर पितळी उंबऱ्यालगत कुणीतरी बसलं होतं. कोणीतरी स्त्री असावी. दिवस मावळला होता. मंदिरातले सांजदिवे अजून लागायचे होते. त्यामुळे नीटसं दिसत नव्हतं. पंत अंधारातच तिच्याकडे पाहण्याचा प्रयत्न करत होते. तोच गुरव आला. मंदिराच्या सभामंडपातले सगळे दिवे त्यानं तेलवात घालून उजळले. सोनेरी प्रकाशात तो सभामंडप उजळून निघाला आणि उंबरठ्याबाहेर कोण स्त्री बसली होती ते पंतांना अगदी नीट दिसलं. 'अरे! ही तर मागे आलेली मुलगी. काय बरं तिचं नाव? हं, कान्होपात्रा! हिच्याच गळ्यात विठ्ठलाच्या गळ्यातली तुळशीची माळ पडली होती. ही पुन्हा आलेली दिसते!' पंतांनी कान्होपात्रेला बरोबर ओळखलं. एवढंच नव्हे, तर तिच्या बाबतीत घडलेला तो तुळशीमाळेचा प्रसंगही त्यांना आठवला आणि त्याचबरोबर त्यांना आठवली डोळे मिटल्यावर डोळ्यांसमोर दिसलेली पवित्र गंगा. पंतांना सगळं आठवलं आणि पुन्हा इथे आली म्हणून कान्होपात्रेचं कौतुकही वाटलं. ते तिला हाक मारून काहीतरी विचारणार, बोलणार तोच डोळे मिटून बसलेल्या कान्होपात्रेच्या मुखातून शब्द उमटले...

**कनवाळू कृपाळू तू माय माउली । धावोनिया भेटली विठाबाई ।।१।।**
**निवारिली विघ्ने दुरिते पळाली । जोडूनिया कर विठाई विनविली ।।२।।**
**शरण कान्होपात्रा चरणी निमाली । धावोनिया भेटली विठाबाई ।।३।।**

पंत चमकले. तिचा अभंग त्यांनी ऐकला. अंभगात तिनं गुंफलेली तिची नाममुद्रा त्यांनी ऐकली आणि ही तीच कान्होपात्रा याची त्यांना साक्ष मिळाली. कान्होपात्रा तिथंच तशीच बसून राहिली. कितीतरी वेळ. सांजारती झाली. सांजारतीला आलेले लोक पांगले; पण कान्होपात्रा तशीच बसून राहिली- विठ्ठलाच्या मूर्तीकडे एकटक बघत. गंगाधरपंतांच्या लक्षात आलं, कान्होपात्रा तिथं इतका वेळ बसली होती. तिथे बसून तिनं एक अभंगही गायला. पण या ४-५ तासांत तिची विठ्ठलावरची नजर क्षणभरही ढळली नव्हती. शेजारती झाली. मंदिर बंद होण्याची वेळ झाली. मंदिर बंद करण्यासाठी गुरव आला. गंगाधरपंतांनी देवाचं सर्व सामान गोळा करून पेटीत भरलं. पेटीला कुलूप लावलं. जरतारी शेला देवाच्या मूर्तीवर झाकला. गर्भागाराचे द्वार बंद करणार एवढ्यात पुन्हा त्यांची नजर कान्होपात्रेवर पडली. ती तिथंच बसली होती, देवाच्या मूर्तीकडे नजर लावून आणि आता मूर्ती

झाकल्यानंतरही तिची नजर मूर्तीकडेच होती. गंगाधरपंतांनी तिला हाक मारली, ''मुली, आता घरी जा बाळ! रात्र झालीये. आता मंदिरही बंद होणार. जा घरी!'' त्यांनी प्रेमळ स्वरात कान्होपात्रेला सांगितलं. कान्होपात्रेनं एकदा नजर उचलून गंगाधरपंतांकडे पाहिलं. पुन्हा एक कटाक्ष देवाकडे टाकला आणि ती उठली. जाता जाता तिनं विचारलं, ''गुरुजी, सकाळी मंदिर केव्हा उघडतं?'' तिच्या मनातली देवाबद्दलची, त्याच्या दर्शनाबद्दलची असोशी तिच्या स्वरात उमटली होती. पंतांच्यासुद्धा ती लक्षात आली. ''अगं, मंदिर भल्या पहाटे उघडतं, साडेचार वाजता. त्या वेळी काकड आरती असते, भूपाळी असते; पण म्हणून तू काय एवढ्या पहाटे येणार आहेस?'' पंतांनी विचारलं. काही न बोलता तिनं मूकपणे मान डोलावली. ती होकारार्थीच होती. पंतांना नवल वाटलं. कान्होपात्रा उठली. मंदिराबाहेर आली. तोच पार्वती मावशी तिला शोधत तिथं आली. ''अगं पोरी, किती शोधलं तुला! आमी समदी धर्मशाळेत पोहोचलो तर तुझा पत्त्याच न्हायी. व्हतीस कुठं तू? समदीकडं शोधून आता हितं तुला बघायला आले. चल बिगीनं! धर्मशाळा बंद हुईल आता. चल लवकर!'' असं म्हणत कान्होपात्रेच्या दंडाला धरून पार्वतीमावशी तिला घेऊन गेली. ती गेली त्या दिशेकडे बघत गंगाधरपंतांनी सुटकेचा निःश्वास टाकला.

दुसऱ्या दिवशी भल्या पहाटे कान्होपात्रा मंदिरात आली. अंघोळ करून, शुचिर्भूत होऊन ती मंदिरात आली तेव्हा मंदिर नुकतंच उघडलं होतं. गुरव मंदिरात झाडलोट करत होता. कान्होपात्रा त्याच्याजवळ गेली आणि म्हणाली, ''काका, मी करू हे काम?'' गुरवाला आश्चर्य वाटलं. अप्सरेसारखी देखणी पोर, एखाद्या राजाची राणी शोभावी अशी आणि मंदिरात झाडलोट करणार म्हणते. तिला काय उत्तर द्यावं हे त्याला कळेना; पण कान्होपात्रा त्याच्या उत्तराची वाट बघत थांबलीच नाही. तिनं गुरवाच्या हातातून केरसुणी घेतली आणि मंदिरात झाडलोट करायला सुरुवातदेखील केली. झाडलोट करत असताना ती आपल्या सुरेल आवाजात अभंग गात होती...

**दीन पतित अन्यायी । शरण आले विठाबाई ।।**
**मी तो आहे यातिहीन । न कळे काही आचरण ।।**
**मज अधिकार नाही । भेटी देई विठाबाई ।।**
**ठाव देई चरणापाशी । तुझी कान्होपात्रा दासी ।।**

मंदिरात असलेली नीरव शांतता, तिथे भरून राहिलेला गूढरम्य प्रकाश, पहाटेची धूसर वेळ आणि या सगळ्या उन्मिलित पार्श्वभूमीवर निनादणारा कान्होपात्रेचा मधुर स्वर... या सगळ्या स्वरलिपीने त्या मंदिराच्या सभामंडपातसुद्धा साक्षात परब्रह्म उभं राहिल्याचा आभास होत होता. ते परब्रह्म गर्भागृहात तर होतंच; पण

आज कान्होपात्रेच्या स्वरांनी ते सभामंडपातही उभं ठाकलं. गर्भागारात काकड आरतीच्या तयारीत असलेल्या गंगाधरपंतांना तरी असंच वाटलं.

मंदिर सगळं स्वच्छ झाडून घेतल्यावर कान्होपात्रा पुन्हा चंद्रभागेकाठी गेली. तिनं पुन्हा स्नान केलं आणि शुचिर्भूत होऊन पुन्हा मंदिरात आली. उंबऱ्याजवळ थांबली. पंचारतीचं तबक विठ्ठलाच्या चेहऱ्याभोवती ओवाळलं जात होतं. त्यातल्या वातींचा सोनेरी प्रकाश विठ्ठलाच्या सावळ्या मुद्रेवर पडत होता आणि वातींच्या वर-खाली होण्यानं तो प्रकाशही हलत होता. कान्होपात्रेची नजर विठ्ठलाच्या चेहऱ्यावर खिळली होती. त्या हलणाऱ्या वातीच्या प्रकाशरेषांत क्षणभर तिला असं वाटलं, की विठ्ठलानंही आपल्याला पाहिलंय. काल आपण गडबडीत होतो किंवा तोही गडबडीत होता; पण आज त्यानं आपल्याला नीट पाहिलंय आणि आपण दिसल्यावर त्याच्या सावळ्या चेहऱ्यावर स्मितहास्य उमललंय.

पंचारतीचं तबक घेऊन गंगाधरपंत उभे होते. त्यांनी कान्होपात्रा आल्याचं पाहिलं. एक क्षण कान्होपात्रेकडे बघून पंतांनी मान डोलावली आणि पुन्हा आरतीत लक्ष घातलं. उत्पात गुरुजी त्यांच्याशेजारी तुपाचं ताम्हन घेऊन उभे होते. विठ्ठलाची संपूर्ण आरती, पंचपदी, ज्ञानोबा माउलीचं मंगलाचरण हे सगळं म्हणेपर्यंत चांगला अर्धा-पाऊण तास जायचा. पंचारतीच्या पाळ्यांत तोवर दोनदा तूप घालायला लागायचं. पंत आरती करत होते. विठ्ठलाची आरती झाली. पंचपदी झाली, मंत्रपुष्प झालं, मंगलाचरण सुरू झालं; पण पंचारतीच्या पाळ्यांतलं तूप अजूनही तसंच होतं. उत्पात गुरुजींनी दोन वेळा ताम्हलं आणि पळी तूप घालण्यासाठी पुढे केली; पण पंचपाळ्यांतलं तूप संपलंच नव्हतं. मग घालणार कुठं? मंगलाचरण म्हणणाऱ्या पंतांच्या लक्षात ही गोष्ट आली आणि त्यांना त्याचं नवलही वाटलं. त्यांच्या अंतर्मनानं कसा कोण जाणे; पण याचा संबंध अनवधानानं तिथं आलेल्या कान्होपात्रेशी जोडला. कदाचित मागं झालेल्या तुळशीहाराच्या प्रसंगाचा परिणाम अजूनही त्यांच्या मनावर असावा. एकदाही तूप न घालता सायंआरती संपली. साखरफुटाणे घेऊन जमलेले लोक घरी गेले; पण कान्होपात्रा तिथेच थांबली. उंबऱ्याबाहेर ती डोळे मिटून बसली होती आणि मिटल्या डोळ्यांतून पाण्याच्या धारा लागल्या होत्या. तिच्या नजरेसमोर होता तिचा विठ्ठल. ती बसली होती तिच्या विठ्ठलाच्या दारात आणि स्वप्नवत भासणारं हे सत्य तिला पेलवत नव्हतं जणू. म्हणूनच तिच्या डोळ्यांतून पाण्याच्या धारा लागल्या होत्या. आरती संपली, सगळी घरी गेली, तशी पंतांनी कान्होपात्रेला हाक मारली. तिला तिच्या भावसमाधीतून जागं केलं. "मुली, ऊठ आता. डोळे उघड! आरती संपलीये. ऊठ!" पंतांचा आवाज ऐकून कान्होपात्रेनं डोळे उघडले. समोर तिचा विठ्ठल उभा होता; पण हे काय? त्यानं कमरेवरचे हात काढले होते आणि तिच्यासमोर बाहू पसरून तो उभा होता. जणू तिला कवेत

घ्यायला, कुशीत घ्यायला तो उत्सुक होता. क्षणभर कान्होपात्रेच्या चेहऱ्यावर संकोच उमटला. तोच तिचं लक्ष पंतांकडे गेलं. त्यांच्या नजरेतली माया बघून ती सावध झाली. विठ्ठलाकडे अनुरागाचा एक लटका कटाक्ष टाकून ती तिथून उठली. पंतांना नमस्कार करून ती मंदिराबाहेर आली. वारकऱ्यांच्या जथ्यातून तिच्यासोबत असलेली पार्वतीमावशी मंदिराबाहेर तिची वाट बघत थांबली होती. आरती संपल्यावरच ती बाहेर येऊन थांबली होती. कान्होपात्रा आलेली बघताच ती पुढे आली. दोघी जणी धर्मशाळेत गेल्या. तिथं एका कोपऱ्यातल्या खोलीत त्यांनी आपली पथारी ठेवली होती. धर्मशाळेतच अन्नछत्र चालत असे. विठ्ठलभक्तांना धर्मशाळेत कितीही दिवस मुक्काम करता येत असे, तसंच अन्नछत्रात जेवताही येत असे. ते सारं निःशुल्क होतं; पण तिथं येणारे विठ्ठलभक्त आपापल्यापरीनं काहीबाही देत असत. ज्यांना तेही शक्य नाही, ते तिथल्या कामकाजात मदत करत असत. अशा प्रकारे पैशाकडून किंवा कष्टांकडून प्रत्येक जण त्याला जमेल तसा आपला वाटा उचलत असे. तिथं मुक्कामाला राहिल्यावर कान्होपात्रेनंही आपली दिनचर्या ठरवली. एक तर धर्मशाळेत आल्यावर आपल्या गळ्यात असलेला एकमेव सोन्याचा एकसर तिनं धर्मशाळेच्या व्यवस्थापकांकडे सोपवला आणि ती निश्चिंत झाली. घरातून निघताना ती सगळे अलंकार काढून ठेवून आली होती; पण श्यामाच्या हट्टापायी तिनं तो एकसर गळ्यात ठेवला होता. तोही तिनं धर्मशाळेच्या व्यवस्थापकांकडे सोपवला. आता ती विठ्ठलाची भक्ती निश्चिंत मनानं करू शकणार होती. तिथं आल्यावर दुसऱ्या दिवशीपासून कान्होपात्रानं आपली दिनचर्या ठरवली.

ती भल्या पहाटे उठायची. चंद्रभागेमध्ये स्नान करून थेट मंदिरात यायची. मंदिरात काकड्याची तयारी चाललेली असायची. कान्होपात्रा आली की मंदिर, मंदिराचं प्रांगण सगळं स्वच्छ झाडून, पुसून घ्यायची. तोवर गुरव २-४ परड्या भरून फुलं आणायचा. मग कान्होपात्रा त्या फुलांचे छान, सुबक हार करायची आणि गुरवाकडे द्यायची. त्यानंतर काकडा व्हायचा. काकडआरती झाली की कान्होपात्रा आपल्या गोड आवाजात नामदेवाचे, जनाबाईचे, चोखोबाचे अभंग गायची. सकाळच्या त्या प्रसन्न वातावरणात कान्होपात्रेच्या मधुर आवाजातले ते अभंग भक्तीचा सुगंध भरून टाकायचे आणि नंतरसुद्धा कितीतरी वेळ ते स्वर अवीट माधुरीचा सुगंध पसरत दरवळत राहायचे. त्यानंतर कान्होपात्रा पुन्हा जरा वेळ धर्मशाळेत परतायची. तिथे काम करणाऱ्या स्त्रियांना मदत करायची. जेवण करायची आणि पुन्हा मंदिरात यायची. मग मात्र दिवसभर ती मंदिरातच असायची. कधी मंदिरासभोवतालचं पटांगण झाडलोट करून स्वच्छ करायची, तर कधी महाद्वारातल्या पायऱ्या स्वच्छ पुसून तिथं रांगोळी काढायची. कधी दक्षिणद्वारात बसून अभंग गायची, तर कधी विठ्ठलाच्या मूर्तीसमोर बसून. मधली जेवणाखाणाची

वेळ सोडली तर पहाटेच्या काकड आरतीपासून रात्रीच्या शेजारतीपर्यंत या ना त्या ठिकाणी, या ना त्या कारणानं कान्होपात्रा विठ्ठल मंदिरात असायची. विठ्ठलाच्या अवतीभोवती असायची. त्याच्याभोवताली, त्याच्या सान्निध्यात वावरायची. यात तिला एक वेगळंच सुख मिळायचं. एक वेगळाच आनंद मिळायचा. विठ्ठलाचा, तिच्या लाडक्या विठ्ठलाचा सहवास मिळायचा. तिच्या लाडक्या विठ्ठलाची समीपता मिळायची. विठ्ठलाच्या भक्तीचा ध्यास लागलेली कान्होपात्रा पंढरपूरला आली आणि अवघी विठ्ठलमय होऊन गेली. अवघी विठ्ठलमय. काया-वाचा-मने विठ्ठलमय.

कान्होपात्रा पंढरपूरला गेली आणि माया आणि श्यामा जोरदार तयारीला लागल्या. श्यामा अधूनमधून महालातून धनाजीला पंढरपूरला पाठवून कान्होपात्रेची खबर घेत होतीच. तिथं कान्होपात्रा सुखरूप आहे आणि विशेष म्हणजे ती तिथं आनंदात आहे, हे तिला समजल्यावर श्यामाही निश्चिंत झाली आणि कान्होपात्रेची बिदरला पाठवणी करायच्या तयारीला लागली. कान्होपात्रेला पंढरपूरला जाऊन महिना होत आला होता. श्यामा आणि मायाची तयारीही जोरात सुरू होती. आता कुठल्याही क्षणी बिदरचा सांगावा आला असता आणि तो आलाच. एके दिवशी संध्याकाळी सदाशिवचा निरोप घेऊन एक घोडेस्वार आला. घोडेस्वार आला म्हटल्यावर माया आणि श्यामा लगबगीनं गेल्या. त्यांच्या अपेक्षेप्रमाणेच तो घोडेस्वार बिदरचा निरोप घेऊन आला होता. सदाशिवनं निरोप पाठवला होता, "आणखी आठ दिवसांतच मी पाठवलेली माणसं मंगळवेढ्याला पोहोचतील. त्यांच्यासोबत कान्होपात्रेला पाठवा." बिदरच्या बादशहाचं आणि सदाशिवचं बोलणं झालं होतं आणि सदाशिवनं वर्णन केल्याप्रमाणे खरंच जर कान्होपात्रा सुंदर असेल, तर बादशहा तिला आपल्या जनानखान्यात दाखल करून घेणार होता. एकंदरीत सदाशिवनं बादशहाला पटवलं होतं आणि हे खरंच होतं, की कान्होपात्रा वर्णनापेक्षाही सुंदर होती; कारण तिचं सौंदर्य वर्णनापलीकडचं होतं. त्यामुळे सदाशिव खोटं पडण्याचा प्रश्नच नव्हता आणि बादशहा कान्होपात्रेला नाकारणं शक्य नव्हतं.

हे सगळं ऐकल्यावर आणि समजल्यावर माया आणि श्यामाचा आनंद गगनात मावेना. हा आनंद साजरा करण्यासाठी काय करावं, हे त्यांना सुचेना. हत्तीवरून गावात साखर वाटावी की श्यामा महलला रोषणाई करावी? पंचपक्वान्नांचा बेत करावा, की गुढ्या-तोरणं उभी करावीत? आता त्या दोघींना कसलीच चिंता नव्हती, ना कान्होपात्रेच्या भविष्याची ना स्वत:च्या उर्वरित आयुष्याची, एक मोठा बेत तडीला गेला होता. एक मोठी योजना सफल झाली होती. आता घाई करायला हवी होती. गडबड करायला हवी होती. अर्थात अजून जायला अवकाश होता. निदान पंधरा दिवस तरी होते. कारण सदाशिवनं पाठवलेली माणसं मंगळवेढ्याला पोचायला आणखी आठ दिवस लागणार होते. त्यानंतर पुन्हा एकवार सगळी तयारी

करून, बांधाबांध करून निघायला आणखी आठ दिवस लागणार होते. तरीही घाई करावी लागणारच होती. सगळ्यात महत्त्वाचं म्हणजे कान्होपात्रेला निरोप पाठवावा लागणार होता. तिला बोलावून घ्यावं लागणार होतं. ती आल्यावर पुन्हा तिचं अभ्यंग, लेपन, स्नेहन, शिरोधारा, तनुलेपन, केशलेपन, मुखलेपन इत्यादी सगळं करून तिला तयार करावं लागणार होतं. त्यात आठ दिवस गेले असते. आता कान्होपात्रेचं इथं येणं गरजेचं होतं.

श्यामानं लगेचच बारकूला बोलावलं. त्याला बैलगाडी जुंपायला सांगितली आणि पंढरपूरला जाऊन कान्होपात्रेला घेऊन यायला सांगितलं. आता बारकू कान्होपात्रेला घेऊन आला की उरलीसुरली चिंता मिटणार होती. आता श्यामा बऱ्यापैकी निश्चिंत झाली होती; पण तिची ही निश्चिंती काही वेळच टिकली. कारण, कान्होपात्रेला आणायला गेलेला बारकू उन्हं उतरल्यावर परत आला तो रिकाम्या हातांनी. कान्होपात्रेनं त्याच्यासोबत यायला स्पष्ट नकार दिला होता. तिनं 'मी परत येणार नाही' असं ठामपणे सांगितल होतं. बारकू बिचारा हात हलवत रिकामी गाडी घेऊन परत आला होता. आता काय करावं, श्यामाला कळेना. तिनं ही गोष्ट आपल्या आईच्या म्हणजे मायाच्या कानांवर घातली. त्या निरोपानं माया संतापली, 'एवढं सगळं जमवून आणलेलं असताना आता या पोरीला ही काय अवदसा आठवली?' असं तिच्या मनात आलं आणि तिला खूप संताप आला आणि आता या प्रकरणात तिनं स्वत:च लक्ष घालायचं ठरवलं.

दुसऱ्या दिवशी सकाळी तिनं बारकूला पुन्हा गाडी जोडायला सांगितली आणि श्यामाला सोबत घेऊन ती स्वत: पंढरपूरला निघाली. माया पंढरपूरला पोचली, तेव्हा सकाळचे अकरा वाजले होते. विठ्ठलाची पूजा सुरू झाली होती. मंदिरात गर्दी होती. माया आणि श्यामा थेट मंदिराजवळ आल्या. मंदिरात शिरल्या. देवाला तोंडदेखला नमस्कार करून त्या कान्होपात्रेला शोधायला लागल्या. त्यांची नजर जमलेल्या सगळ्या लोकांवरून भिरभिरायला लागली आणि त्यांना दिसली. कान्होपात्रा दिसली. ती अगदी गाभाऱ्याच्या उंबऱ्याजवळ बसली होती. तिचे हात जोडलेले होते. डोळे विठ्ठलाच्या मूर्तीवर खिळले होते. अगदी साध्या सुताड्यांचं असावं तसलं लुगडं ती नेसली हाती. अंगावर तर एकही दागिना नव्हताच. नुसती एक गाठ मारून केस मोकळे सोडले होते; पण नवल असं, की या अशा साध्या अवतारातही कान्होपात्रा विलक्षण देखणी दिसत होती. कसलाही साजशृंगार नसतानाही तिचं रूप पारिजातकाच्या फुलांसारखं निरागस आणि पवित्र दिसत होतं. ती विठ्ठलाच्या मूर्तीकडे नजर लावून इतकी निश्चल बसली होती, की एखादी रेखीव मूर्तीच तिथं ठेवली आहे, असं वाटत होतं. तिथं जावं आणि तिची ती भावसमाधी मोडून तिला तिथून उठवावं आणि घरी घेऊन जावं, असं एकदा मायाला वाटलं;

पण मंदिराच्या सभामंडपात पुष्कळ लोक होते आणि लोकांच्या त्या गर्दीतून तरातरा पुढे जाऊन गाभाऱ्यापर्यंत पोहोचण्याची अनुमती मायाच्या व्यवसायानं तिला दिली नव्हती. त्यामुळे तिनं तिथं जाण्यासाठी उचललेला पाय पुन्हा मागे घेतला आणि श्यामाचा हात धरून ती मंदिराच्या पायऱ्या उतरून रस्त्यालगत येऊन थांबली. पूजा झाली. आरती झाली. प्रसाद घेऊन सगळे लोक पांगले. कान्होपात्रा तेवढी तिथंच बसून राहिली होती.

थोडा वेळ गेला. पंतांनी पूजेची सामग्री गोळा करून एकत्र ठेवली आणि ते गर्भागाराबाहेर येण्यासाठी वळले. तिथे बसलेल्या कान्होपात्रेकडे त्यांचं लक्ष गेलं. ही पोर गेले दीड महिना इथं येऊन राहिली आहे. रोज पहाटे काकड आरतीच्या आधी मंदिरात येते. मंदिराची झाडलोट करते. अख्खं मंदिर पुसून काढते. नंतर छान छान हार बनवते. तिच्या हारांमुळे विठ्ठलाच्या मूर्तीला एक वेगळंच देखणेपण प्राप्त होतं. का कोण जाणे; पण तिनं केलेले हार घातले की देवाचा चेहराही कसा प्रसन्न दिसतो. ही पोर हे सगळं काम करत असताना अभंग गात असते. कधी नामा-जनाचे तर कधी स्वत:चेसुद्धा. ही पोर काही वेगळीच आहे. तिच्याकडे बघताना पंतांच्या मनात हे सगळे विचार येऊन गेले. आताही कान्होपात्रा तिथंच बसली होती. पंतांनी तिला हाक मारली, ‘‘पोरी, अगं आरती झाली. लोक घरी गेले. आता तूही जा. पुन्हा दुपारी ये हो!’’ पंतांनी तिला मायेनं सांगितलं; पण कान्होपात्रेला अचानक हुंदका फुटला. तिच्या डोळ्यांतून घळाघळा अश्रू वाहायला लागले. पंतांना कळेना की हिला असं अचानक काय झालं? त्यांच्या उरात माया दाटून आली. ती शब्दांत उतरली. ‘‘कान्होपात्रा बाळा, काय झालं? तुझ्या डोळ्यांत अश्रू का?’’ पंतांच्या या प्रश्नावर कान्होपात्रेला पुन्हा भरून आलं. मोठ्या मुश्किलीनं स्वत:ला सावरून पदरानं डोळे पुसत ती म्हणाली, ‘‘पंतकाका, का कोण जाणे; मला कसलीतरी भीती वाटते आहे. माझी आणि माझ्या विठ्ठलाची ताटातूट होईल, असं मला वाटतंय. कोणतीतरी दुष्ट शक्ती मला माझ्या विठ्ठलापासून दूर नेईल, असं वाटतंय. मी त्या विठ्ठलाला किती सांगितलं, कितीदा त्याला विनवलं; पण तो ऐकतच नाही. पंतकाका, मी आता एकदा त्याला विनवते. त्याला त्याच्या वचनाची आठवण करून देते आणि मग इथून जाते.’’ असं पंतकाकांना कळवळून सांगून कान्होपात्रा पुन्हा विठ्ठलाकडे वळली आणि हात जोडून तिनं अभंगातून तिच्या विठ्ठलाला विनवायला सुरुवात केली –

**‘‘पतित तू पावना । म्हणविसी नारायणा ।।**
**तरी सांभाळी वचन । ब्रीद वागविसी जाण ।।**
**याती शुद्ध नाही भाव। दुष्ट आचरण स्वभाव ।।**
**मुखी नाम नाही । कान्होपात्रा शरण पायी ।।’’**

कान्होपात्रा आळवून आळवून अभंग गात होती. विठ्ठलाला त्याच्या वचनाची आठवण करून देत होती. त्यानं तिच्या गळ्यात घातलेला हार म्हणजे त्यानं तिला दिलेला, तिचा उद्धार करणारा शब्द आहे, हे पुन:पुन्हा त्याला सांगत होती. तिच्या करुण स्वरानं पंतकाकांना गहिवरून आलं. खांद्यावरच्या उपरण्यानं डोळे पुसून त्यांनी एकवार कान्होपात्रेच्या मस्तकावर थोपटलं आणि पंचामृताचा कलश घेऊन ते बाहेर पडले. जाता जाता त्यांनी विठ्ठलाच्या मूर्तीकडे एक नजर टाकली. मूर्तीचा चेहरा नेहमीसारखाच प्रसन्न दिसत होता, जणू कान्होपात्रेची विनवणी त्याच्या कानांवर पडलीच नव्हती.

पंत निघून गेले. मंदिरात अगदी तुरळक माणसं होती. माया सभामंडपात आली. तिनं कान्होपात्रेला हाक मारली. उंबऱ्यावर डोकं टेकून बसलेल्या कान्होपात्रानं आवाजासरशी मान वळवून पाहिलं. मायाला तिथं बघितल्यावर तिच्या अंगावर सर्रकन काटा आला. आलीऽ! ताटातुटीची वेळ आली. मला माझ्या विठ्ठलापासून दूर नेण्यासाठी, मला जिवंतपणी मरण देण्यासाठी यमराजानं आजीच्या रूपात हा पाश पाठवला आहे. देवा, विठ्ठला, आता मला तुझाच आधार आहे. वाचव मला! तुझ्यापासून मला दूर जायचं नाही. मला वाचव! कान्होपात्रेनं मनोमन धावा सुरू केला; पण मूर्तीच्या चेहऱ्यावरची रेषसुद्धा ढळली नाही. माया जवळ आली. म्हणाली, "कान्हू, बाळा चल. आता आपल्या घरी चल! बिदरहून सांगावा आलाय. चल, आता आठ दिवसांत तुला तिकडे धाडायचं आहे. चल." मायानं कान्होपात्रेचा हात धरला आणि ती तिला ओढायला लागली. सुरुवातीला प्रेमानं बोलणाऱ्या मायाचा आता स्वरही बदलला आणि सूरही. विठ्ठलमंदिराच्या गर्भागाराच्या त्या उंबऱ्याजवळून कान्होपात्रा उठत नाही म्हटल्यावर तिनं हातवारे करून सोबत आणलेल्या दोन दासींना बोलावलं आणि त्या तिघी मिळून कान्होपात्रेला ओढू लागल्या. तरीही ती येत नाही म्हटल्यावर त्या तिघींनी मिळून तिला उचललं. आता मात्र कान्होपात्रेचा नाइलाज झाला. त्या तिघींकडून उचललं जात असताना तिनं विठ्ठलाचा धावा सुरू केला. "विठ्ठला धाव, मला वाचव. मला नाही जायचं. मला इथंच तुझ्याजवळ राहायचंय. मला तुझ्याजवळच राहायचंय. मला सोडव विठ्ठला. या कान्होपात्रेवर दया कर. विठ्ठला, मी तुझ्या पायांशी आले आहे. तुला शरण आले आहे. माझ्यावर आलेल्या या संकटातून मला वाचव देवा. मला वाचव. तुझी भक्ती करणाऱ्या या तुझ्या कान्होपात्रेला वाचव.

**आपुल्या निढळी लिहली अक्षरे । तुम्हा खोटे खरे कोण म्हणे ।।**
**वायाच म्या देवा धरिली आवडी । न पावे जोडी काही केल्या ।।**
**आता पंढरीनाथा नका पाहू अंत । आला तो आघात निवारावा ।।**
**म्हणोनी कान्होपात्रा येत लोटांगणी । वारंवार विनवणी करोनिया ।।"**

कान्होपात्रेनं देवाला विनवलं, त्याच्या भक्तीचा दाखला दिला, त्याच्या भक्तवत्सलतेची आठवण करून दिली; पण आज तिचा विठ्ठल तसाच उभा होता. निर्गुण, निराकार, तटस्थ. तो खरंच दगडाची मूर्ती झाला होता काय? ना त्यानं कमरेवरचे हात काढले, ना विटेवरचे पाय. तो तसाच उभा होता निश्चल, मग मात्र कान्होपात्रेचा नाइलाज झाला. ज्याच्या विश्वासावर आपण इथं आलो, तोच जर तटस्थ राहिला, तर सांगायचं कुणाला? समुद्राच्या विश्वासावर मासे पाण्यात राहतात. समुद्रानं जर मासे खाल्ले, तर सांगायचं कुणाला? कान्होपात्रेला हुंदका आवरेना; पण तिच्या हुंदक्यांची दया ना विठ्ठलाला आली, ना मायाला. आपल्या दोन सेविकांच्या मदतीनं तिनं कान्होपात्रेला बैलगाडीत बसवली आणि बारकूला आज्ञा केली. ''बारकू, चल जल्दीनं. थेट घरी!'' आणि वाऱ्याच्या वेगानं बैल पळू लागले. विठ्ठल तर कधीचा पुसट झाला होता. तो तटस्थ राहिल्यामुळे की कान्होपात्रेचे डोळे पाण्यानं भरल्यामुळे कुणास ठाऊक! पण, आतातर पंढरपूरही दिसेनासं झालं. कान्होपात्रेचं अवघं भावविश्व असं तिच्यापासून लांब लांब होऊ लागलं. दुरावायला लागलं.

कान्होपात्रा श्यामा महालात आली. वाटेत माया संतापून सतत बडबडत होती. कान्होपात्रा श्यामाला बिलगून बसली होती. काही न बोलता श्यामा तिच्या डोक्यावरून हात फिरवत होती. आपल्या लेकीचं दुःख तिला कळत होतं; पण ते दुःख विनाकारण आहे, असं तिला वाटत होतं. कारण, त्या दुःखाला ना वर्तमान होता ना भविष्य आणि ते दुःख कवटाळून कान्होपात्रेचं भवितव्यही काळवंडणार होतं. म्हणूनच श्यामा गप्प होती. आपल्या आईचा विचार अगदी रास्त आहे आणि तो वस्तुस्थितीला धरून तर आहेच; पण कान्होपात्रेचं आयुष्यभराचं कल्याण करणारा आहे, याबद्दल तिला खात्री होती. म्हणूनच आपल्या लेकीचं हे दुःख तिला अनाठायी वाटत होतं. अकारण वाटत होतं. वांझोटं वाटत होतं. म्हणूनच कान्होपात्रेला सांत्वनपर एक शब्दही न बोलता, निःशब्दपणे ती कान्होपात्रेच्या मस्तकावरून हात फिरवत होती; पण तिला धीर देणारा, तिचं सांत्वन करणारा, तिला दिलासा देणारा एकही शब्द श्यामा बोलत नव्हती. कान्होपात्रेच्या डोळ्यांतले मात्र ना अश्रू थांबत होते, ना तिचा हुंदका थांबत होता. येताना पंढरपूरची वाट लवकर सरत नव्हती. कधी एकदा पंढरपूर येतंय, असं झालं होतं; पण आता मात्र पंढरपूर खूप वेगानं मागं जात होतं. दूरदूर जात होतं. मंगळवेढा जवळ येत चाललं होतं. काही वेळानं आईच्या मांडीवर डोकं ठेवून पहुडलेली कान्होपात्रा उठून बसली. पंढरपूर आता खूप मागं राहिलं होतं. अगदी दिसेनासं झालं होतं आणि तिचा विठ्ठल? तो तर कधीचा धूसर झाला होता. ती मंदिरातून बाहेर आणली गेली तेव्हाच आणि आतातर तो खूप दूर राहिला होता. खूपच दूर; कारण आता परतीची वाट नव्हती. तिचा विठ्ठल

तिच्या मदतीला धावला नव्हताच. पण, त्याच्या वचनालाही तो जागला नव्हता. त्यानंच सगळे पाश तोडले होते का? की कान्होपात्रेला तसं वाटत होतं? काहीच समजत नव्हतं. उमजत नव्हतं आणि उमगतसुद्धा नव्हतं; पण या सगळ्यात एक मात्र सत्य होतं. अंतिम सत्य! कटू सत्य! जीवघेणं सत्य! ते म्हणजे कान्होपात्रेचा विठ्ठल तिच्यापासून दुरावला होता आणि त्या विठ्ठलाचं पंढरपूरही आता तिच्यापासून दुरावलं होतं. कदाचित... कदाचित... कायमचं!

# १६

कान्होपात्रा मंगळवेढ्याला आली, आली म्हणण्यापेक्षा आणली गेली; पण तिचं मन अजूनही पंढरपुरातच वावरत होतं. अजूनही विठ्ठलमंदिरातच होतं. अजूनही विठ्ठलाजवळच होतं. तरीही राहून राहून एका प्रश्नानं तिचा छळ मांडला होता. तो म्हणजे आपण इतकं आळवून, इतका धावा करूनसुद्धा विठ्ठल आपल्या हाकेला धावून आला नाही- ते का? आपली भक्ती त्याला खोटी वाटतेय का, की आपण अशा कुळात जन्माला आलो म्हणून तो आपल्याकडे दुर्लक्ष करतोय? की आपण अशा कुळात जन्मलो, आपल्याला आपला पारंपरिक व्यवसाय करावा लागणार आहे आणि तो टाळण्यासाठी आपण त्याची भक्ती करतोय, असं त्याला वाटतंय का? की आपली भक्तीच कुठंतरी कमी पडतीय? की हा विठ्ठल भक्तांच्या हाकेला धावून जातो, हे आपण आतापर्यंत ऐकलेलं खोटं आहे? तसं असेल तर हीन कुळात जन्मलेल्या जना, चोखोबा या संतांच्या हाकेला हा धावून गेला तेही खोटं? जनाबाईला ज्या सुळावर चढवायचं होतं, त्या सुळाचं यानंच पाणी केलं. चोखोबाला बैलाच्या पायांना बांधून चंद्रभागेच्या वाळवंटातून फरफटत नेण्याची शिक्षा सुनावली गेली, तर हा बैलांची शिवळ धरून उभा होता. मग हा माझ्याच हाकेला का धावून येत नाही? की माझा धावा कुठंतरी कमी पडतोय? की माझ्या हाकेत तेवढी आर्तता नाही! कान्होपात्रेच्या मनात या प्रश्नांनी वादळ निर्माण केलं; पण यातल्या एकाही प्रश्नाचं उत्तर तिच्याजवळ नव्हतं. कुणाला विचारायची सोय नव्हती. माया तर नुसती धुमसत होती आणि श्यामा? तीही मूक झाली होती. जणू तिनं कान्होपात्रेशी अबोला धरला होता. अशा परिस्थितीत विचारणार कुणाला? बोलणार कुणाशी? कान्होपात्रेची अशी घुसमट व्हायला लागली. पुन्हा विठ्ठलाला शरण जाण्यावाचून पर्याय नव्हता. त्याचा कितीही राग आला, त्यानं कितीही अलिप्तता दर्शवली; तरी आता कान्होपात्रेचा तोच एकमेव तारणहार होता. तोच एकमात्र उद्धारकर्ता होता. आता त्यालाच हाक मारणं गरजेचं होतं. त्याचाच धावा करायला हवा होता आणि कान्होपात्रेनं तेच करत राहायचं ठरवलं. पंढरपुरातून आता इथं श्यामा महालात तिला आणून ठेवल्यावर धुमसत राहिलेल्या मायानं तिच्यावर सख्त पहारा ठेवला.

न जाणो ही पोरगी पुन्हा नजर चुकवून पळून पंढरपूरला जायची आणि बिदरला पोहोचली नाही, तर बादशहांची मर्जी फिरायची. एकदा का तिला बिदरला नेऊन बादशहांना नजर केली की आपण आरामाचं आयुष्य जगायला मोकळ्या, या विचारात माया गुरफटली होती. कान्होपात्रेला मात्र आपण आता पंढरपूरला जाऊ शकणार नाही आणि आपल्या विठ्ठलाला पुन्हा पाहू शकणार नाही, याचंच दुःख वाटत होतं.

कान्होपात्रेला बिदरला पाठवण्याची तयारी आता पूर्ण होत आली आणि चारेक दिवसांनी सदाशिवनं पाठवलेली माणसं मंगळवेढ्याला येऊन पोहोचली. बादशहानं त्या माणसांसोबत आपले चार-सहा सैनिकही पाठवले होते. मंगळवेढा-बिदर अंतर तसं जास्त होतं. त्यातच कान्होपात्रेसारखी सुंदर तरुणी सोबत होती. तिच्यासोबत दागदागिने, जडजवाहिर, भारी वस्त्रंप्रावरणं, बादशहांसाठीचा किमती नजराणा अशा वस्तू असणार होत्या. वाटेत काही ठिकाणी निर्मनुष्य वाट होती. कसलाही दगाफटका होण्याचा संभव होता. सदाशिवनं कान्होपात्रेचं केलेलं वर्णन ऐकून आणि तिची तसबीर बघून बादशहा तिच्यासाठी पागल झाला होता. त्यातच त्यानं आपले हेर पाठवून सदाशिवनं सांगितलेलं सर्व खरं आहे का याची शहानिशा केली होतीच आणि त्यांच्या हेरांनीही त्याला कान्होपात्रा अवघ्या पंचक्रोशीत देखणी आहे, याचा निर्वाळा दिला होता. शिवाय ती नायकिणीची मुलगी असल्यामुळे नृत्य-गायनात तर तरबेज होतीच; पण सहजसाध्यही होती. हेरांनी निर्वाळा दिल्यानंतर बादशहानं सदाशिवनं केलेला वसुलीच्या पैशातला घपला माफ केला. शिवाय त्याची नोकरीही तशीच ठेवली. तसंच सदाशिवनंही सरकारी खात्यात पैसे भरतो म्हणून कबुलीजबाब लिहून दिला आणि शिवाय कान्होपात्रेसारखी अप्रतिम देखणी तरुणी बादशहाला नजर करणार आहे, असंही सांगितलं.

कान्होपात्रेचं वर्णन ऐकल्यावर बादशहा तिच्यासाठी वेडा झाला आणि कान्होपात्रेला मंगळवेढ्याहून बिदरला सुखरूप आणण्यासाठी त्यानं सदाशिवच्या चाकरांसोबत आपले सैनिकही पाठवले. बिदरहून माणसं आली म्हटल्यावर मायाला आकाश ठेंगणं झालं. श्यामालाही आनंद आणि लेक दुरावणार म्हणून थोडंसं दुःख झालं; पण बिदरहून आपल्याला न्यायला माणसं मंगळवेढ्याला आली आहेत, हे समजल्यावर कान्होपात्रेच्या काळजाचा ठोका चुकला. कसं असतं, माणसाला आपल्याला मृत्यू येणार हे माहीत असतं; पण तो प्रत्यक्ष समोर आला की काळीज धडधडायला लागतं, तसं कान्होपात्रेचं झालं. हे कधी ना कधी होणारच होतं, हे तिला माहीत होतं. नव्हे, नाइलाजानं का होईना, तिनं ते स्वीकारलंही होतं; पण आता तीच गोष्ट आपल्या दारापर्यंत येऊन ठेपलीये म्हटल्यावर तिच्या काळजाचा ठोका चुकला. ज्या मरणाला आपण भीत होतो, तेच मरण आपल्या दाराजवळ येऊन ठेपलंय,

याची जाणीव तिला झाली आणि तिची अवस्था जखमी पाखरासारखी झाली. जिवाची तडफड तडफड व्हायला लागली. यापेक्षा खरा मृत्यू आलेला बरा, असं तिला वाटायला लागलं. आपल्या दालनातून बाहेर पडून बेभानपणे ती कृष्णविठ्ठलाच्या मंदिरात गेली. मूर्तीसमोर जाऊन कोसळली. आकांत करून, टाहो फोडून रडायला लागली. विठ्ठलाला हाका मारायला लागली. त्याच्याजवळ तक्रार करून गाऱ्हाणं घालायला लागली. आर्त स्वरात, हुंदक्यांच्या सोबतीनं, अश्रुपाताच्यासोबतीनं अभंग गायला लागली...

**''पुरविली पाठ न सोडी खळ । अधम चांडाळ पापराशी ।।**
**वारिता नायके दुष्ट दुराचार । काय करू विचार पांडुरंगे ।।**
**तू माय माउली जगाची जननी । म्हणवोनी मिठी चरणी घाली ।।**
**विनवी कान्होपात्रा जोडोनिया हात । आता देह अंतसमय आला ।।''**

आपल्या मनातला टाहो, हृदयातला आक्रोश, आत्म्याचं आक्रंदन असं विठ्ठलाला सांगत राहिली. मनाच्या एका कोपऱ्यात कुठंतरी असं जाणवत होतं, की आपला हा टाहो, हे आक्रंदन, हा धावा वांझोटा ठरणार आहे. बिदरला जाणं, हे आपलं विधिलिखित आहे आणि आपल्या या आक्रंदनानं ते बदलणार नाही. तर मनाच्या अगदी लहानशा कोपऱ्यात मात्र एक अंधूक आशा पालवत होती. कदाचित... कदाचित आपला विठ्ठल आपल्या मदतीला धावून येईल आणि या भयाण संकटातून आपल्याला सोडवेल. आपल्या भक्तीवर प्रसन्न होऊन तो आपला उद्धार करेल; पण कधी? कितीही विश्वास ठेवायचा म्हटलं, कितीही श्रद्धा बाळगायची म्हटलं, कितीही भक्ती करायची म्हटलं, तरी 'कधी' हा प्रश्न कान्होपात्रेला छळत होता. दुःख देत होता आणि त्यापेक्षाही छळत होती या प्रश्नाचं उत्तर आपल्याकडे नसल्याची भावना. चक्रवाढ व्याजाच्या वेगाप्रमाणे दुःखावर दुःख ही भावना कान्होपात्रेचं काळीज कुरतडत होती.

बिदरहून आलेल्या माणसांच्या आणि सैनिकांच्या सरबराईत माया आणि श्यामानं कुठंही कमतरता ठेवली नाही. त्यांचा अगदी यथायोग्य म्हणण्यापेक्षाही सरस असा पाहुणचार केला. मंडळी लांबून आली होती. दमून शिणली होती. दोन दिवस विश्रांती घेणार होती आणि त्यानंतर दोन दिवसांनी पुन्हा प्रवासाला निघणार होती; पण कान्होपात्रेलासोबत घेऊन! खास बादशहांचाच तसा हुकूम होता. खरंतर माया किंवा श्यामा दोघीही बिदरला जायला उत्सुक होत्या; पण 'फक्त कान्होपात्रेला पाठवा' असा सदाशिवचा आदेश होता. त्याचबरोबर कान्होपात्रेची एकदा जनानखान्यात रवानगी झाली, की एकेक करून तुम्हा दोघींनाही बिदरला घेऊन जाईन, असंही त्यांनी या दोघींना सांगितलं होतं; पण आता सबुरीनं घ्यायला हवं होतं. धीरानं

घ्यायला हवं होतं. त्यामुळे नाइलाजास्तव त्यांनी स्वत:च्या इच्छेला मुरड घातली होती आणि त्या कान्होपात्रेची तयारी करत होत्या. श्यामा महालातल्या सगळ्या नोकरचाकरांना, दास-दासींना ही बातमी समजली होती. आता कान्होपात्रा तिकडच्या कर्नाटकातल्या लांबच्या मुलखात जाणार, आता ती लवकर किंबहुना कधीच परत येणार नाही, हेही सगळ्यांना समजलं होतं. कान्होपात्रा सगळ्यांचीच लाडकी होती. त्यांतले बरेच जण त्या महालातच गेली अनेक वर्षं राहत होते. कान्होपात्रेला त्यांनी लहानपणापासून बघितलं होतं. त्यांना कान्होपात्रेचा लळा होता. ती नोकरमाणसं, दासी सगळे जण एकेक करून कान्होपात्रेच्या दालनात येत होते. तिला भेटून जात होते. दासी वर्ग तिची अलाबला घेत होत्या. तिच्या चेहऱ्यावरून हात फिरवून आपल्या कानशिलांवर बोटं मोडत होत्या. कान्होपात्रा आता बादशहांकडे जाणार, ही त्यांच्या दृष्टीनं फार मोठी भाग्याची गोष्ट होती. अपूर्वाईची होती. तसं त्या कान्होपात्रेला बोलूनही दाखवत होत्या आणि याच गोष्टीचा कान्होपात्रेला अतिशय त्रास होत होता आणि जी गोष्ट या लोकांना कौतुकाची वाटते, तीच गोष्ट आपल्याला इतकी भयंकर का वाटते, याचाही उलगडा तिला होत नव्हता. विचार करून करून तिचं डोकं फुटायची वेळ आली. शेवटी हे टाळण्यासाठी तिनं पुन्हा आपलं विसाव्याचं ठिकाण गाठलं, कृष्णविठ्ठलाचं मंदिर आणि तिथं बसून तिनं आपल्या दुःखाला वाट करून दिली.

दोन दिवस असेच गेले आणि मधला एक दिवस सोडून दुसऱ्या दिवशी भल्या पहाटे प्रस्थान करायचं, असा फतवा त्या सैनिकांसोबत आलेल्या शिलेदारानं काढला आणि श्यामा महालात एकच धांदल उडाली. कान्होपात्रेची बरीचशी तयारी झाली होतीच. उद्या निघायचं म्हटल्यावर आदल्या दिवशी माया आणि श्यामानं सैनिकांसाठी सामिष भोजन ठेवलं. त्याबरोबर वाटेत असू दे म्हणून सगळ्यांसाठी तहानलाडू, भूकलाडू यांची बांधाबांध सुरू झाली. पाण्याच्या पखाली भरल्या गेल्या. गोणींतून फराळाचं सामान, फळं इत्यादी ठेवण्याची गडबड सुरू झाली. घोड्यांचा खरारा, त्यांच्यासाठी चारा, मलिदा इत्यादीची व्यवस्था करण्यात आली. कान्होपात्रेला नेण्यासाठी सारवट गाडी तयार केली होती. गाडीला जाडसर छत लावलं होतं. कान्होपात्रेला उन्हाचा, थंडीचा, वाऱ्याचा त्रास होऊ नये म्हणून खूप काळजी घेण्यात आली होती. गाडीत बसण्यासाठी मऊशार बिछायत घातली होती. मागेपुढे, बाजूलाही किनखापाचे पडदे लावले होते. कान्होपात्रेला प्रवासात कंटाळा येऊ नये म्हणून त्या पडद्यांना २-४ ठिकाणी बारीक जाळ्या लावण्यात आल्या होत्या, ज्यायोगे त्यातून कान्होपात्रेला बाहेरचं दिसेल. तिची बसण्याची जिथं व्यवस्था केली होती, तिथंच तिच्या शेजारी एका दासीसाठी वेगळं आसन बनवलं होतं. ती दासी कान्होपात्रेच्यासोबत येणार होती. त्यामुळे वाटेत, प्रवासात कान्होपात्रेला कंटाळा

येणार नव्हता. तिच्या आवडीचे खाद्य पदार्थ तिच्यासोबत त्या सारवट गाडीत असणार होते. भीमू शेतकऱ्याची तरणीबांड, शर्यतीत नेहमी जिंकणारी बैलजोडी त्या सारवट गाडीला जुंपली जाणार होती. ही बैलजोडी वाऱ्याच्या गतीनं पळत असे.कान्होपात्रेला जेवढ्या लवकर बिदरला आणता येईल, तितक्या लवकर आणा, असा बादशहाचा हुकूम होता. नाजूक असलेल्या कान्होपात्रेला घोड्यावरचा प्रवास झेपला नसता, नाहीतर तिला घोड्यावरूनच नेता आली असती; पण ते शक्य नव्हतं. म्हणूनच वेगानं धावणारे बैल आणि आरामात बसता येईल अशी बैठक व्यवस्था केलेली सारवट गाडी असा इंतजाम केला गेला होता.

जाण्याचा दिवस उजाडला. भल्या पहाटे अगदी झुंजूमुंजू होण्यापूर्वी माया आणि श्यामा कान्होपात्रेच्या दालनात आल्या. अस्वस्थ मनानं कान्होपात्रा निजली होती. निजली कुठली, तिच्या मिटल्या डोळ्यांतून अश्रूंच्या धारा वाहत होत्या. श्यामा तिच्याजवळ जाऊन बसली. केसांतून हात फिरवून तिनं कान्होपात्रेला उठवलं. आई आणि आजी समोर बघताच कान्होपात्रा उठून बसली. तिचा चेहरा कोमेजला होता. ते बघून मायाला क्षणभर संताप आला; पण तिनं तो आवरला. ही वेळ संताप व्यक्त करण्याची नव्हती. ती कान्होपात्रेच्या जवळ गेली. म्हणाली, "कान्हू, ऊठ आता! बिदरला जाण्यासाठी निघायचं आहे. मला माहितीये की बिदरला जायचं तुझ्या मनात नाहीये; पण मी तुला तुझ्या वचनाची आठवण करून देते. तू आम्हाला शब्द दिला होतास, की आम्ही तुला पंढरपूरला जाऊन राहायला अनुमती दिली, तर तू बिदरला आनंदानं जाशील म्हणून. तू विसरलीस का? तू तसा शब्द दिलास, म्हणून आम्ही तुला पंढरपूरला राहायला पाठवलं. चांगले दोन महिने तू पंढरपूरला जाऊन राहून आलीस. मन भरेपर्यंत तुझ्या त्या विठ्ठलाला भेटलीस. आम्ही आमचा शब्द पाळलाय. आता दिलेला शब्द पाळण्याची वेळ तुझी आहे. तेव्हा ते रडणं थांबव आणि उठून तयार हो! सूर्य उगवायच्या वेळी प्रस्थान मुहूर्त आहे. ऊठ आणि आवर आता. बाकी सगळी तयारी झाली आहे. तुझंच तेवढं आवरायचं राहिलंय. ऊठ!" मायानं सांगितलं. ती प्रेमानं बोलत होती; पण तिच्या आवाजात जरब होती. इशारा होता. एक गर्भित धमकी होती. कान्होपात्रेनं ते ओळखलं. काही न बोलता ती उठली. मंचकावरून उतरताना तिनं आपल्या आईकडे, श्यामाकडे एक कटाक्ष टाकला. तिच्या डोळ्यांतही मायाच्या इशाऱ्याला अनुमोदन दिसत होतं.

खरंतर कान्होपात्रा रात्रभर जागीच होती. रात्री उशिरा किसाई तिला भेटायला आली होती. किसाई आता थकली होती. तिला भराभरा चालताही येत नव्हतं; पण ती कान्होपात्रेच्या दालनात आली ते सगळी निजानीज झाल्यावर. तिला बघून कान्होपात्रेला रडू कोसळलं. तिची विठ्ठलभक्ती जाणणारं या महालात किसाईशिवाय

कुणीच नव्हतं. किसाई आली आणि कान्होपात्रेला जवळ घेऊन खूप रडली. कान्होपात्रेचे डोळे पुसता पुसता किसाईचे स्वतःचे डोळे भरून वाहत होते, याचंही तिला भान नव्हतं. दोघी बराच वेळ एकमेकींना बिलगून रडत होत्या. मूकपणे रडत होत्या. वियोग हा दोघींच्याही अश्रुपाताचा समभाव असला, तरी कान्होपात्रेच्या अश्रुपाताला त्याहीपेक्षा वेगळा अर्थ होता. किसाईला तो समजत होताही आणि नव्हताही. संपत्तीची समृद्धी म्हणजे सुख हे मानणारं तिचं एक मन कान्होपात्रेचा विरह होणार म्हणून रडत होतं; तर कान्होपात्रेची विठ्ठलभक्ती समजणारं तिचं दुसरं मन आता तिची भक्ती कोमेजणार, तिचं निर्माल्य होणार म्हणून दुःख करत होतं. बराच वेळ कान्होपात्रेला जवळ घेऊन रडल्यावर किसाबाईनं स्वतःला सावरलं. आपले डोळे पुसून कान्होपात्रेचेही डोळे पुसले. आपल्या भाबड्या भावनेनं तिची समजूत घातली आणि ती तिच्या दालनाबाहेर पडली. ती गेली त्या दाराकडे डोळ्यांत अश्रू घेऊन कान्होपात्रा कितीतरी वेळ बघत राहिली होती. त्यानंतरही तिला झोप अशी लागलीच नाही आणि आता भल्या पहाटे आजी आणि आई तिच्या दालनात आल्या होत्या. आजीचा जरबेचा स्वर आणि आईचं त्याला असलेलं अनुमोदन बघून कान्होपात्रा मुकाट उठली आणि निघण्याच्या तयारीला लागली. कान्होपात्रा उठलेली बघून सोबत आलेल्या दासीला कान्होपात्रेला तयार करण्याबाबत काही सूचना देऊन दोघी दालनाबाहेर पडल्या. त्या गेल्या; पण कान्होपात्रेच्या मनात एक विलक्षण खळबळ निर्माण करून गेल्या. तिला आवरायला मदत करणाऱ्या त्या दासीकडे स्वतःला सुपूर्त करून कान्होपात्रेनं परिस्थितीला शरण जाण्याचं ठरवलं. तिचं मन आक्रंदत होतं. आक्रोश करत होतं. विठ्ठलाचा धावा करत होतं. त्यानं मदतीला धावून यावं म्हणून मनधरणी करत होतं. टाहो फोडत होतं.

**''नको देवराया अंत आता पाहू । प्राण हा सर्वथा जाऊ पाहे ।।**
**हरिणीचे पाडस व्याघ्रे धरियेले । मजलागी जाहले तैसे देवा ।।''**

दुःखावेगाच्या तीव्र आक्रोशातून विठ्ठलाला हाका घालणारे शब्द उमटत होते; पण ऐकत कोण होतं? तो विठ्ठल? छे! नसावा! कारण, कान्होपात्रेचं सगळं आवरून झालं आणि विठ्ठल तर आलाच नाही; पण माया आणि श्यामा मात्र आल्या. दासीनं नटवलेली, सजवलेली कान्होपात्रा अप्सरेपेक्षाही सुंदर दिसत होती. बादशहा तिला बघून नक्कीच पाघळणार होता, यात काही शंका नव्हती. माया आणि श्यामासुद्धा तिच्या त्या विलक्षण देखणेपणाकडे डोळे विस्फारून बघत राहिल्या, तिथं इतरांची काय कथा? निघायची वेळ झाली. हातात उत्तर भारतातल्या रिवाजासारखी चुनरी घेऊन श्यामा पुढे झाली. तिनं कान्होपात्रेला जवळ घेतली. तिच्या माथ्यावर ओठ टेकवून तिला आशीर्वाद दिला. तेव्हा मात्र श्यामाचे डोळे

पाण्यानं भरले होते. तिनं महत्प्रयासानं स्वत:ला सावरलं. 'आपल्या इतक्या देखण्या लेकीची पाठवणी एखाद्या कुलवंताच्या घरात करता आली असती, तर आपल्या जन्माचं सार्थक झालं असतं.' क्षणभर तिच्या मनात येऊन गेलं. तिनं स्वत:ला सावरलं, स्वत:च्या मनातले विचार आवरले आणि तिनं ती चुनरी कान्होपात्रेच्या दोन्ही खांद्यांवरून टाकून तिच्या माथ्यावर टाकली. माथ्यावरून पुढे कपाळाकडे पार अगदी ओठांपर्यंत ओढून घेऊन तिचा चेहरा झाकला. ते बघून मायाच्या चेहऱ्यावर स्मित उमटलं. "हां! हे छान झालं. आता आपल्या कान्हूला कुणाची नजरही लागायला नको आणि दुसरं म्हणजे बादशहाच्या दरबारचा हा रिवाजही आहे आणि आता तो कान्हूला पाळलाच पाहिजे. आता अशी चुनरी घेण्याची, पडदाशीन राहण्याची सवय कान्हूला करून घ्यायलाच पाहिजे. बघू कशी दिसतीय माझी पोर?" असं म्हणत माया पुढे झाली. तिनं कान्होपात्रेला एक वेळ न्याहाळलं. आज कान्होपात्रा विलक्षण सुंदर दिसत होती. सोनेरी जरीनं कशिदाकारी केलेलं गुलाबी रंगाचं लुगडं ती नेसली होती. त्या कशिद्यात मोती जडवले होते. पदराच्या काठालाही मोत्यांची झालर लावली होती. अंगावर मोत्यांचे, माणके गुंफलेले मोजकेच अलंकार तिनं घातले होते आणि आता श्यामानं तिला माथ्यावरून दिलेली गर्द जांभळ्या रंगाची, चांदीच्या चांदण्या जडवलेली, मोत्यांची कशिदाकारी केलेली चुनरी. ढगाआडून डोकावणारा पौर्णिमेचा चंद्रही तिच्यापुढे फिका पडला असता. मायानं आपल्या डोळ्यांतल्या काजळाचं बोट घेऊन कान्होपात्रेच्या कानाजवळ टेकवलं. म्हणाली, "कुण्या मेल्याची नजर नको लागायला!" मायानं आणि श्यामानं कान्होपात्रेचे दोन्ही हात धरले आणि त्या तिला घेऊन निघाल्या. दालनाबाहेर पडल्या. समोरच मंदिर होतं. कान्होपात्रेचं लाडकं मंदिर आणि त्या मंदिरातला तिचा लाडका कृष्णविठ्ठल. दालनाबाहेर पडल्यावर कान्होपात्रेची नजर त्या मूर्तीकडे गेली आणि हिसडा मारून त्या दोघींच्या हातांतून आपले दोन्ही हात सोडवून ती मंदिरात धावली. तिनं मूर्तीकडे नजर टाकली. त्याच्या चेहऱ्यावर तेच प्रसन्न हास्य होतं आणि होता तोच अलिप्तपणा, कान्होपात्रेला गहिवर आला. "विठ्ठला, का असा वागतो आहेस? तुला माझी पर्वा नाही की माझी किंमतच नाही. मी तुला संपूर्ण शरण आले ना? शरणागताला तू अभय देतोस ना? मग मला का टाळतोस? माझी आजी, माझी आई, माझे वडील ही माझीच माणसं मला नरकात लोटायला चालली आहेत. मग आता माझं कोण आहे? आणि तुझ्याशिवाय माझं कोण आहे दुसरं? विठुराया...

**"तुजविण ठाव न दिसे त्रिभुवनी । धावे हो जननी विठाबाई ।।**
**नको देवराया अंत आता पाहू । प्राण हा सर्वथा जाऊ पाहे ।।"**

कान्होपात्रेच्या स्वरांतून, सुरांतून, शब्दांतून कारुण्य ओसंडत होतं. गालांवरून अश्रू ओघळत होते आणि अवघ्या शरीराला थरथर सुटली होती. वावटळीत एखादी नाजूक वेल थरथरावी, तशी कान्होपात्रा थरथरत होती. दुःखावेगानं हेलपाटत होती. कोणत्याही क्षणी ती कोसळेल असं वाटत होतं; पण 'तो' अजूनही तटस्थच होता. स्थितप्रज्ञासारखा उभा होता. दगडाचा होता आणि काळीजही दगडाचं करून उभा होता. कान्होपात्रा हेलपटायला लागली म्हटल्यावर श्यामा धावली. तिनं पुढे होऊन कान्होपात्रेला आधार दिला. तिचे खांदे धरून तिला उभी केली आणि मंदिरातून बाहेर आणली. पुन्हा मायानं तिचा हात धरला आणि दोघी तिला श्यामा महलच्या बाहेर घेऊन आल्या. एखादं कलेवर ओढलं जावं, तशी कान्होपात्रा त्या दोघींकडून ओढली जात होती. तिला घेऊन त्या श्यामा महालाच्या बाहेर आल्या. बाहेर घोडेस्वार जय्यत तयारीनिशी उभे होते, तर कान्होपात्रेसाठी सजवलेली सारवट गाडी तयार होती. तिच्यासोबत जाणारी शांता नावाची दासीही तिथंच सारवट गाडीच्या शेजारी उभी होती. कान्होपात्रेला घेऊन माया-श्यामा बाहेर आलेल्या बघून ती पुढे झाली. मायानं आपण धरलेला कान्होपात्रेचा हात तिच्या हातात दिला. एका बाजूला श्यामा, एका बाजूला शांती अशा दोघींनी धरून कान्होपात्रेला सारवट गाडीजवळ आणलं. कान्होपात्रेचा अवघा देह हुंदक्यांनी गदगदत होताच; पण आता श्यामालाही भरून आलं. तिनं आवेगानं मिठी मारून कान्होपात्रेला जवळ घेतली. तिची लाडकी लेक आता परत कधी दिसणार होती कुणास ठाऊक! काही क्षण दोघी एकमेकींच्या मिठीत होत्या; पण तेवढ्या क्षणात कान्होपात्रेचं अवघं बालपण श्यामाच्या नजरेसमोर तरळून गेलं. श्यामाच्या मिठीत कान्होपात्रा तर नुसती हुंदक्यांवर हुंदके देत होती. आतापर्यंत सुरक्षित असलेलं, उबदार असलेलं हे मायेचं, प्रेमाचं अवकाश सोडून ती एका वेगळ्याच जगात निघाली होती. ते जग पूर्ण वेगळं होतं. अगदी संपूर्ण वेगळं आणि तिथं तिचं असं कुणीच नव्हतं. अगदी कुणीच! तिचा विठ्ठलसुद्धा!

आईच्या मिठीतून कान्होपात्रेला बाजूला करून माया म्हणाली, "आवरा आता! निघायला उशीर होतोय. लांबचा पल्ला गाठायचा आहे. पोरी, वाईट वाटून घेऊ नको. तू तिथं एकटी नाहीस. खुद्द बादशहांच्या आधारानं तू राहणार आहेस आणि तिथं सदाशिव शेठजी आहेतच की. थोड्या दिवसांनी आम्ही दोघी येऊ तिथं. जा आता! आणि हे बघ, आता रडू नको हं! चेहरा हसरा ठेव. तू आनंदानं आली आहेस, असं बादशहांना वाटलं पाहिजे. श्यामा, सोड आता. जाऊ दे पोरीला!" असं म्हणत मायानं श्यामालाही मागं ओढलं. शांतीनं हाताला धरून कान्होपात्रेला गाडीत बसवलं. माया आणि श्यामाला नमस्कार करून शांती स्वत:पण गाडीत बसली. एकवार त्या दोघींकडे पाहून तिनं सारवट गाडीचा पडदा सोडला. आता

कुणीच कुणाला दिसत नव्हतं. बैलांना हाकारा दिल्याचा आवाज आला. बैल दुडक्या चालीनं धावायला लागले. मंगळवेढा मागं पडत चाललं होतं. कान्होपात्रेचं उबदार घर, आईची सुरक्षित मिठी, आजीचं वात्सल्य सगळं सगळं मागं पडत होतं आणि त्याबरोबर मागं मागं पडत होता कान्होपात्रेचा कृष्णविठ्ठल, जो आता तिच्यावर रुसला होता. तिला आधार द्यायचं त्यानं नाकारलं होतं. जो कान्होपात्रेवर संकट आलं असतानादेखील तटस्थ राहिला होता. त्रयस्थासारखा वागला होता. कान्होपात्रा मात्र हे मानायला तयार नव्हती. निराश झाली होती. निराधार झाली होती; पण विठ्ठलावरचा तिचा विश्वास अजून पूर्ण टळला नव्हता. तो आपल्याला यातून सोडवेल, अशी अंधूकशी आशा तिला अजूनही वाटत होती. म्हणूनच आता मंगळवेढ्याच्या वेशीबाहेर पडल्यावर तिनं पुन्हा विठ्ठलाला सांगितलं...

**''मोकलोनी आस जाहले उदास । घेई कान्होपात्रेस हृदयात ।।**
**नको देवराया अंत आता पाहू । प्राण हा सर्वथा जाऊ पाहे ।।''**

मंगळवेढा मागं पडलं. बैलांच्या दुडक्या चालीनं आता गती घेतली होती. घोडेस्वारांसोबत बैलही धावत होते. कान्होपात्रेचं मन मात्र मागंच रेंगाळत होतं. कृष्णविठ्ठल तर मागंच राहिला होता; पण विठ्ठल, आपला विठ्ठल, त्याला आपण पंढरपुराहून आल्यावर भेटलोच नाही आणि आता बिदरला गेल्यावर तर भेटणं शक्यच नाही. एकदा... एकदा विठ्ठलाला भेटावं. एकदा... एकदा... पुन्हा एकदा त्याला डोळे भरून बघावं आणि त्याला सांगून, त्याची अनुमती घेऊन बिदरला जावं. होय. त्याची अनुमती घेऊन. ती घेतली पाहिजे. नव्हे, ती घ्यावीच लागेल. आपण त्याला पती मानलंय, नवरा मानलंय, त्यानंही आपल्या गळ्यात तुळशीचा हार घालून या विवाहाला मान्यता दिली आहे. मग आता आपण त्याच्यापासून दूर तिकडे परमुलखात जातोय, तर त्याची संमती नको का विचारायला? त्याची अनुमती घेतलीच पाहिजे. ते काही नाही. बिदरला जाण्यापूर्वी पंढरपूरला जाऊन विठ्ठलाची भेट घेतलीच पाहिजे. कान्होपात्रेच्या मनानं घेतलं. तिच्या चेहऱ्यावर निश्चय उमटला. डोळ्यांत निग्रह उमटला आणि तिनं शांतीला सांगितलं, ''शांती, गाडीवान दादांना गाडी थांबवायला सांग.'' कधी नव्हे तो कान्होपात्रेचा स्वर आदेश देणारा होता. शांतीनं पुढच्या बाजूचा पडदा सरकवून गाडीवानाला गाडी थांबवण्याचा आदेश दिला. गाडीवानानं कासरा ओढून गाडी थांबवली. कासरा ओढताक्षणी बैल थांबले. बैल थांबलेले बघून सोबत चालणारे घोडेस्वारही थांबले. शिलेदारानं घोड्यावरून खाली उतरून गाडीवानाला विचारलं. गाडीवानानं तसा आदेश आल्याचं सांगितलं. तसा शिलेदार गाडीच्या मागच्या बाजूला आला. खाली मान घालून त्यानं अदबीनं विचारलं, ''बाईसाहेब, काही अडचण आहे का? गाडी का थांबवायला

सांगितली?'' त्याचा प्रश्न ऐकून कान्होपात्रेनं तेवढ्याच ठामपणे उत्तर दिलं. ''शिलेदार दादा, इथून जवळच पंढरपूर म्हणून आहे. तिथं आमचा देव राहतो. परमुलखात जायचं झालं, तर आम्हाला त्याची अनुमती घ्यावी लागते. तेव्हा गाडी पंढरपूरकडे वळवा. माझ्या देवाचं दर्शन घेऊन, त्याची परवानगी घेऊन आपण पुढे जाऊ. तो माझा देव आहे. त्यामुळे मला त्याची परवानगी घ्यावी लागते!''

कान्होपात्रानं सांगितलेलं ऐकून शिलेदारानं मान डोलावली. ''तिला घेऊन येताना तिच्या मनाविरुद्ध काही करू नका. ती सांगते, ते ऐका!'' असं सदाशिव शेठजीनं सांगितलं होतं, ते त्याला आठवलं. जुजबी चौकशी करून त्यानं सगळं पथक पंढरपूरच्या रस्त्याकडे वळवलं. तरी ते फार पुढे आलेले नव्हते. मंगळवेढ्यापासून फार फार तर ४-५ कोसांवर ते आले असतील. त्यामुळे पंढरपूरला जाऊन मग पुढे जाणं शक्य होतं. शिलेदारानं हाच विचार केला आणि सगळं पथक पंढरपूरच्या रस्त्याला लागलं. अवघ्या अर्ध्या तासात पंढरपूर आलं. 'विठ्ठल विठ्ठल' जयघोषानं आणि अबीर-बुक्क्याच्या गंधानं कान्होपात्रेला ते समजलंदेखील आणि उत्तेजनेची एक लहर तिच्या रोमारोमांतून सळसळत गेली. आता ती तिच्या विठ्ठलाला भेटणार होती. त्याला सगळी कर्मकहाणी कथन करणार होती. एवढंच नव्हे, तर त्याला जाबही विचारणार होती. त्याला प्रश्न विचारून कोड्यात टाकणार होती. ललाटी लिहिलेलं बिदरचं दुर्भाग्य आता स्वीकारायचंच होतं; पण ते असं गपगुमानपणे ती स्वीकारणार नव्हती. विठ्ठलाच्या भक्तवत्सलतेला आवाहन करून त्याच्या 'अनाथांचा नाथ' या उपाधीला आव्हान देणार होती. बळी जायचं तर होतंच; पण निदान गोंगाट करून, आपल्यावर होणाऱ्या अन्यायाला वाचा फोडून, मगच मृत्यूला कवटाळायचं होतं. आता कान्होपात्रा हेच करणार होती. म्हणूनच पंढरपूर येण्याची ती वाट बघत होती. 'विठ्ठल विठ्ठल'चा गजर वाढला, तसं विठ्ठलमंदिर आल्याचं तिच्या लक्षात आलं. पडदा बाजूला करून प्रथम शांती खाली उतरली. तिनं हाताला धरून कान्होपात्रेला उतरवलं. आपलं नेसूचं लुगडं सावरत कान्होपात्रा क्षणभर तिथंच उभी राहिली. ''तू इथंच थांब, सामानाकडे लक्ष ठेव. मी मंदिरात जाऊन विठ्ठलाचं दर्शन घेऊन येते. मी आले की तू जा.'' कान्होपात्रेनं शांतीला सांगितलं.

ती निघाली. तिच्या पाठोपाठ दोन सैनिक निघाले; पण शिलेदारानं त्यांना तिथंच थांबवलं. ''ठहरो! उसके साथ मत जाओ। वो काफरों का भगवान है। हम अंदर नही जाएंगे। यहीं पर रुकेंगे।'' शिलेदाराच्या आदेशानं सगळे थांबले.

कान्होपात्रेनं शिलेदाराकडे कृतज्ञतेनं पाहिलं. म्हणाली, ''मी देवाचं दर्शन घेऊन त्याची परवानगी घेऊन येते!'' त्यानं मान डोलावली. कान्होपात्रेनं त्या क्षणी मंदिरात धाव घेतली. आता या वेळी मंदिरात फारशी गर्दी नसते, हे तिला माहीत होतं; कारण ती दोन महिने इथं राहिली होती. मंदिराचा दिनक्रम तिला पूर्ण पाठ

होता. आता पहाट झाली होती. काकडआरती संपली होती. आता लोक आपापल्या घरी जाऊन सकाळची कामं करण्यात व्यस्त होती. त्यामुळे कुणीतरी एखादाच भक्त देवाच्या दर्शनासाठी मंदिरात येत होता. एका परीनं कान्होपात्रेला बरं वाटलं, 'बरं झालं, आपण या वेळेलाच आलो ते! आता विठ्ठलाशी मोकळेपणानं बोलता येईल!' कान्होपात्रेच्या मनानं ग्वाही दिली आणि ती मंदिरात शिरली. मंदिरात खरोखरच कुणी नव्हतं. कान्होपात्रा धावत आत गेली, ते थेट गर्भागारापर्यंत गेली. उंबऱ्याजवळ बसून तिनं विठ्ठलाच्या चेहऱ्याकडे एक कटाक्ष टाकला! एक नजर टाकली. ती नजर... ती नजर...! विठ्ठलाची मूर्ती जर दगडाची नसती, तर त्याच्या अंगावरही शहारा आला असता. आणि तो आलाच. काय नव्हतं त्या नजरेत? एक केविलवाणी हाक होती. एक घायाळ तडफड होती. एक असहाय वेदना होती, एक मूक धडपड होती, एक निखळ संताप होता, एक अविश्वासाचा रोख होता, एक दुःखाची जाणीव होती, एक प्रश्नचिन्ह होतं, एका उत्तराची अपेक्षा होती, एक जाब होता, एक चाड विचारणारा सवाल होता, अपेक्षेसोबत अपेक्षाभंगाचं दुःख होतं, निराशा होती, निरलसता होती आणि शेवटी होतं नरकयातनेचं स्वागत. कान्होपात्रेच्या त्या एका नजरेत विठ्ठलाला हे सगळं सगळं दिसलं आणि खरोखरच तो शहारला, दगडाचा असून शहारला. त्याच्या अंगावर घातलेलं उत्तरीय थरथरलं, तुळशीहारातल्या मंजिऱ्याही थरथरल्या. निराशेनं झाकोळून गेलेली कान्होपात्रा उंबऱ्याजवळ धप्‌कन बसली. बसली नव्हे कोसळली आणि विठ्ठलाला बघितल्यावर तिला हुंदका फुटला.

घायाळ स्वरात ती त्याच्याशी बोलायला लागली – "विठुराया, का रे? का रे तुला माझी दया येत नाही? तू... तू तुझ्या भक्तांचा उद्‌धार करतोस म्हणे! तू भक्तवत्सल आहेस म्हणे! तू अनाथांचा नाथ आहेस ना? मग मी तुझी भक्त नाही का रे? मी अनाथ नाही का रे? का फक्त जनाबाईच अनाथ होती? का फक्त चोखामेळाच असहाय होता? का फक्त तेच सगळे तुझे भक्त होते? विठुराया, तुलातर मी माझा पती मानला आहे, हे ठाऊक आहे ना तुला? आणि या विवाहाला माझ्या गळ्यात तुळशीहार टाकून तूही संमती दिली होतीसच ना? मग तुझी संमती होती तर... तर जसं मी तुला माझा पती मानला, तसंच तू मला आपली पत्नी मानलंस ना? मग तुझ्या पत्नीवर, तिच्या मनावर, तिच्या देहावर फक्त तुझाच हक्क आहे; दुसऱ्या कुणाचा नाही, हे तरी तुला उमगलंय का? आता तुझ्या पत्नीवर दुसराच कुणीतरी हक्क सांगणार आहे, हे तुला चालणार आहे का? मी केवळ तुझी भक्त नाही, तर तुझी पत्नीसुद्धा आहे विठ्ठला आणि तुझी केवळ पत्नी नाही, तर तुझी भक्तसुद्धा आहे. विठुराया, या दोन्ही नात्यांनी मी तुझ्याशी बांधील आहे. मग तू माझा पती आणि माझा उद्‌धारकर्ता देव या दोन्ही नात्यांनी माझ्याशी बांधील नाहीस काय? माझं इतर पुरुषांपासून रक्षण करणं, हे पती म्हणून तुझं

कर्तव्य नाही काय? आणि माझा उद्धार करणं, हे देव म्हणून तुझं काम नाही काय? मग तू असा दगडासारखा उभाच राहणार आहेस का? माझ्यासाठी काहीच करणार नाहीस? माझ्यावरचं संकट दूर करणार नाहीस? देव म्हणून, पती म्हणून तू यातलं काहीच करणार नसलास, तर मग मला मरण तरी दे. इथं, तुझ्या पायांशी मला मृत्यू तरी येऊ दे. हे कामतरी तुझ्यासाठी सोपं आहे ना? मग ते तरी कर! तेवढं तरी कर! विठुराया, तू तेवढंही करणार नसलास, तर तुझ्या भक्तवत्सलतेवर हा डाग राहील बघ आणि तू माझा उद्धारही करणार नाहीस आणि मला मृत्यूही देणार नाहीस; मग मला, तुझ्या या पत्नीला दुसऱ्या पुरुषानं स्पर्श केलेला तुला चालवून घ्यावा लागेल; कारण मी असहाय आहे. माझ्या मागं हे चांडाळ लागले आहेत. हे मला नरकात घेऊन जाणार आहेत आणि ते तू तुझ्या उघड्या डोळ्यांनी बघत बसणार आहेस का? तुझ्यावाटचा घास दुसरं कुणीतरी उचलून घेऊन जातंय, हे देव असून तुला चालणार असेल, तर तू माणसांपेक्षा पत्थराचा आहेस.

**पतित पावन म्हणविसी आधी । तरी का उपाधी भक्तामागे ।।**
**तुझे म्हणविता दुजे अंगसंग। उणेपणा सांग कोणाकडे ।।**
**अरे विठुराया, बघ तरी काय होणार आहे?**
**सिंहाचे भातुके जंबुक पै नेता । थोराचिया माथा लाज वाटे ।।**
**म्हणे कान्होपात्रा देह समर्पणे । करावा जतन ब्रीदासाठी ।।**

ऐकतो आहेस ना विठ्ठलाऽऽऽ

**अरे सिंहाचे भातुके जंबुकै पै नेता । थोराचिया माथा लाज वाटे ।।**

मग विठ्ठला, तुझ्या पत्नीचा घास, तुझ्या भक्ताचा घास तू सोडून दुसरं कोणीतरी घेतंय याची तुला चाड नाही? याची तुला लाज नाही? तुला काहीच कसं वाटत नाहीये? विठ्ठला, धावऽ धाव! मला तुझ्या पायांशी घे! धाव, विठ्ठला धाव!''

कान्होपात्रा आकांत करत होती. टाहो फोडत होती. आक्रंदन करत होती. विठ्ठलाला विनवतही होती आणि जाबही विचारत होती, हाका मारत होती. विठ्ठलाच्या स्नानाच्या तयारीसाठी आलेले पंत गर्भागारात होते. त्यांनी कान्होपात्रेचा टाहो ऐकला. त्यांना समजेना, एवढं काय झालं? गेले दीड-दोन महिने ही पोर इथं राहिली होती आणि तन्मयतेनं देवाची सेवा करत होती. देवालाही तिची सेवा आवडत होती. तसे त्यानं वेळोवेळी तिला दाखले दिले होते; पण मग ती पंढरपुरातून एकदमच गायब झाली. घरी गेली असावी; पण आज इथं आली आहे, ती आल्यापासून आकांतच करते आहे. पंतांना काही कळलंच नाही; पण असेल काहीतरी असं म्हणून त्यांनी आपलं लक्ष देवाच्या स्नानाच्या तयारीत घातलं. त्यांच्या लक्षात आलं, देवाच्या स्नानाच्या पाण्याची कळशी रिकामीच आहे.

विनायकला यायला अवकाश होता. त्यांनी कळशी उचलली आणि पाणी भरून आणण्यासाठी ते बाहेर पडले. गर्भागारातून बाहेर येऊन दक्षिण दरवाजाकडे जाता जाता त्यांनी कान्होपात्रेला सांगितलं, ''आलोच हं पोरी मी! एवढी कळशी भरून घेऊन येतो!'' आणि ते दक्षिणद्वारातून बाहेर पडले. त्यांच्या हाकेनं सावध झालेल्या कान्होपात्रेनं मान वर केली. विठ्ठलाकडे नजर टाकली आणि काय आश्चर्य? आपण काय पाहतो आहोत? जे पाहतो आहोत, ते स्वप्न की सत्य हेच तिला उमजेना. विठ्ठलानं आपले कटीवरचे दोन्ही हात काढले होते आणि आपले बाहू पसरून तो उभा होता, त्याच्या त्या पसरलेल्या हातांत आमंत्रण होतं. डोळ्यांत वात्सल्य, ओठांवर निमंत्रण आणि संपूर्ण चेहऱ्यावर स्वागत. कान्होपात्रा जागच्या जागी झट्कन उभी राहिली. तिनं पदर सावरला. डोईवर नीट घेतला. इकडेतिकडे क्षणभर पाहून आपण बघितलं, ते सत्य की स्वप्न हे पाहण्यासाठी पुन्हा विठ्ठलाकडे नजर टाकली. विठ्ठल खरंच हात पसरून उभा होता. तिचा विठ्ठल, तिचा लाडका विठ्ठल, तिचा पतीपरमेश्वर विठ्ठल, तिचा देव विठ्ठल आपले हात कमरेवरून काढून हात पसरून तिला बोलावत होता. कान्होपात्रा कावरीबावरी झाली. तोच तिला हाक ऐकू आली – ''कान्हू, येऽऽऽ!'' तिनं बावचळून इकडेतिकडे पाहिलं. मंदिरात तर कुणीच नव्हतं. ती एकटीच होती. तिनं पुन्हा विठ्ठलाकडे पाहिलं. तोच, तोच तिला बोलावत होता. साद घालत होता. हाक मारत होता. तिचा विठ्ठल तिला हाक मारत होता. हे लक्षात आलं आणि कान्होपात्रा क्षणभरही तिथं थांबली नाही. पितळी उंबरा ओलांडून तिनं गर्भागारात धाव घेतली आणि बेभानपणे, बेफामपणे, भानरहित अवस्थेत डोळ्यांत अश्रू आणि ओठांवर हसू अशी संमिश्र भावना घेऊन उत्कट आवेगानं कान्होपात्रेनं स्वतःला विठ्ठलाच्या पायांवर लोटून दिलं. त्याच्या पायांना मिठी घालून त्याच्या चरणांवर तिनं डोकं टेकवलं. ही कान्होपात्रेची शेवटची जाणीव होती. पुढच्या क्षणी तिच्या शरीरातून चेतनेची ज्योत बाहेर पडली आणि विठ्ठलाच्या हृदयात विलीन झाली. विठ्ठलमूर्तीच्या पायांवर राहिलं ते कान्होपात्रेचं अचेतन शरीर, ज्या शरीराचा मोह भल्या भल्या श्रीमंतांना आणि खुद्द बादशहाला पडला होता, आता ते शरीर म्हणजे निष्प्राण कलेवर होतं. कान्होपात्रेचं प्राणतत्त्व केव्हाच विठ्ठलाच्या हृदयात विलीन झालं होतं. शेवटी का होईना; पण विठ्ठलानं कान्होपात्रेला आपल्या हृदयात जागा दिली होती. आता तिला तिथून कुणीच उठवणार नव्हतं. बळाचा वापर करून कुठंच नेणार नव्हतं. परपुरुषांचा स्पर्श आता तिला होणारच नव्हता. तिच्या देवानं, तिनं ज्याला पती मानलं होतं; त्या परमेश्वरानं, तिची आणि स्वतःच्या भक्तवत्सलतेचीही लाज राखली होती. आपलं शील, आपलं सतीत्व, आपलं पावित्र्य राखण्यासाठी कान्होपात्रेनं आपला देह विठ्ठलाच्या चरणांवर समर्पित केला होता. विठ्ठलाच्या पायांवर स्वतःला समर्पित करून

कान्होपात्रेनं आपलं पावित्र्य तर जपलंच होतं; पण सर्व संतांच्या मांदियाळीत ती एकमेव सौभाग्यशाली अशी होती, जिनं विठ्ठलाच्या चरणांवरच आपला देह समर्पित केला होता. त्याच्या चरणांवर, त्याच्या इतक्या जवळ, त्याच्या इतक्या सान्निध्यात. तिचं हे देहाचं समर्पण विठ्ठलासोबत आणि विठ्ठलाइतकंच चिरंतन ठरणार होतं. चिरंजीव ठरणार होतं.

कळशी भरून घेऊन पंत परत आले. त्यांना उंबऱ्याबाहेर कान्होपात्रा दिसली नाही. ''गेली वाटतं परत!'' असं मनाशी पुटपुटत पंत गाभाऱ्यात आले. विठ्ठलमूर्तीच्या मागे कळशी ठेवून ते विठ्ठलमूर्तीच्या समोर आले. त्यांना नवल वाटलं. विठ्ठलमूर्तीच्या समोर सतत, रात्रंदिवस तेवत असलेली समईची ज्योत शांत झाली होती. समईत तेलही भरपूर होतं. वातीवर काजळीही धरली नव्हती. तरीही ज्योत शांत झाली होती. ती पुन्हा लावण्यासाठी पंत पुढे आले आणि त्यांना धक्का बसला. विठ्ठलाच्या चरणांना मिठी मारून कान्होपात्रा बसली होती. तिचे डोळे मिटलेले होते. मस्तक देवाच्या पावलांवर होतं.

'ही पोर आत कशी आली? हिला कुणी अनुमती दिली आत यायला? आणि आली ती थेट विठ्ठलमूर्तीच्या पायांना मिठी मारून बसली? हद्द झाली!' पंतांच्या मुद्रेवर संताप उमटला. त्यांनी तिला दोन-चार हाका मारल्या; पण उत्तर आलं नाही. तिची काहीच हालचाल झाली नाही. शेवटी धाडस करून पंतांनी तिचे खांदे धरून तिला विठ्ठलाच्या पावलांवरून उचलली, पण... पण कान्होपात्रेचे प्राण केव्हाच उडून गेले होते. पंतांच्या हातांत होतं तिचं निष्प्राण कलेवर. पंतांच्या डोळ्यांतून अश्रूंची धार लागली. मगाशी ती गात असलेल्या अभंगातले शब्द त्यांच्या कानांत घुमायला लागले.

**'म्हणे कान्होपात्रा देह समर्पणे । करावा जतन ब्रीदासाठी ।'**

देह समर्पणे... देह समर्पणे... कान्होपात्रेनं तिचा शब्द खरा केला होता. तिच्या अभंगातून प्रकट केलेली तिची आस, तिची इच्छा, तिनं अभंगातून उच्चारलेला तिचा पण खरा केला होता. ब्रीदाचं आणि शीलाचं जतन करण्यासाठी तिनं खरोखरच विठ्ठल चरणांवर आपल्या देहाचं समर्पण केलं होतं. पंतांच्या हातावर कान्होपात्रेचं कलेवर होतं. त्यांचं लक्ष तिच्या हाताकडे गेलं. तिचा एक हात विठ्ठलाच्या पायांखालच्या विटेवर स्थिरावला होता. पंतांनी पाहिलं आणि त्यांना धस्स झालं! त्यांच्या हृदयाचा थरकाप उडाला. १७-१८ वर्षांच्या कोवळ्या पोरीचं एवढं मोठं धाडस? कान्होपात्रेच्या बोटांतल्या अंगठीचं हिऱ्याचं कोंदण रिकामं होतं... कान्होपात्रेच्या देहासारखं! त्यातलं चैतन्य कधीच नाहीसं झालं होतं... त्या कोंदणासारखं. त्या कोंदणात हिरा नव्हता. हिरा कुठे गेला असावा, याचा अंदाज

पंतांना आला. त्यांची नजर कान्होपात्रेच्या चेहऱ्याकडे गेली. तो नितळ सुंदर चेहरा... आता त्यावर निळसर रंगाची छटा आली होती. जणू ती तिच्या कृष्णाशी; नव्हे, कृष्णविठ्ठलाशी एकरूप झाली होती. त्याच्या रंगात मिसळून गेली होती. त्याच्या निळाईत रंगून गेली होती. तेल भरलेलं असूनही गाभाऱ्यातल्या समईची ज्योत का विझली, या प्रश्नाचं उत्तर पंतांना आता मिळालं. कान्होपात्रेनं केलेलं आपल्या देहाचं समर्पण हे त्याचं उत्तर होतं. विठ्ठलात तिनं केलेलं स्वत:चं समर्पण... आपल्या आत्मतेजाचं, आपल्या चैतन्याचं, आपल्या पंचप्राणांचं, आपल्या स्वत्वाचं केलेलं समर्पण.

समर्पण!

■

# ॥ हेचि दान देगा देवा ! ॥

भावविश्व संतश्रेष्ठ तुकारामांचं...

**मंजुश्री गोखले**

दोन युगप्रवर्तक महापुरुष- शिवाजी महाराज व तुकाराम महाराज एकमेकांना भेटले होते. एकाला हिंदवी साम्राज्य उभं करायचं होतं, तर दुसऱ्याला भक्तीचं साम्राज्य. एकाकडं शौर्य होतं तर दुसऱ्याकडे शब्द. एकासोबत जिजाई होती तर दुसऱ्या सोबत विठाई. एकाचं शस्त्र हेच शब्द होते, तर दुसऱ्याचे शब्द हेच शस्त्र होतं. एक निश्चयाचा महामेरू होता तर दुसरा भक्तीचा अवतारू. कितीतरी वेळ राजे तुकोबांच्या मिठीत होते आणि भवताली उभे असणारे सगळे जण या दोघांच्या भेटीचा तो कौतुक सोहळा पाहत होते.